D1763350

பர்மா

ராம் அப்பண்ணசாமி

இளங்கலை இயந்திரவியல் பொறியியல் பட்டமும் வளர்ச்சி ஆராய்ச்சியில் முதுகலைப் பட்டமும் பெற்றவர். தனியார்த் தொண்டு நிறுவனத்தில் பணிபுரிந்த அனுபவமுடையவர். வரலாறு வாசிப்பில் மிகுந்த ஈடுபாடு உண்டு. மேலும், வரலாறு சார்ந்து இந்தியா முழுவதும் பல்வேறு பகுதிகளுக்குப் பயணங்கள் மேற்கொண்டுள்ளார்.

பர்மா

ஓர் அரசியல் வரலாறு

ராம் அப்பண்ணசாமி

கிழக்கு

பர்மா: ஓர் அரசியல் வரலாறு
Burma: Orr Arasiyal Varalaru
by *Ram Appanasamy* ©

First Edition: December 2023
192 Pages
Printed in India.

ISBN : 978-81-968616-1-2
Kizhakku - 1361

Kizhakku Pathippagam
177/103, First Floor, Ambal's Building, Lloyds Road, Royapettah, Chennai - 600 014. Ph: +91-44-4200-9603
Email : support@nhm.in   Website : www.nhm.in

◼ kizhakkupathippagam   ◼ kizhakku_nhm

Author's Email: apsamy.ram@gmail.com

Cover Image: Reuters

Kizhakku Pathippagam is an imprint of New Horizon Media Private Limited

The views and opinions expressed in this book are the author's own and the facts are as reported by the author, and the publishers are not in any way liable for the same.

All rights reserved. No part of this publication may be reproduced, stored in a retrieval system, or transmitted, in any form or by any means, electronic, mechanical, photocopying, recording or otherwise, without the prior permission of the publishers.

சிறுவயதில் புத்தக வாசிப்புப் பழக்கத்தைத் தூண்டியதற்காக, எழுத்தாளர்கள் பா.ராகவன், என்.சொக்கன், மருதன் ஆகியோருக்கு இந்த நூல் சமர்ப்பணம்.

'கோபத்தை அன்பினாலும், தீமையை நன்மையினாலும் ஒரு நாள் நிச்சயம் வெல்ல முடியும்.'

புத்தர்

உள்ளே

	முன்னுரை	... 09
1.	முழுமுதற் பேரரசு	... 11
2.	இரு துருவங்கள்	... 19
3.	ஒரு ரத்தச் சரித்திரம்	... 27
4.	பேரினவாதத்தின் தொடக்கப்புள்ளி	... 37
5.	போரும் அமைதியும்	... 45
6.	நிகழ்காலத்தின் கடந்தகாலம்	... 54
7.	முடிவல்ல, தொடக்கம்	... 61
8.	ஒரு புதிய (பழைய) உதயம்	... 72
9.	தனிப்பெருந் தலைவன்	... 84
10.	கனவாகிப் போன நிஜம்	... 92
11.	முதல் கோணல் முற்றிலும் கோணல்	... 105
12.	ரத்தத்தின் ரத்தமே	... 119
13.	மாற்றம் முன்னேற்றம் ஏமாற்றம்	... 129
14.	நதிமூலம் ரிஷிமூலம்	... 142
15.	முள் கிரீடம்	... 153
16.	விடாது கருப்பு	... 164
17.	பூவா தலையா	... 174
	முடிவுரை	... 188
	உதவிய நூல்கள்	... 190

முன்னுரை

2021ஆம் ஆண்டு பிப்ரவரி 1ஆம் தேதி அந்த அறிவிப்பு வெளியானது. அது என்ன பிப்ரவரி 1? ஒரு மாதத்துக்கு முன்பு, அதாவது, மாட்சிமை பொருந்திய முன்னாள் பிரிட்டிஷ் ஆட்சியாளர்கள் அளித்தருளிய ஆங்கிலப் புத்தாண்டு நாளான 'ஜனவரி 1' அன்று அந்த அறிவிப்பு வெளியாகி இருக்கலாம். இல்லையென்றால், இரண்டரை மாதங்களுக்குப் பிறகு ஏப்ரல் மாதத்தில், சூரிய பகவான் மேஷ ராசியில் சஞ்சரிக்கும் நாளான, பர்மியப் புத்தாண்டு தினத்தன்று அறிவிப்பை வெளியிட்டிருக் கலாம். ஆனால், இரண்டுங்கெட்டானாகப் பிப்ரவரி 1ஆம் தேதி ஏன் அந்த அறிவிப்பு வெளியாக வேண்டும்?

ஜனவரி, ஏப்ரல் ஆகிய மாதங்களில் அமையும் புத்தாண்டு தினங்கள், திட்டமிட்டு புதிய செயல்களைத் தொடங்குவதற்கான நன்னாட்கள். ஆனால், புத்தாண்டு தினத்தன்று வெளியிடும் அளவுக்கு இந்த அறிவிப்பு ஒன்றும் புதிதல்ல, சொல்லப்போனால் மிக மிக அரதப்பழசு. இதே எண்ணம், மேதகு 'மின் ஆங் ஹளைங்' (Min Aung Hlaing) அவர்களுக்கும் தோன்றியிருக்கலாம். எனவே பிப்ரவரி 1ஆம் தேதி, பர்மாவில், மன்னிக்கவும், மியான்மரில் 'ராணுவ ஆட்சி' அமலாகிறது எனும் அறிவிப்பை அவர் வெளியிட்டார்.

பர்மா ஒன்றியம் முதலில் மியான்மர் ஒன்றியமாகப் பெயர் மாற்றமடைந்து, பிறகு மியான்மர் ஒன்றியக் குடியரசாக மாறி சில தசாப்தங்கள் கடந்துவிட்டது. ஆனால் இந்த மாற்றங்கள் அனைத்தும் பெயரளவுக்கு மட்டுமே இருந்துவிட்டதுதான் அந்நாட்டு மக்களுக்கு ஏற்பட்ட சாபக்கேடு.

அவர்களுக்கு எட்டும் தூரத்தில் இருக்கும் இந்தியத் தீபகற்பத்தின் தென்பகுதியில் வளரும் குறிஞ்சிப் பூக்கள்கூட 12 ஆண்டுகளுக்கு ஒருமுறை பூக்கும். ஆனால், வராது வந்த மாமணியாய், 49 ஆண்டுகால இராணுவ ஆட்சிக்குப் பிறகு அமைந்த மக்களாட்சியை ஒரே ஓர் அறிவிப்பு மூலம் தூக்கியெறிந்து, மீண்டும் அந்நாட்டில் ராணுவ ஆட்சியை நடைமுறைப்படுத்திய பெருமை தற்போதைய மியான்மர் ராணுவத்தின் தலைமைத் தளபதி மின் ஆங் ஹளைங்கைச் சாரும்.

இதற்குமுன்பு அங்கு ராணுவ ஆட்சியை வழிநடத்திய பெருமைக்குச் சொந்தக்காரர், சர்வாதிகாரி 'தான் ஷுவே' (Than Shwe). 18 ஆண்டுகள் அதிகாரத்தில் இருந்துகொண்டு செய்த பாவத்துக்கெல்லாம் புண்ணியம் தேடும் வகையில் 2011ஆம் ஆண்டு மக்களாட்சிக்கு வழிவிட்டுவிட்டு ஓய்வு பெற்றார் ஷுவே. ஆனால், மக்களாட்சி நடக்கவேண்டி அவர் தலைமையில் இயற்றப்பட்ட அரசியலமைப்புச் சட்டத்தில் இராணுவம் அதிகாரம் செலுத்தும் வகையில் எலி வலைபோல ஏகப்பட்ட ஓட்டைகள் இருந்தன.

அந்த ஓட்டைகளை உபயோகித்து 2021ஆம் ஆண்டு மக்களாட்சியை வெளியே தள்ளி, மீண்டும் ராணுவ ஆட்சி எனும் மிகப்பெரிய பொந்தை ஏற்படுத்தி, தான் ஒரு பதவி பெருச்சாளி என நிரூபித்துவிட்டார் மின் ஹளைங்.

பிரிட்டிஷ் பிடியிலிருந்து நாடு சுதந்திரம் பெற்று, எழுபத்தைந்தாண்டுகள் நெருங்கிவிட்டன. ஆனால் இன்னமும் உள்நாட்டுப் போர், வறுமை, துருப்பிடித்த அரசு இயந்திரம், ராணுவ ஆட்சி என 50 வருடங்களுக்கு முன்பு மியான்மரில் இருந்த அதே பிரச்சனைகள் இன்றும் தீர்க்கப்படாமல் உயிர்ப்புடன் உள்ளன.

மியான்மரைப்போல, பிரிட்டிஷ் காலனிகளாக இருந்த அதன் அண்டை நாடுகளிலும் இவ்வாறு பல பிரச்சனைகள் உள்ளது உண்மை. ஆனால் மியான்மர் அளவுக்குச் சுலபத்தில் தீர்க்கவே முடியாத இடியாப்பச் சிக்கல்கள் வேறு எங்கும் இல்லை. எதனால் அந்நாட்டுக்கு இப்படி ஒரு நிலைமை ஏற்பட்டது என்பதைப் புரிந்துகொள்ளச் சற்று ஆழமாக அதன் வரலாற்றுப் பக்கங்களைப் புரட்ட வேண்டும். இந்த நாட்டின் கதை, உலகுக்கான ஒரு பாடம்!

1. முழுமுதற் பேரரசு

மியான்மர் நாட்டின் வரைபடத்தைப் பார்த்தால் ஏதோ ஒரு வகையான ஊர்வன விலங்கு ஒன்று அசையாமல் இருப்பது போலத் தோன்றும். தென்கிழக்கு ஆசியாவின் நுழைவாயில் எனக் கருதப்படும் இந்த நாடு, தனது வடமேற்கு எல்லையை இந்தியாவுடனும், வடகிழக்கு எல்லையைச் சீனாவுடனும் பகிர்ந்துள்ளது.

மியான்மரின் வடக்கிலிருந்து தெற்குவரை பாயும் மிகப்பெரிய நதியான ஐராவதி, வங்காள விரிகுடாவில் கழிமுகத்தை அமைக்கிறது. மற்றொரு முக்கிய நதியான 'சால்வீன்' அந்நாட்டின் கிழக்குப் பகுதியில் பாய்ந்து கடலில் கலக்கிறது. இவ்விரண்டு நதிகளுமே திபெத் பகுதியில் உருவாகி அங்கிருந்துதான் மியான்மருக்குள் பாய்கின்றன.

மியான்மர் நாட்டின் அனைத்துத் திக்கிலும் குறைவில்லாத அளவுக்கு மலைத்தொடர்கள் சூழ்ந்துள்ளன. இந்திய எல்லைப்பகுதியை ஒட்டியுள்ள, 'நாகா' மலைத்தொடர்களும், அதற்குக் கீழே இருக்கும் 'அரக்கன்' மலைத்தொடர்களும், சீன எல்லையில் அமைந்துள்ள ஹேங்டுவான் மலைத்தொடர்களும், இதில் குறிப்பிடத்தக்கவை. இவ்வாறு சூழப்பட்டிருக்கும் மலைத்தொடர்களுக்கு நடுவே அமைந்துள்ள நாட்டின் மத்தியப் பகுதி அழகிய பள்ளத்தாக்குகளைக் கொண்ட தட்டையான நிலப்பரப்பை உடையது. இங்குதான் பல ராஜ்ஜியங்கள் தோன்றிச் செழித்தன.

இன்றைய மியான்மர் நாட்டின் பழைய பெயர் 'பர்மா'.

மன்னராட்சி நடந்துகொண்டிருந்த நாட்டை 19ஆம் நூற்றாண்டில் சிறிது சிறிதாக ஆக்கிரமித்து தனது காலனியாக மாற்றிய பிரிட்டிஷ் அரசாங்கம் சூட்டிய பெயர்தான் 'பர்மா'. 'பர்மா' என்ற வார்த்தை அந்நாட்டில் பெரும்பான்மைச் சமூகமாக இருந்த 'பர்மர்' (Bamar/Barmar/Mranma) இன மக்களின் பெயரிலிருந்தே இரவல் பெறப்பட்டது. இந்நாட்டைப் பர்மா, பர்மியம், மியான்மர் என எப்படிக் குறிப்பிட்டாலும் இவை அனைத்துமே ஒரே அர்த்தம் கொண்ட வெவ்வேறு பெயர்கள்தாம். அனைத்தும் செல்லுபடியாகும்.

பர்மியத் திருநாட்டின் பெரும்பான்மைச் சமூகமாக இன்றும் இருக்கும் பர்மர் இன மக்களால் கி.பி ஏழாம் நூற்றாண்டின் தொடக்கத்தில் மத்தியப் பள்ளத்தாக்குப் பகுதியில் சிற்றரசு அளவிலான ராஜ்ஜியம் முதன்முதலில் அமைக்கப்பட்டது. 'பாகன் (Bagan/Pagan)' எனும் இடத்தைத் தலைநகராகக் கொண்டு இயங்கிய அந்த ராஜ்ஜியம் அடுத்த நானூறு வருடங்களில் சிறிது சிறிதாக வளர்ச்சி கண்டு, பின் 11ஆம் நூற்றாண்டின் தொடக்கத்தில் மிகப் பெரிய சாம்ராஜ்ஜியமாக உருமாறியது. தலைநகரின் பெயரிலேயே இதனை 'பாகன் சாம்ராஜ்ஜியம்' என்று அழைத்தனர் வரலாற்றாய்வாளர்கள்.

இன்றும் அந்நாட்டில் பெரும்பான்மையாக இருக்கும் பர்மர் மக்கள் ஏழாம் நூற்றாண்டு வாக்கில்தான் தங்களுக்கென ஒரு சிற்றரசை அமைத்தனர் என்றால் அதற்கு முன்பு அவர்கள் என்ன செய்துகொண்டிருந்தனர்? அதைவிட முக்கியம் பர்மர் மக்கள் புதிதாக ராஜ்ஜியத்தை நிறுவிய இடத்தில் அதற்கு முன்பு யாராவது இருந்தார்களா? இந்த இரண்டு கேள்விகளுக்குமான பதில்களுடன் மேலும் சில பல பின்னணித் தகவல்களையும் சேர்த்துக் கொண்டால் மியான்மர் நாட்டில் தற்போது நடந்து கொண்டிருக்கும் முடிவில்லாத பிரச்சனைகளின் வரலாற்றுப் பின்புலத்தைச் சுலபமாக அறிந்துகொள்ளலாம்.

பர்மர் இன மக்களின் பூர்வீகம் தற்போதைய சீன நாட்டைச் சேர்ந்த யுன்னான் மாகாணத்தின் தென் பகுதியாகும். இந்தத் தெற்கு யுன்னான் பகுதி அச்சமயம் 'நஞ்சாவோ ராஜ்ஜியமாக' இருந்தது. இந்த ராஜ்ஜியத்தில்தான் பர்மர் இன மக்கள், பை (Bai), இ (Yi) ஆகிய இனக்குழுக்களுடன் பல காலமாக ஒன்றாக வசித்து வந்தனர். ஆறாம் நூற்றாண்டில் அதற்கு அருகே அமைந்திருந்த பல சிற்றரசுகள் மீது படையெடுத்துப் போர் புரிந்தது 'நஞ்சாவோ ராஜ்ஜியம்'.

அந்தச் சிற்றரசுகளில் பர்மிய நிலப்பரப்பின் மத்தியப் பள்ளத்தாக்குப் பகுதியில் அமைந்திருந்த ‘பியூ ராஜ்ஜியமும்’ ஒன்று. பியூ ராஜ்ஜியத்தை நிறுவிய ‘பியூ’ மக்கள் கிமு 2ஆம் நூற்றாண்டுக் காலம் முதலே இந்தப் பள்ளத்தாக்குப் பகுதியில் வசித்து வந்தனர்.

பியூ மக்கள் நூற்றாண்டுகால முன்னேற்றத்தின் முடிவாகத் தங்களுக்கென ஒரு ராஜ்ஜியத்தை உருவாக்கிக் கொண்டனர். பிற அண்டைப் பகுதிகளை ஒப்பிடும்போது பியூ நகரங்கள் அச்சமயத்தில் மிகவும் முன்னேறிய பகுதிகளாக இருந்தன. ஆனால் 6ஆம் நூற்றாண்டில் நடந்த நஞ்சாவோ படையெடுப்பினால் அந்த ராஜ்ஜியம் கடுமையாகப் பாதிக்கப்பட்டு வலுவிழந்தது.

வெகுகாலமாகத் தங்கள் இனத்திற்கெனத் தனியாக ஒரு ராஜ்ஜியத்தை உருவாக்கும் கனவில் இருந்த பர்மர் இன மக்கள், இந்த நிலைமையைத் தங்களுக்குச் சாதகமாக எடுத்துக்கொண்டு நஞ்சாவோ ராஜ்ஜியத்திலிருந்து தெற்கு நோக்கிப் புலம்பெயர்ந்து பியூ மக்கள் வசித்து வந்த பகுதிகளில் குடியேறினர்.

பர்மர்களின் இந்த நடவடிக்கையைச் சாதாரணமான குடியேற்ற மாகக் கருத முடியாது. ஏற்கெனவே படையெடுப்பினால் பாதிக்கப்பட்டிருந்த பியூ மக்கள் பர்மர்களின் இந்த ஆக்கிரமிப்புக்குப் பிறகு, தங்களிடமிருந்த அதிகாரத்தை இழந்தனர். மேலும், பர்மர் மக்கள் அதிகாரம் செலுத்த ஆரம்பித்த பிறகு, காலப்போக்கில் பியூ மக்களும் பர்மர் சமுதாயத்துடன் கலந்து ஒன்றிவிட்டனர்.

மத்தியப் பர்மாவின் ஹாலின், பெய்க்கத்தானோ, ஸ்ரீ க்ஷேத்ரா ஆகிய இடங்களில் உள்ள சிதிலமடைந்த கட்டுமானங்களின் வழியாகப் பியூ நகரங்களின் வரலாற்று எச்சங்களை இன்றும் காணலாம்.

பாகன் ராஜ்ஜியத்தை பர்மர் மக்கள் உருவாக்கி சில நூற்றாண்டுகள் கடந்திருந்தாலும் 11ஆம் நூற்றாண்டின் தொடக்கத்தில் அதன் மன்னராக இருந்த அனவ்ரஹ்தா மின்சாவ்வின் (1014-1077) ஆட்சிக்காலத்தில்தான் பாகன் மிகப்பெரிய சாம்ராஜ்ஜியமாக உருமாறியது.

இதனால் மன்னர் அனவ்ரஹ்தா, பர்மிய நாட்டின் முதல் பேரரசராக இன்று வரையில் கொண்டாடப்படுகிறார். அவர் ஆட்சிபுரிந்த நாட்கள் பொற்காலமாகப் போற்றப்படுகின்றன. இம்மன்னரின்

காலம் தொட்டு நடந்த பாகன் சாம்ராஜ்ஜியத்தின் விரிவாக்க நடவடிக்கைகள் காரணமாகப் பர்மர் இன மக்கள் பிற அண்டைப் பகுதிகளிலும் குடியேற ஆரம்பித்தனர்.

மத்தியப் பர்மாவிலிருந்து பாகன் ராஜ்ஜியம் விரிவடைந்து கொண்டிருந்த அதே வேளையில், அதற்கு வடகிழக்குப் பகுதியில் சலவீன் நதிக்கரையைச் சுற்றி வாழ்ந்துவந்த டாய் மொழி பேசும் ஷான் (Shan) இன மக்கள், பல மாகாணங்கள் இணைந்த ஒரு கூட்டமைப்பு ராஜ்ஜியத்தை அங்கே நிறுவியிருந்தனர். அவை 'ஷான் மாகாணங்கள்' என்று அழைக்கப்பட்டன. பல நூற்றாண்டுகளாக ஷான் இனத்தைச் சேர்ந்தவர்களே அங்கு அதிகாரத்தில் இருந்தாலும் அதில் கச்சின் (Kachin), சின் (Chin) ஆகிய மக்களும், சில பர்மர்களும்கூட வசித்து வந்தனர்.

சீனப் பிரதேசத்தில் இருந்து, மத்தியப் பர்மாவை நோக்கி யார் படையெடுத்து வந்தாலும் முதலில் இந்த ஷான் மாகாணங்களைக் கடந்துதான் வர வேண்டும். எனவே, ஷான்களுடன் உறவை ஏற்படுத்திக்கொள்வது அவசியம் என்பதை உணர்ந்த அனவ்ரஹ்தா அங்கு படையெடுத்துச் சென்றார். அம்மாகாணங்கள் சுதந்திரமாக இருந்துகொண்டே தனக்குக் கப்பம்கட்டும்படி ஓர் உடன்படிக்கையை மேற்கொண்டு, அவர்களுடன் திருமண உறவுகளையும் ஏற்படுத்திக்கொண்டார். இவ்வாறு பாகனின் வடக்கு எல்லை முதல்முறையாகப் பாதுகாக்கப்பட்டது.

வடக்கிலிருந்த ஷான் மக்களைப்போலவே பர்மிய நிலத்தின் தெற்குப் பகுதியில் இருந்த மோன் இன மக்கள் பெகு (Pegu/Bago) எனும் இடத்தைத் தலைநகராகக் கொண்டு ஒரு ராஜ்ஜியத்தை அமைத்து, அங்கே வாழ்ந்து வந்தனர். அவர்களின் ராஜ்ஜியத்தில் இருந்த தட்டோன் (Thaton) அப்போது தென்கிழக்காசியாவில் இருந்த புகழ்பெற்ற துறைமுகங்களுள் ஒன்று.

இந்தியாவுக்கும் தென்கிழக்காசியாவுக்குமான வணிகம் கிபி ஒன்றாம் நூற்றாண்டிலிருந்து தட்டோன் துறைமுகத்தின் வாயிலாகத்தான் நடந்துவந்தது. மௌரியப் பேரரசர் அசோகர் அனுப்பிய பௌத்த மதத் தூதுவர்களின் வாயிலாக முதன்முதலில் இங்கு பௌத்தம் பரவியது. பின் பௌத்த மதத்தின் தேரவாதப் பிரிவு ஆட்சி மதமாகவும் மாறியது.

மோன்களின் ராஜ்ஜியம் வணிகத்தை மையமாகக் கொண்டு செயல்பட்டது. கடல் வணிகம் அம்மக்களுக்கு வளத்தை

வாரிக்குடுத்திருந்தது. எனவே நாடு பிடிக்கும் எண்ணத்துடன் அவர்கள் செயல்பட்டதில்லை, அதனால் பெரிய அளவிலான படைகளும் அவர்களிடம் இல்லை.

1057ஆம் ஆண்டு பாகன் மன்னர் அனவ்ரஹ்தா, மோன் ராஜ்ஜியத்தையும் போரில் தோற்கடித்து தெற்குப் பர்மாவைத் தன்னுடன் இணைத்துக்கொண்டார். இந்த இணைப்பின் முடிவில் பாகன் சாம்ராஜ்ஜியம் பர்மியப் பகுதியின் தனிப்பெரும் சக்தியாக மாறியிருந்தது.

ஐராவதி நதி அந்நாட்டின் வற்றாத உயிர்நாடி. அனாவ்ரஹ்தாவின் ஆட்சி காலத்தில் அந்நதி பாய்ந்தோடும் இடங்கள் முழுவதும் பாகன் சாம்ராஜ்ஜியத்தின் கட்டுப்பாட்டின்கீழ் கொண்டுவரப் பட்டன. இதையடுத்து பியூ, ஷான் மற்றும் பல நூற்றாண்டுகாலக் கலாசாரச் செழுமை கொண்ட மோன் ஆகிய மக்களுடன் பர்மர் இன மக்களுக்கு ஏற்பட்ட நேரடித் தொடர்பு காரணமாக 11ஆம் நூற்றாண்டுக்குப் பிறகு பர்மிய நிலப்பரப்பில் முதன்முதலாக ஓர் ஒருங்கிணைந்த பர்மியக் கலாசாரம் உருவானது.

இன்றுவரை இந்த இனத்தவர்கள் ஒவ்வொருவரும் தங்களுக்கெனத் தனிப்பட்ட அடையாளங்களாகச் சிலவற்றை நூற்றாண்டுகள் கடந்து பாதுகாத்து வந்தாலும் இவர்களுக் கிடையே அந்தக் காலம் தொட்டு கலாசாரப் பரிமாற்றம் நடந்துவந்திருக்கிறது. ஆனால், வெவ்வேறு இனங்களுக் கிடையேயான இந்தக் கலாசாரப் பரிமாற்றத்தில் அதிகம் பயனடைந்தது பர்மர் மக்களே. மோன்களிடமிருந்து எழுத்துருக்கள் இரவல் பெறப்பட்டு, பர்மிய மொழி அச்சமயத்தில்தான் முதல் முறையாக எழுதப்பட்டது.

மோன்களிடம் இருந்த திறமைமிக்க கட்டடக் கலைஞர்களைக் கொண்டு, கண்ணைக் கவரும் வண்ணம் தலைநகர் பாகன் வடிவமைக்கப்பட்டது. மேலும், பாகனிலும் அதனைச் 9சுற்றியுள்ள பகுதிகளிலும் கிட்டத்தட்ட ஐயாயிரம் எண்ணிக்கையிலான பௌத்த அடுக்குத் தூபிகள் (Pagoda) கட்டியெழுப்பப்பட்டன. மோன் கலைஞர்கள், பர்மர்களுக்குப் பலவிதமான கலைகளையும் கற்றுக்கொடுத்தனர்.

ஷின் அரஹன் (Shin Arahan) என்ற மோன் பௌத்த துறவி, மன்னர் அனவ்ரஹ்தாவைத் தேரவாத பௌத்த மதத்திற்கு மாற்றினார். மன்னர் ஏற்றுக்கொண்டதால் பாகன் சாம்ராஜ்ஜியத்தில் தேரவாதம்

ஆட்சி மதமாகி பர்மர் மக்களிடையே வேகமாகப் பரவியது. பின் அவர்களிடமிருந்து ஷான் மக்களையும் பௌத்தம் சென்றடைந்தது. இவ்வாறு, புதிதாக உருவாகிக் கொண்டிருந்த ஒருங்கிணைந்த பர்மியக் கலாசாரச் செழுமைக்குத் தேரவாத மதமும் பங்களித்தது.

மன்னர் அனவ்ரஹ்தா இலங்கை மன்னர் விஜயபாகுவுடன் நட்புறவைப் பேணி வந்தார். விஜயபாகுவுக்குமுன் இலங்கைத் தீவு சோழர்களின் ஆளுகைக்குட்பட்ட பகுதியாக இருந்தபொழுது அங்கே பௌத்த மதம் வீழ்ச்சியைக் கண்டது.

சோழர்களின் கட்டுப்பாட்டிலிருந்து இலங்கையை விடுவித்த விஜயபாகு, 1070ஆம் ஆண்டு அங்கே பௌத்த மதத்திற்கு மீள் உருவாக்கம் கொடுக்க அனவ்ரஹ்தாவின் உதவியைக் கோரினார். இதையடுத்து பாகனிலிருந்து சென்ற பர்மியப் பௌத்த துறவிகளின் முயற்சியால்தான் இலங்கையில் மீண்டும் பௌத்த மதப் பரவல் நடந்தேறியது.

அப்போதைய தென்கிழக்கு ஆசியாவின் இரு சக்திமிக்க சாம்ராஜ்ஜியங்களாகப் பாகனும், 'கெமெர்' எனும் சாம்ராஜ்ஜியமும் இருந்தன. கம்போடியாவிலிருந்து கிளம்பி கிழக்கு நோக்கி விரிவடைந்து கொண்டிருந்த கெமெர் சாம்ராஜ்ஜியத்தின் ஓட்டத்தைப் பர்மிய எல்லையிலேயே தடுத்து நிறுத்தியது மன்னர் அனவ்ரஹ்தாவின் குறிப்பிடத்தக்கச் சாதனை. அச்சமயத்தில் இந்து மதம் தழைத்தோங்கியிருந்த கெமெரில், பௌத்த மதப் பரவலை நிகழ்த்திய பெருமையும் அனவ்ரஹ்தாவையே சேரும்.

பாகன் ஆட்சிக்காலத்தில் வறண்ட பகுதியான மத்தியப் பர்மாவில் பல கால்வாய்களை அவர் கட்டமைத்ததன் மூலம் தகுந்த பாசன வசதிகள் ஏற்படுத்தப்பட்டு, அப்பகுதி பர்மாவின் 'நெற்களஞ்சிய மாக' உருமாறியது. இதனால் தகுந்த வேலைவாய்ப்புகள் மட்டுமல்லாமல், அரசுக்கு பலவகையிலும் வருவாய் கிடைத்தது. இதுவே ராஜ்ஜியத்தின் விரிவாக்கத்துக்கு முக்கியக் காரணமாக அமைந்தது. இதனால் மத்தியப் பர்மாவின் இந்த நெற்களஞ்சியப் பகுதிகளைக் கட்டுப்பாட்டில் வைத்திருப்பவர், பர்மிய நாடு முழுமைக்கும் அதிகாரம் செய்யும் நிலை உருவானது.

மேலும் அனவ்ரஹ்தா, மோன் பகுதிகளான தெற்குப் பர்மாவை ஆக்கிரமித்த காரணத்தால் முதல்முறையாகப் பாகன்

சாம்ராஜ்ஜியத்தின் கட்டுப்பாட்டில் துறைமுகங்களும் வந்தன. வெளி உலகுடன் மேற்கொள்ளப்பட்ட கப்பல் வணிகத்தின் விளைவாக அரசுக்கு வருமானம் பெருகியது. அரசுக்கு வருமானம் பெருகியவுடன் ஒரு சாம்ராஜ்ஜியத்தின் செம்மையான ஆட்சிக்குத் தேவைப்பட்ட நிர்வாகச் சீர்திருத்தங்கள், சமூக, பொருளாதார மேம்பாட்டிற்கான நடவடிக்கைகள் ஆகியவற்றை மன்னர் அனவ்ரஹ்தா மேற்கொண்டார்.

அவருக்கு அடுத்து அரியணையேறிய பாகன் மன்னர்களும் வணிகத்தை மேலும் மேம்படுத்தி ராஜ்ஜியத்தின் எல்லைகளைப் பலப்படுத்தினர். பல நூற்றாண்டுகளைக் கடந்து இன்றும் கம்பீரத்துடன் காட்சியளிக்கும் சூளாமணி (Sulamani), கவ்டவ்பாலின் (Gawdawpalin), மகாபோதி (Mahabodhi), ஹ்டிலோமின்லோ (Htilominlo) ஆகிய பௌத்த அடுக்குத் தூபிகள் அனவ்ரஹ்தாவுக்குப் பிறகு வந்த மன்னர்களால் கட்டப்பட்டது.

பாகன் சாம்ராஜ்ஜியத்தின் ஆட்சி மதமாகத் தேரவாத பௌத்தம் ஏற்றுக்கொள்ளப்பட்ட பிறகு, அம்மதத்தின் உயரிய அமைப்பான 'பௌத்த சங்கத்துக்கு' பல வழிகளிலும் அரசு உதவி செய்தது. அடுத்தடுத்து வந்த மன்னர்களால் ஏராளமான செழிப்பான நிலங்கள் சங்கத்துக்குத் தானமாக வழங்கப்பட்டன. அவற்றிலிருந்து சங்கத்துக்குக் கிடைத்த வருவாய்க்கு அரசு வரிவிலக்கு அளித்தது. இதனால் ஒருகட்டத்தில், பௌத்த சங்கம் செல்வச் செழிப்புமிக்க அமைப்பாக வளர்ச்சி அடைந்தது.

ஆனால் இதுவே மறுபக்கத்தில் அரசைப் பாதிக்கவும் தொடங்கியது. சில நூற்றாண்டுகளாக ஆயிரக்கணக்கிலான எண்ணிக்கையில் பௌத்த ஆலயங்களைக் கட்டி எழுப்பி, பௌத்த சங்கத்திற்குப் பெருமளவு நிலதானங்கள் அளித்த காரணத்தால் பாகன் அரசுக்குச் செலவீனங்கள் பெருகி, வருவாய் குறைய ஆரம்பித்தது. இவ்வாறு அரசுக்கு ஏற்பட்ட பொருளாதாரச் சிக்கல்களுக்கு அடுத்தடுத்து ஆட்சிக்கு வந்த மன்னர்கள் தீர்வு காணாமல் விட்டதால் அரசு வலுவிழக்க ஆரம்பித்தது.

இத்தனைக் காலமும் மைய அரசின் கட்டுப்பாட்டில் இருந்த பல குறுநில ஆட்சியாளர்கள் இப்படிப்பட்ட திறனற்ற மன்னர்களின் போக்கைத் தங்களுக்குச் சாதகமாக எடுத்துக்கொண்டு தனி ஆவர்த்தனம் செய்ய ஆரம்பித்தனர்.

இதனால் 13ஆம் நூற்றாண்டின் தொடக்கத்தில் பாகன் சாம்ராஜ்ஜியம் உடையத் தொடங்கியது. இறுதியில்,

வடக்கிலிருந்து வந்த ஒரு படையெடுப்பு பாகன் சாம்ராஜ்ஜிய ஆட்சிக்கு முற்றிலுமாக முடிவு கட்டியது. ஒரு படையெடுப்பின் மூலம் உருவாகிய சாம்ராஜ்ஜியத்துக்கு, வேறொரு படையெடுப்பு முடிவுரை எழுதியது. வரலாற்று முரண்!

பாகன் சாம்ராஜ்ஜியத்தின் ஆட்சி முடிவுக்கு வந்திருந்தாலும், அவர்களின் ஆதரவில் வளர்ந்த பௌத்த சங்கம் பர்மியச் சமூகத்தின் அடித்தளமாக மாறியது. பௌத்த துறவிகள், சமூகத்தில் மிகுந்த செல்வாக்கோடு அதிகாரமிக்கவர்களாகத் திகழ்ந்தார்கள்.

பர்மர் இன மக்களால் பாகன் சாம்ராஜ்ஜியம் உருவாக்கப் பட்டிருந்தாலும் இதில், ஷான், மோன் என வேறு பல இனக்குழுக்களும் அங்கம் வகித்தனர். பிற இனக்குழுக்களைக் கட்டுக்குள் வைத்து பர்மர்கள் கண்ட இந்த எழுச்சியை நாடு பிடிக்கும் செயலாகத்தான் வகைப்படுத்த முடியும். இதை இன வேறுபாட்டால் ஏற்பட்ட இனரீதியிலான போர்களாகக் கருதமுடியாது.

பாகன் ஆட்சியில் அனைத்து இன மக்களிடமிருந்த விழுமியங்கள் ஒன்றிணைந்து, பர்மிய நிலத்துக்கென ஒருங்கிணைந்த கலாசாரம் உருவாகியது. ஆனால் இந்தக் கலாச்சாரத்தைப் பிறரைக் காட்டிலும் தங்களுக்குரியதாக பர்மர்கள் சொந்தம் கொண்டாடும் நிலை காலப்போக்கில் உருவாகியது.

2. இரு துருவங்கள்

பர்மிய நிலத்தில் பயணித்து, அப்பகுதியைப் பற்றி முதன்முதலில் குறிப்பு எழுதிய மேற்குலகப் பயணி, வெனிஸ் நகரைச் சேர்ந்த மார்கோ போலோ. அதுவும் மங்கோலியப் பேரரசர் குப்ளாய் கானின் தூதுவராக அங்கே சென்றார் போலோ. அந்நிலத்தைப் பற்றி அதிகம் அறிந்திடாத மங்கோலியப் பேரரசு, போலோவின் பயணத்தையொட்டி கிடைத்த தகவல்களை வைத்தே அன்றைய பாகன் ராஜ்ஜியத்துக்குப் படையெடுத்துச் சென்றது என்றும் கூறப்படுகிறது.

'இவை அருமையான கற்களால் கட்டப்பட்டுள்ளன. இவற்றின் மேல் பூசப்பட்டுள்ள தங்கமுலாம் ஒரு விரல் நீளத்துக்கான தடிமன் கொண்டது. தொலைவிலிருந்து பார்த்தாலும் சூரிய ஒளியில் மின்னக்கூடியது' எனப் பாகனில் இருந்த தூபிகளைப் பற்றி வியந்து எழுதியிருக்கிறார் போலோ.

பர்மிய நிலத்தில் வியத்தகு விலங்குகள் இருப்பதாகவும், அங்கே நெற்றியில் கொம்புடைய குதிரையான யூனிகார்ன் விலங்கைப் பார்த்ததாகவும்கூட அவர் எழுதியுள்ளார். சந்தேகமே வேண்டாம், போலோ பார்த்த விலங்கு நிச்சயம் காண்டாமிருகமாகத்தான் இருக்க முடியும்.

பாகன் சாம்ராஜ்ஜியத்தின் ஆட்சி முடிவுக்கு வந்ததற்கான காரணங்களில் மிகவும் முக்கியமானது அச்சமயம் பர்மியப் பகுதியில் நடந்த மங்கோலியப் படையெடுப்பு. ஏற்கெனவே பல உள்நாட்டுப் பிரச்சனைகளால் தனது அந்திமக் காலத்தை நெருங்கிக் கொண்டிருந்த பாகன் சாம்ராஜ்ஜியத்திற்கு மேலும் ஒரு

பிரச்சனை மங்கோலியப் பேரரசரும் செங்கிஸ்கானின் பேரனுமான குப்ளாய் கானின் வடிவில் வந்தது.

செங்கிஸ்கானின் மறைவுக்குப் பிறகு, அகன்று விரிந்திருந்த மங்கோலியப் பேரரசின் இரண்டாவது கானாக அவரின் மகன் ஓகெடே பொறுப்பேற்றார். அந்த வழியில் மங்கோலியர்களின் ஐந்தாவது கானாக 1260ஆம் ஆண்டு குப்ளாய் கான் பதவிக்கு வந்தார். குப்ளாய் கானின் யுவான் சாம்ராஜ்ஜியம் இன்றைய மங்கோலியா, சீனா, கொரியத் தீபகற்பம், தென்கிழக்கு ரஷ்யா ஆகிய பகுதிகளை உள்ளடக்கி இருந்தது.

உள்நாட்டுப் போட்டியாளர்களைச் சமாளித்து ஒரு மன்னராகத் தன்னுடைய அரச நாற்காலியை உறுதிசெய்த பிறகு, தெற்கிலிருந்த பாகன், கெமெர் ஆகிய அண்டை நாடுகளைத் தனது மங்கோலிய யுவான் சாம்ராஜ்ஜியத்திற்குக் கீழ்ப்படியும்படி தூதனுப்பினார் குப்ளாய் கான்.

அப்போது ஆட்சியிலிருந்த பாகன் சாம்ராஜ்ஜியத்தின் மன்னர் நரதிகப்பட்டே, குப்ளாய் கானின் தூதுக்கு மறுப்பு தெரிவித்த நிலையில் மங்கோலியப் படையெடுப்பு நடந்தது. பாகன் சாம்ராஜ்ஜியத்துடனான போரில் வெற்றிபெற்ற மங்கோலியர்கள், மத்தியப் பர்மாவை யுவான் சாம்ராஜ்ஜியத்தின் அதிகாரத்தின்கீழ் கொண்டுவருவதாக அறிவித்தனர். மங்கோலியப் படைகளிடம் சரணடைய முயன்ற பாகன் மன்னரை அவரது மகன் க்யாவ்ஸ்வா கொன்று விட்டு தன்னைப் புதிய மன்னராக அறிவித்துக்கொண்டார்.

புதிய மன்னர் பெயரளவுக்கு மட்டுமே மன்னராக இருந்தார். வாய்ப்பு கிடைக்கும்போதெல்லாம் வடகிழக்குப் பகுதியிலிருந்த ஷான் இனத்தவர்கள், திடீர் திடீரென்று படையெடுத்து வந்து கிடைத்ததைச் சூறையாடிச் சென்றனர். அரசு என ஒன்று இருக்கிறதா என்று சந்தேகப்படும் அளவுக்கு ராஜ்ஜியத்தின் பாதுகாப்பு நிலவரம் சீர்கெட்டது.

தடி எடுத்தவன் தண்டல்காரன் எனும் சொலவடையை உண்மையாக்கும் நிலை அச்சமயம் மத்தியப் பர்மாவில் உருவாகியிருந்தது. இத்தனை நூற்றாண்டுகளாக மத்தியப் பர்மாவில் பர்மர் இனத்தவரிடமிருந்த ஆட்சி அதிகாரம், ஷான் இனத்தவரிடம் கைமாறியது. பகடியாகக் கூறினால், மண்ணின் மைந்தர்களுக்கு ஆட்சி அதிகாரம் கிடைத்தது.

மங்கோலியப் படையெடுப்புக்குப் பிறகு மத்தியப் பர்மாவின் நெற்களஞ்சியப் பகுதியான கியாக்சே என்ற இடத்தை ஷான் இனத்தைச் சேர்ந்த அண்ணன்-தம்பிகள் மூன்று பேர் ஒரு சிறிய படையைக் கொண்டு திறம்பட நிர்வகித்து வந்தனர். பெயரளவுப் பாகன் மன்னர் க்யாவ்ஸ்வா இம்மூவரையும் நெற்களஞ்சியத்தின் ஆட்சியாளர்களாக அங்கீகரித்தது மட்டுமின்றி, முறையே மயின்ஸைங், மெக்காரா, பின்லே ஆகிய பகுதிகளின் ஆளுநர்களாகவும் நியமித்தார். நியமிக்கும் அதிகாரம் மட்டுமே மன்னரிடம் இருந்தது. மற்றபடி அப்பகுதிகள் முழுவதையும் ஷான் சகோதரர்கள் சுதந்திரமாக நிர்வகித்து வந்தனர்.

இழந்த தன் அதிகாரத்தை(?) மீண்டும் மீட்டெடுக்க நினைத்த மன்னர் க்யாவ்ஸ்வா, அச்சமயம் வடக்குப் பர்மாவில் முகாமிட்டிருந்த மங்கோலியர்களிடம் அவர்களின் கப்பத்தின்கீழ் இயங்கும் ஒரு மன்னராக அங்கீகாரம் பெற்றார். விஷயத்தை அறிந்த ஷான் சகோதரர்கள் ஒருவேளை க்யாவ்ஸ்வா மங்கோலியப் படைகளை உதவிக்கு அழைத்துவிட்டால், தங்களின் அதிகாரம் பறிபோய்விடும் எனப் பதற்றம் கொண்டனர். எனவே திட்டமிட்டு மன்னர் க்யாவ்ஸ்வாவை ஒரு விழாவிற்குத் தலைமையேற்க அழைத்துவந்து பௌத்த மடாலயம் ஒன்றில் துறவியாக மாற்றிவிட்டனர்.

இப்படி ஒருவழியாகப் பர்மிய நாட்டின் முதல் சாம்ராஜ்ஜியமான பாகன் அதிகாரப்பூர்வமாக முடிவுக்கு வந்தது. முன்பு ஒரு காலத்தில் செழிப்பான தலைநகராக இருந்த பாகன், இதற்குப் பிறகு அளவில் சுருங்கி வெறும் குடியேற்றப்பகுதியாக மாறிப்போனது.

1297ஆம் ஆண்டு மூன்று ஷான் சகோதரர்களும் மயின்ஸைங் (Myinsaing) ராஜ்ஜியத்தைத் தோற்றுவித்தனர். சுமார் மூன்று வருடங்கள் கழித்து க்யாவ்ஸ்வா துறவியாக்கப்பட்ட விஷயத்தைக் கேள்விப்பட்டு யுன்னானிலிருந்து கிளம்பிவந்த மங்கோலியப் படைகளையும் அவர்கள் தோற்கடித்தனர். இந்த நிகழ்வுக்குப் பிறகு மங்கோலியர்கள் பர்மியப் பகுதிகளுக்குள் எப்போதும் நுழையவில்லை.

இரண்டு விஷயங்களை மயின்ஸைங் சகோதரர்களின் மிக முக்கியச் சாதனைகளாகப் பார்க்கலாம். முதலாவது, மங்கோலியர்களின் படையெடுப்பை ஒரு சிறிய, கட்டுக் கோப்பான படையை வைத்து முறியடித்தது. இரண்டாவது,

பாகன் சாம்ராஜ்ஜியத்தின் வீழ்ச்சிக்குப் பிறகு சிதறிக் கிடந்த மத்தியப் பர்மியப் பகுதிகளை மீண்டும் சில தசாப்தங்கள் ஒன்றிணைத்து வைத்திருந்தது.

அடுத்த ஐம்பது வருடங்கள் மயின்ஸைங் சகோதரர்கள் ஆட்சிசெய்தாலும், வடக்கே இருந்த ஷான் மாகாணங்களையும், தெற்கே கீழ்பர்மாவில் கடலோரத்தை ஒட்டியிருந்த மோன் பகுதியையும் தங்களின் ஆளுகையின்கீழ் கொண்டுவர எந்த முயற்சியும் எடுக்கவில்லை. தங்களின் படை வலிமையைப் பற்றி நன்றாக அறிந்திருந்த காரணத்தால் அவர்களின் கவனம் முழுவதும் தங்கள் ஆளுகைக்குப்பட்டிருந்த மத்தியப் பர்மாவில் மட்டுமே இருந்தது.

கடலோரப் பகுதிகள் மயின்ஸைங் ராஜ்ஜியத்தின்கீழ் வராததால் அச்சகோதரர்களால் பாகன் சாம்ராஜ்ஜியத்தைப்போலக் கப்பல் வணிகம் மேற்கொண்டு வருவாய் ஈட்ட முடியவில்லை. மத்தியப் பர்மாவின் நெற்களஞ்சியம் மட்டுமே அவர்களின் கட்டுப்பாட்டில் இருந்ததால் அரசின் பொருளாதாரம் வேளாண்மையை ஒட்டியே இருந்தது. ஆனால், அதிலும் தீர்க்கப்படாத ஒரு சிக்கல் இருந்தது. முந்தைய பாகன் சாம்ராஜ்ஜியத்தின் வீழ்ச்சிக்கு மிக முக்கியக் காரணம் செழிப்பான பல விவசாய நிலங்களைப் பௌத்த சங்கத்துக்கு நன்கொடையாக அளித்தது என்று பார்த்தோம் அல்லவா? அந்த நிலங்களை மயின்ஸைங் சகோதரர்கள் மீட்காததால் அரசின் வரி வருவாய் குறைந்து பொருளாதாரப் பிரச்னைகள் இந்த ஆட்சியிலும் தொடர்ந்தது.

பௌத்த சங்கத்துக்குத் தானம் கொடுத்த நிலங்களைத் திரும்பப்பெற முடியாத சூழ்நிலை ஒருபுறம். அரசின் வருவாயைப் பெருக்க எடுத்த எந்த ஒரு முயற்சியும் இறுதிவரை கைகொடுக்கவில்லை என்பது மறுபுறம். இத்தகைய சூழலில் ஒரு நிலையான பொருளாதாரக் கட்டமைப்பு இல்லாத காரணத்தால் அச்சகோதரர்களுக்குப் பிறகு மயின்ஸைங் ராஜ்ஜியம் வீழ்ச்சியைச் சந்தித்தது. பின், அங்குமிங்குமாகச் சில குறுநில ஆட்சியாளர்கள் தத்தமது பகுதிகளில் அதிகாரத்துடன் இருந்தனர்.

மயின்ஸைங் ஆட்சியாளர்கள் ஷான் இனத்தினைச் சேர்ந்தவர்களாக இருந்தாலும், பாகன் ராஜ்ஜியத்தினால் தோற்றுவிக்கப் பட்ட பர்மியக் கலாசார நெறிமுறைகளை மட்டுமின்றி, பர்மிய மொழியையும் செழுமைப்படுத்தி அவற்றை மேலும் மேம்படுத்தினர்.

மயின்ஸைங் ராஜ்ஜியத்தின் ஆட்சி மத்தியப் பர்மாவில் முடிவுக்கு வந்த பிறகு, அதற்குக் கட்டுப்பட்டிருந்த சில குறுநில ஆட்சியாளர்கள் சுதந்திரமாகச் செயல்பட ஆரம்பித்தனர். அதில் ஓரளவுக்குச் சொல்லிக்கொள்ளும்படியான பலத்துடன் இருந்தது பின்யா, சாகைங் எனும் இரு சிற்றரசுகள். இந்த இரு அரசுகளின் ஆட்சிப் பொறுப்பும் ஷான் இனத்தவரிடம் இருந்தது.

எவர் வலிமைமிக்கவர் என்ற போட்டியில் இரு அரசுகளும் பலமுறை, நேரடியாகவும் மறைமுகமாகவும் மோதிக் கொண்டன. ஆனால், இருவருமே சமபலத்துடன் இருந்ததால், பிரச்சனை முடிவுக்கு வராமல் இருந்தது.

இதனால் பின்யா அரசு வடகிழக்குப் பகுதியிலிருந்த ஷான் மாகாணங்களைச் சேர்ந்த ஒரு படைக்குழுவுடன் கைகோர்த்துக் கொண்டு சாகைங் அரசை எதிர்த்தது. ஷான் படைக்குழு சாகைங் தலைநகரை நோக்கிப் படையெடுத்து வந்தபோது சாகைங் மன்னர் தப்பிச் சென்றார். எந்த ஓர் எதிர்ப்பும் இல்லாததால், சாகைங் தலைநகரைச் சூறையாடித் தரைமட்டமாக்கிய ஷான் படைக்குழு, பிறகு திடீர் திருப்பமாக பின்யா பகுதியையே முற்றுகையிட்டு அதன் தலைநகரைச் சூறையாடியது.

இப்படி சாகைங், பின்யா என ஓரளவுக்கு பலத்துடன் இருந்த மத்தியப் பர்மா சிற்றரசுகளை வீழ்த்திய பிறகு மேலும் ஆக்கிரமிப்புகளைத் தொடராமல் தங்களின் வடகிழக்குப் பகுதிக்குத் திரும்பியது ஷான் படைக்குழு. இதற்கான காரணம் 'மழை'.

'பேய் மழை' என்பார்களே அதை பர்மியப் பகுதியின் மழைக்காலத்தின்போது சர்வ சாதாரணமாகக் காணலாம். மழைக்காலத்தில் அங்கே படையெடுப்பு நடத்துவது தற்கொலைக்குச் சமமானது. எனவே, சாகைங்-பின்யா முற்றுகையுடன் நிறுத்திக்கொண்ட ஷான் படைகள் மீண்டும் தம் பகுதிக்கு திரும்பின.

இப்போது மத்தியப் பர்மாவில் அதிகார வெற்றிடம் நிலவியது. அந்நிலைமையைத் தனக்குச் சாதகமாக எடுத்துக்கொண்ட சாகைங் அரச குடும்பத்தைச் சேர்ந்த ஒரு இளைஞன் களத்தில் இறங்கினான். சிறிய அளவிலான தனக்கான ஆதரவாளர் படையைத் துணையாக வைத்துக்கொண்டு அவன் அனைத்து வித ராஜதந்திரங்களையும் பயன்படுத்தினான்.

விளைவு, 1365ஆம் ஆண்டு ஒரு சுபயோக நன்னாளில் முந்தைய சாகைங்-பின்யா பகுதிகளை ஒருங்கிணைத்து அவா ராஜ்ஜியத்தை (Ava Kingdom) தொடங்கினான். மேலும் அந்த ராஜ்ஜியத்தின் முதல் மன்னனாகவும் அவன் முடிசூட்டிக்கொண்டான். மன்னிக்கவும், அந்த இளைஞர் மன்னராக முடிசூட்டிக் கொண்டார். அவரது பெயர் தடோ மின்பய.

அவா ராஜ்ஜியத்தின் மன்னராக தடோ பொறுப்பேற்றபோது அவருக்கு வெறும் 19 வயது. நிஜம்தான். அடுத்த இரண்டு ஆண்டுகளில் தடோ சுற்றியிருந்த பகுதிகளைக் கைப்பற்றி ராஜ்ஜியத்தை விரிவுபடுத்தினார். அப்படிக் கைப்பற்றப்பட்ட பகுதிகளில் பழைய பாகன் நகரமும் ஒன்று. தன் படையிலிருந்த அனுபவம் வாய்ந்த தளபதிகளின் செயல்பாடுகளால் குறுகிய காலத்திலேயே இந்த வெற்றி அவருக்குச் சாத்தியமானது.

மயின்ஸைங் ராஜ்ஜியம் வீழ்ந்த பிறகு பல குறுநிலப் பகுதிகளாக உடைந்து கிடந்த மத்தியப் பர்மாவை மீண்டும் ஒன்றிணைத்த பெருமை மன்னர் தடோவைச் சேரும். ஆனால், வடகிழக்கிலிருந்த ஷான் மாகாணங்களிலிருந்து மத்தியப் பர்மாவை நோக்கி எந்நேரமும் படையெடுப்பு நிகழும் ஆபத்து இருந்ததால், தனது படையெடுப்புகளை மத்திய பர்மாவுடன் அவர் நிறுத்திக்கொண்டார்.

தடோ ஆட்சிகாலத்தில் தலைநகராக உருவாகிய அவா நகரம், அடுத்த சில நூற்றாண்டுகள் புகழ்பெற்றுத் திகழ்ந்தது. இதற்குமுன், மத்தியப் பர்மாவை ஆட்சிபுரிந்தவர்கள் போலவே அங்கிருந்த நெற்களஞ்சியப் பகுதிகள் அனைத்தும் தடோவின் கட்டுப்பாட்டில் இருந்தன. ஆனால், ஒரு மன்னராக மேலும் தனது ராஜ்ஜியத்தை விரிவுபடுத்தி பெருமளவு சாதனைகள் குவிக்கும் முன்பே 1367ஆம் ஆண்டு அம்மை நோய்க்கு ஆட்பட்டு, 21 வயதில் மன்னர் உயிரிழந்தார்.

அவரது மறைவுக்குப் பின், அரியணையைக் கைப்பற்றப் பலர் முயற்சி செய்தனர். ஆனால், அமைச்சர்களின் ஆதரவுடன் ஸ்வா சா கே ஆட்சியைக் கைப்பற்றினார். இந்தப் புதிய மன்னரின் தங்கையின் கணவர்தான் தடோ. எனவே அரசியலில் தனக்கிருந்த செல்வாக்கைப் பயன்படுத்தித்தான் அவர் அவா ராஜ்ஜியத்தின் புதிய மன்னராகப் பதவியேற்றார்.

33 ஆண்டுகாலம் ஆட்சி செய்த சா கே, ஒரு திறமையான மன்னர். அவர் மேற்கொண்ட பாதுகாப்பு நடவடிக்கைகளின் பயனாக

அதற்கு முன் வடகிழக்கிலிருந்து வந்து சூறையாடிச் சென்ற ஷான் படையெடுப்பு, அவரது ஆட்சியின் இறுதிவரை நடக்கவில்லை.

தென்மேற்குப் பகுதியில் அமைந்திருந்த அரக்கன் ராஜ்ஜியத்து மன்னர்களிடம் நட்பு பாராட்டியது, தெற்குப் பகுதியில் இருந்த சிற்றரசுகளான டோவுங்கோ, ப்ரோமே ஆகியோரைத் தனது கப்பத்தின் கீழ் கொண்டு வந்தது என அவர் எடுத்த ராஜதந்திர முயற்சிகள் அனைத்தும் அவா ராஜ்ஜியத்தைப் பலப்படுத்தியது.

சா கே எடுத்த முடிவுகளில் தவறாகிப்போன ஒன்று, தெற்கில் இருந்த மோன் பகுதியின் மீது மேற்கொண்ட படையெடுப்பு மட்டுமே. பாகன் ராஜ்ஜியத்தின் வீழ்ச்சிக்குப்பிறகு பர்மிய நிலத்தின் தென்கோடியில் இருந்த மோன் பகுதிகள், மீண்டும் சுதந்திரமான பகுதிகளாகியது. அதற்குப் பிறகு மத்தியப் பர்மாவில் அதிகாரத்திற்கு வந்த எவரும், மோன் பகுதிகளின் மீது படையெடுக்கவில்லை. இந்த இடைவெளியைத் தங்களுக்குக் கிடைத்த பொன்னான வாய்ப்பாக எடுத்துக்கொண்ட மோன் மக்கள், அந்தப் பகுதியில் படைபலம் மிக்க, ஹாந்தவாட்டி ராஜ்ஜியத்தைக் கட்டமைத்தனர்.

மோன்களின் மீதான அவா ராஜ்ஜியத்தின் படையெடுப்பை அப்போதைய ஹாந்தவாட்டி மன்னர் ராசாதரித் திறமையாக எதிர்கொண்டார். எவருக்கும் வெற்றியின்றி, சுமார் ஆறு ஆண்டுகள் போர் தொடர்ந்து நடந்தது. பின் சமாதான உடன்படிக்கை மேற்கொள்ளப்பட்டு, சா கே ஆட்சியின் இறுதிவரை இரு ராஜ்ஜியங்களுக்கும் இடையே அமைதிநிலை தொடர்ந்தது.

சா கே, தனது ஆட்சிக்குட்பட்ட மத்திய பர்மாவில் பல புதிய கால்வாய் வசதிகளை ஏற்படுத்தி, பழைய நீர்நிலைகளைச் சீர்படுத்தி, நிறைய விவசாய நிலங்கள் உருவாகக் காரணமாக இருந்தார். இதனால் அரசுக்கு வருவாய் பெருகியது. பாகன் ராஜ்ஜியத்தின் வீழ்ச்சிக்குப் பிறகு, ஒரு மன்னர் மிக நீண்ட காலம் ஆட்சியிலிருந்தார் என்றால் அது சா கே மட்டுமே. சா கேவின் 33 ஆண்டுகால நீண்ட ஆட்சி மத்தியப் பர்மாவில் ஒரு விதமான ஸ்திரத்தன்மையைக் கொண்டு வந்தது.

சா கே மறைவுக்குப்பின் ஆட்சிப் பொறுப்புக்கு வந்த மின்காஉங் மட்டுமே நிலையாக ஆட்சிபுரிந்தார். அதற்குப் பிறகு வந்த எவரும் ராஜ்ஜியத்தைப் பொறுப்புடன் கட்டிக்காக்கவில்லை.

முன்பு தடுத்து நிறுத்தப்பட்டிருந்த ஷான் படையெடுப்புகள் திறனற்ற மன்னர்களின் ஆட்சிக்காலத்தில் மீண்டும் தொடங்கியதால் அவா ராஜ்ஜியத்தின் பரப்பளவு ஒருகட்டத்தில் சுருங்க ஆரம்பித்தது. இப்படி இடைவெளியில்லாமல் தொடர்ந்த ஷான் படையெடுப்புகளால் 16ஆம் நூற்றாண்டின் மத்தியில் அவா ராஜ்ஜியத்தின் ஆட்சி முற்றிலுமாக முடிவுக்கு வந்தது.

இந்த முடிவு புதியதொரு அத்தியாயத்துக்கு வழிவிட்டது. பர்மிய வரலாற்றுப் பக்கங்களில் இந்த அத்தியாயம் முழுவதிலும் இரத்த நெடி கட்டுக்கடங்காமல் வீசியது. பர்மிய ராஜ்ஜியம் ஒன்று தற்காலப் பர்மிய எல்லைகளையும் தாண்டி வெகுதொலைவுகளி லிருந்த பிரதேசங்களைத் தனது ஆளுமையின்கீழ் கொண்டுவந்த நிகழ்வு முதல்முறையாக இந்த அத்தியாயத்தில் நடந்தது. அப்படிப்பட்ட லட்சியவெறி கொண்ட மன்னர்கள் கட்டமைத்த அந்த சாம்ராஜ்ஜியத்தின் பெயர் டோவுங்கோ (Toungoo).

3. ஒரு ரத்தச் சரித்திரம்

'**சி**ன்த்தே' என்று பர்மிய மொழியில் அழைக்கப்படும் பர்மியச் சிங்கம் மியான்மர் நாட்டின் தேசியச் சின்னங்களுள் ஒன்று. அந்நாட்டிலுள்ள பௌத்தத் தூபிகள், அரண்மனைகள், புராதனக் கட்டடங்கள் எனப் பலவற்றின் முகப்பு வாயில்களிலும் இந்தச் சின்த்தேவின் சிலைகளைக் காணலாம்.

ஒருபுறம் நமது ஊர் கோவில்களில் உள்ள யாழி சிலைகளுக்கு ஒப்பாக இந்தச் சின்த்தேக்களை புராண விலங்காக எடுத்துக் கொண்டாலும், மறுபுறம் இவை உண்மையான சிங்கத்தின் மாற்றம்பெற்ற வடிவம் மட்டுமே என்று கூறப்படுவதும் உண்டு.

இந்தச் சின்த்தேவைப்போல காவல் சிங்கங்களின் சிலைகளைச் சிறுசிறு வேறுபாட்டுடன் பிற தென்கிழக்காசிய நாடுகள் அனைத்திலும் காணலாம். நமது நாட்டின் மணிப்பூர் மாநிலத்தின் அரசு முத்திரைகூட காங்லாஷா என்றழைக்கப்படும் இதைப்போன்ற ஒருவித மாறுபட்ட சிங்கத்தின் வடிவமே.

•

அவா ராஜ்ஜியத்தின் கட்டுப்பாட்டின்கீழ் இருந்த மத்தியப் பர்மாவின் சிற்றரசுப் பகுதிகளில் டோவுங்கோவும் ஒன்று. வடகிழக்கிலிருந்து வந்த அடுத்தடுத்த ஷான் படையெடுப்பு களால் அவா ராஜ்ஜியத்தின் ஆட்சி இறுதிக்கட்டத்தை நெருங்கிக்கொண்டிருந்தபோது, இந்த டோவுங்கோ பகுதியின் ஆட்சியாளர் மிங்கியி ந்யோ தனது வருங்கால வளர்ச்சிக்கான வாய்ப்புகளைக் கணித்து, அதற்குரிய பலமான அடித்தளத்தை

அமைத்தார். மிங்கியிக்குப் பிறகு அடுத்தடுத்து ஆட்சிக்கு வந்த மன்னர்களான டபின்ஷ்வெஹடிவும் பையின்நாவுங்கும் டோவுங்கோ சிற்றரசின் அபிரிமிதமான வளர்ச்சிக்கான முக்கியக் காரணகர்த்தாக்கள்.

மன்னராக டபின்ஷ்வெஹடி (இனி சுருக்கமாக டபின்ஷ்), 1530ஆம் ஆண்டு அரியணை ஏறியவுடன் முதல் காரியமாகத் தெற்குப் பகுதியில் இருந்த மோன்களின் ஹாந்தவாட்டி ராஜ்ஜியத்துடன் போரைத் தொடங்கினார். டோவுங்கோவுக்கு முன், மத்தியப் பர்மாவில் தோன்றிய ராஜ்ஜியங்களில் பாகன் மட்டுமே கடல் வணிகத்தைக் கட்டுப்படுத்திப் பல வழிகளில் அரசுக்கான வருவாயைப் பெற்றது எனப் பார்த்தோம். அதற்குப் பிறகு ஆட்சிக்கு வந்த மயின்ஸைங், அவா ராஜ்ஜியங்கள் மோன் பகுதியான தெற்குப் பர்மாவைக் கைப்பற்றக் கிஞ்சித்தும் முயற்சிக்கவில்லை. மத்தியப் பர்மாவின் நெற்களஞ்சியங்களை மட்டுமே அரசு வருவாய்க்கு நம்பியிருந்த இந்த இரு ராஜ்ஜியங்களும் மிக விரைவாகத் தங்களின் வீழ்ச்சியைக் கண்டன.

ஆனால் கடல் வணிகத்தின் மூலம் ஓர் அரசுக்குக் கிடைக்கும் அனைத்து வித நன்மைகளையும் டோவுங்கோவின் புதிய மன்னர் டபின்ஷ் உணர்ந்திருந்தார். மேலும், அச்சமயத்தில் போர்த்துகீசியர்கள் மலாக்கா ஜலசந்தியைக் கைப்பற்றி யிருந்ததால் தென்கிழக்காசியாவில் கடல் வணிகத்தையொட்டி பல வாய்ப்புகள் புதிதாக உருவாகியிருந்தது. அந்த வாய்ப்பு களைத் தனது ராஜ்ஜியத்துக்குச் சாதகமாக உபயோகித்துக்கொள்ள டபின்ஷ் தீர்மானித்தார். உடனே தன் பேட்டையின் கடல் பகுதிகளைக் கட்டுப்பாட்டில் வைத்திருந்த ஹாந்தவாட்டி ராஜ்ஜியத்தின் மீது அவர் போர் தொடுத்தார்.

இந்தப் படையெடுப்பு ஒரு முறை அல்ல, மொத்தம் மூன்று முறை நடைபெற்றது. ஆனால் மூன்று முறையும் தோல்வியே மிஞ்சியது.

தன்னைக் காட்டிலும் பலம் பொருந்தியிருந்த சாம்ராஜ்ஜியத்தைப் படையெடுப்பு மூலம் கைப்பற்ற முடியாது என்பது காலம் தாழ்ந்து மன்னர் டபின்ஷ்க்குப் புரிந்தது. உடனே அவர் சூழ்ச்சியைக் கையிலெடுத்தார்.

ஹாந்தவாட்டி மன்னரின் நம்பிக்கைக்குரிய சில மூத்த அமைச்சர்களும் தளபதிகளும் மன்னருக்கு எதிராகச் சதியில்

ஈடுபடுவதாகத் திட்டமிட்டு புரளி பரப்பப்பட்டது, விளைவு, மன்னரின் உத்தரவின் பேரில் அவர்கள் அனைவரும் கொல்லப்பட்டனர். இப்போது பலவீனம் அடைந்திருந்த அந்த நாட்டின் மீது நான்காவது முறையாகப் படையெடுத்த டபின்ஷ்வேவுக்கு வெற்றி கிட்டியது.

ஹாந்தவாட்டி-மோன் பகுதிகளை ஆக்கிரமித்த கையோடு டபின்ஷ்வே தனது புதிய தலைநகராகப் பெகு நகரை அறிவித்தார். பிறகு, மத்தியப் பர்மாவில் எஞ்சியிருந்த சிற்றரசுகளைத் தன் கட்டுப்பாட்டுக்குள் கொண்டுவந்தார்.

இவ்வாறு, மத்தியப் பர்மாவிலிருந்து தெற்கே கடல் வரை இருந்த அனைத்துப் பகுதிகளையும் தன் ஆளுமையின் கீழ் கொண்டு வந்த பிறகு, 1544ஆம் ஆண்டு தலைநகர் பெகுவில் தடபுடலாகப் பாகன் அரசமுறைப்படியும், மோன் அரசமுறைப்படியும் இருமுறை டோவுங்கோ சாம்ராஜ்ஜியத்தின் மன்னராக முடிசூட்டிக் கொண்டார் டபின்ஷ்வே. இவர் ஷான் வம்சாவளியைச் சேர்ந்தவராயினும், மோன் இனத்தைச் சேர்ந்தவர்களையும் உயர் பதவிகளில் அமர்த்தினார்.

புதிதாகப் பதவியேற்ற டபின்ஷ்வே இதுவரையில் எந்த ஒரு பர்மிய மன்னரும் சென்றிடாத புதிய பகுதிக்குப் படையெடுத்துச் சென்றார். அந்தப் பகுதி டோவுங்கோ சாம்ராஜ்ஜியத்தின் மேற்கில் இருந்த அரக்கன் பகுதியில் அமைந்திருந்த மராக் உ ராஜ்ஜியம்.

மராக் உ ராஜ்ஜியம் அமைந்திருந்த இடம், கரடுமுரடான நிலப்பாங்கைக் கொண்டிருந்தது. அதை அரக்கன் மலைத்தொடர் சூழ்ந்திருந்தது. மத்திய, தெற்குப் பர்மா பகுதிகளிலிருந்து வெகு தூரத்தில் அமைந்திருந்த இந்த ராஜ்ஜியத்திற்குப் படையெடுத்துச் சென்று, அந்த நிலப்பாங்கைப் புரிந்துகொண்டு போர் புரிவது வெளியாட்களுக்குக் கடினமான காரியம். இருந்தும், ப்ரோமே சிற்றரசை டபின்ஷ்வே கைப்பற்ற முயன்றுகொண்டிருந்தபோது அதற்கு மராக் உ ராஜ்ஜியம் உதவி செய்ததால், அதன் ஆட்சியாளருக்குத் தக்கப் பாடம் புகட்ட 1546ஆம் ஆண்டு டோவுங்கோ படைகள் அரக்கன் பகுதிக்குச் சென்றன.

மராக் உ மீதான இந்தப் படையெடுப்பை மன்னர் டபின்ஷ்வேவே முன்னின்று வழிநடத்திக் கொண்டிருந்தார். அப்போது தாய்லாந்து பகுதியில் ஆட்சியில் இருந்த அயுதயா ராஜ்ஜியம் டோவுங்கோவின் கிழக்கு எல்லை வழியாகப் புகுந்து, அங்கிருந்த நகரங்களைக் கைப்பற்றிக்கொண்டிருப்பதாகத் தகவல் வந்தது.

உடனே டபின்ஷ்வே, மராக் உ படையெடுப்பைப் பாதியிலேயே நிறுத்திவிட்டுத் தனது ராஜ்ஜியத்திற்குத் திரும்பினார்.

பர்மிய நிலத்துக்குக் கிழக்குப் பகுதியில் அமைந்திருந்த அயுதயா ராஜ்ஜியத்தின் எழுச்சி டோவுங்கோவின் சமகாலத்தில் நடந்த ஒன்று. இன்றைய நவீனக்கால தாய்லாந்துப் பகுதியில் அச்சமயம் இருந்த சிற்றரசுகளை ஒன்றிணைத்து அயுதயா ராஜ்ஜியத்தை உருவாக்கியிருந்தார் அதன் மன்னர். செழிப்பான கலாசாரப் பின்னணி கொண்ட இந்த அயுதயா ராஜ்ஜியம், சீனப் பகுதிகளுடனான வணிகத்தில் முன்னணியில் இருந்தது.

நூற்றாண்டுகள் கடந்தும் இவ்வுலகத்தில் தீராத பிரச்னைகள் என்று ஒரு பட்டியல் தயார் செய்தால், அதில் இரு நாடுகளுக்கிடையே உள்ள எல்லைப் பிரச்சனைக்கு முக்கிய இடமுண்டு. அப்படிப் புதிதாகப் பிறந்திருந்த இந்த டோவுங்கோ, அயுதயா ராஜ்ஜியங்களுக்கு இடையே சில எல்லைப் பகுதிகளை முன்வைத்து ஏற்கெனவே பிரச்சனை இருந்தது.

இதனால்தான் மன்னர் டபின்ஷ்வே அரக்கன் பகுதிக்குப் படையெடுத்துச் சென்ற சமயம் பார்த்து டோவுங்கோ எல்லைக்குள் நுழைந்து தாங்கள் உரிமை கொண்டாடிய சில பகுதிகளை ஆக்கிரமித்தன அயுதயா படைகள்.

விஷயத்தைக் கேள்விப்பட்ட டபின்ஷ்வே, அரக்கனிலிருந்து கிளம்பி வந்து அயுதயா படைகளை எதிர்கொண்டார். இரண்டு ராஜ்ஜியங்களும் சமபலத்தில் இருந்ததால் மாதக்கணக்கில் போர் தொடர்ந்தது. இறுதியில், இருதரப்புக்குமிடையே உடன்படிக்கை மேற்கொள்ளப்பட்டு தற்காலிகமாக எல்லைப்பிரச்னை ஒருவாறு முடிவுக்கு வந்தது.

அதன் பிறகு, டோவுங்கோ அரசில் உயர் பதவியிலிருந்த ஒருவர் அரியணையைக் கைப்பற்ற வேண்டிச் செய்த சதித்திட்டத்தில் மன்னர் டபின்ஷ்வே உயிரிழந்தார். மன்னர் இறந்த சில நாட்களில் ராஜ்ஜியம் சிதறியது. பிறகு, மன்னரின் உற்ற தோழனும், டோவுங்கோவின் படைத் தளபதியுமான பையின்நாவுங், சிதறுண்ட பகுதிகளை ஒன்றிணைத்து மீண்டும் டோவுங்கோவை ஒரு மிகப்பெரும் சாம்ராஜ்ஜியமாகக் கட்டமைத்தது தனிக்கதை.

●

பையின்நாவுங் (சுருக்கமாக 'பையின்'), மன்னர் டபின்ஷ்வேவின் நம்பிக்கைக்குரிய நபர்களில் முதன்மையானவர். டோவுங்கோ

ராஜ்ஜியத்தில் மன்னர் டபின்ஷுவேக்குப் பிறகு அதிகாரம் படைத்தவர். சதிச்செயல் காரணமாக டபின்ஷுவே இறந்தபிறகு, முன்பு அவரால் போரில் தோற்கடிக்கடிக்கப்பட்டிருந்த பலர் தங்களின் பகுதிகளை மீட்டுக்கொண்டனர்.

டோவுங்கோ ராஜ்ஜியத்தின் உயர்ப்பதவியில் இருந்த ஒவ்வொருவருக்கும் ஒவ்வொரு கணக்கிருந்தது. இதனால் உடைந்த ராஜ்ஜியத்தை மீண்டும் கட்டமைக்க நினைத்த தளபதி பையினுக்கு எங்கிருந்தும் உதவிக்கரம் நீளவில்லை.

இதனால் ஆரம்பத்தில் கொஞ்சம் தடுமாறினாலும் மனம் தளராத பையின் தனது நம்பிக்கைக்குரிய நபர்களுடன் ஆலோசித்தார். ஆலோசனையின் முடிவில், தனது திட்டத்தைத் தங்கள் ராஜ்ஜியத்தின் பெயருக்குக் காரணமாயிருந்த பழைய தலைநகர் டோவுங்கோவிலிருந்து தொடங்கத் திட்டமிட்டார்.

அச்சமயம் தெற்குப் பர்மாவில் முகாமிட்டிருந்த பையின், தன் கட்டுப்பாட்டிலிருந்த படையுடன் வடக்கு நோக்கிச் சென்று 1551ஆம் ஆண்டு தொடக்கத்தில் டோவுங்கோ நகரைக் கைப்பற்றினார். கைப்பற்றிய நாளன்றே டோவுங்கோவின் புதிய மன்னராகவும் முடிசூட்டிக் கொண்டார்.

பதவியேற்ற கையோடு அருகிலிருந்த மத்தியப் பர்மாவின் பாகன், ப்ரோமே நகரங்களையும் கைப்பற்றினார். பிறகு, தெற்கிலிருந்த முக்கிய நகரங்களான பெகு, மர்தபான், மற்றும் பாஸின் ஆகியவற்றையும் தன் கட்டுப்பாட்டுக்குள் கொண்டுவந்தார். அவர், ஐராவதி, சித்தாயுங் நதிகள் பாயும் பள்ளத்தாக்குப் பகுதிகளைக் கைப்பற்றியதன் மூலம் முக்கிய விவசாயப் பகுதிகள் பையின் கட்டுப்பாட்டில் வந்தன.

ஏறக்குறைய டபின்ஷுவே மரணித்தபோது இருந்த ராஜ்ஜியம் இப்போது பையினால் மீண்டும் உருவாக்கப்பட்டது. ஒரு நன்னாளில் பெகு நகரைத் தலைநகராக அறிவித்து, மீண்டும் ஒரு முறை 'திரி துதம்மா யாசா' என்ற பட்டத்துடன் மன்னராகப் பதவியேற்றார் பையின்.

அடுத்ததாக வடகிழக்குப் பகுதியிலிருந்த ஷான் மாகாணங்கள் குறிவைக்கப்பட்டன. மிகப்பெரிய படையைத் திரட்டி, 1557ஆம் ஆண்டு தொடக்கத்தில் ஆரம்பித்த படையெடுப்பு மூன்றே மாதங்களில் முடிவுக்கு வந்தது. இந்தப் படையெடுப்பின் பொழுது ஷான் மாகாணங்களுக்கு அவர்களின் கிழக்கே

அமைந்திருந்த லான் நா ராஜ்ஜியம் பல விதங்களிலும் உதவி செய்தது.

லான் நா ராஜ்ஜியம், அயுதயா ராஜ்ஜியத்திற்கு மேல் தற்போதைய வடக்குத் தாய்லாந்துப் பகுதியில் அமைந்திருந்தது. இதன் மன்னர் மேகுதி, ஷான் மாகாணங்களுக்கு உதவி செய்து பையினின் எழுச்சியைத் தடுக்க முயற்சி செய்தார். ஆனால், முயற்சி பலனளிக்கவில்லை. ஷான் மாகாணங்களை வீழ்த்திய பிறகு, அங்கிருந்து லான் நாவுக்குப் படையெடுத்துச் சென்ற பையினிடம் அவர் சரணடைய நேர்ந்தது. அவரை மன்னித்து ஆட்சியில் தொடரவிட்ட பையின், லான் நா ராஜ்ஜியத்தின் தலைநகர் சியாங் மாய் நகரிலிருந்து பல கைவினைஞர்களைத் தன் தலைநகர் பெகுவுக்கு அழைத்து வந்து அந்நகரை அழகுபடுத்தும் பணிகளைத் தொடங்கினார்.

மேலும், படையெடுப்புக்குச் செல்லும் இடங்களில் இருந்தெல்லாம் தன் படைக்கு ஆட்கள் திரட்டுவது பையினின் பாணி. ஷான்-லான் நா படையெடுப்பின்பொழுது அப்பகுதியிலிருந்த ஏராளமானோர் டோவுங்கோ படைகளில் சேர்ந்து கொண்டனர்.

கிழக்குத் திசைப் பிரச்னைகள் இவ்வாறு முடிவுக்கு வந்ததும், மேற்குத் திசையிலிருந்து வேறொரு பிரச்னை குறித்தத் தகவல் வந்தது. அன்றைய மணிப்பூர் மன்னர் டோவுங்கோ ராஜ்ஜியத்திற்குட்பட்ட வடமேற்கிலிருந்த காலே பகுதிக்குள் அடிக்கடி அத்துமீறி நுழைந்து சூறையாடிச் செல்வதாகப் புகார் வந்தது. அடுத்ததாக, பையின் மணிப்பூர் ராஜ்ஜியத்தைக் குறிவைத்தார். 1560ஆம் ஆண்டு சீண்ட்வின் நதியைக் கடந்து மணிப்பூர் மீது போர்தொடுத்தது டோவுங்கோ படைகள். மன்னர் பையின் பங்கேற்காத இப்போரில் மணிப்பூர் மன்னர் தோற்கடிக்கப்பட்டார்.

மணிப்பூர் படையெடுப்பு ஒருபுறம் நடந்துகொண்டிருந்த பொழுதே அயுதயா ராஜ்ஜியத்துடன் இருந்த பழைய பகைக்கு முடிவுகட்டத் திட்டம்தீட்டினார் பையின். அவரது படைகளை மேலும் விரிவுபடுத்தி, ஏற்கெனவே போர்த்துக்கீசியர்களிடமிருந்து வாங்கப்பட்டிருந்த துப்பாக்கிகள், பீரங்கிகளை அவர் தயார்ப்படுத்தினார். அயுதயா அன்றைய தென்கிழக்காசியாவின் சக்திவாய்ந்த ராஜ்ஜியமாக இருந்தது. பல காலமாக நடந்து வந்த சீன வணிகத்தின் மூலம், வளமாக இருந்த அவர்களிடம்

டோவுங்கோ ராஜ்ஜியத்துக்கு நிகரான படைபலமும் ஆயுதப் பலமும் இருந்தது.

அக்காலகட்டத்தில், வெள்ளை யானை என்பது ராஜ அடையாளங்களில் ஒன்று. தென்கிழக்காசியாவில் அச்சமயம் ஆட்சி புரிந்த மன்னர்கள் குறைந்தபட்சம் தங்களிடம் ஒரு வெள்ளை யானையாவது இருக்கும்படிப் பார்த்துக்கொண்டனர். அயுதயா மன்னரிடம் நான்கு வெள்ளை யானைகள் இருந்தன. அதில் ஒன்றைத் தனக்குக் கீழ்ப்படிந்ததன் அடையாளமாக அனுப்பிவைக்குமாறு அயுதயா மன்னருக்குத் தூதனுப்பினார் பையின்.

எதிர்பார்த்தபடியே அனுப்ப முடியாது என்ற பதில் அயுதயா மன்னரிடம் இருந்து வர, 1563ஆம் ஆண்டு இறுதியில் டோவுங்கோ படைகள் அயுதயாவை நோக்கி புயலாகச் சீறிச் சென்றன. வழியில் இருந்த சிற்றரசுகளையெல்லாம் வீழ்த்திய பையின், மீண்டும் அதன் ஆட்சியாளர்களைத் அவரவர் அரியணையில் அமர்த்தினார்.

பிறகு முன்னேறிச் சென்று அயுதயாவின் தலைநகரை முற்றுகையிட்ட பையின் படைகள், ஒன்றிரண்டு மாதங்களில் நகரைக் கைப்பற்றின. அயுதயா படைகளுக்கு உதவியாக வந்த சில போர்த்துகீசியக் கப்பல்கள் கைப்பற்றப்பெற்றன. அயுதயா மன்னர் டோவுங்கோவுக்கு நாடுகடத்தப்பட்டு அவரது மகன் புதிய மன்னராக நியமிக்கப்பட்டார். அங்கிருந்த நான்கு வெள்ளை யானைகளையும் கைப்பற்றி தனது தலைநகர் பெகுவுக்கு அனுப்பி வைத்தார் மன்னர் பையின்.

அயுதயாவுடனான போரில் பையின் ஈடுபட்டிருந்தபோது, லான் நா ராஜ்ஜியத்தின் மன்னர் மேகுதி, தனக்குக் கிழக்குப் பகுதியிலிருந்த அண்டை ராஜ்ஜியமான லான் ஸாங் உடன் கூட்டணி அமைத்து பையினுக்கு எதிராகப் போர்க்கொடி தூக்கினார். இந்த லான் ஸாங் ராஜ்ஜியம்தான் நவீன லாவோஸ் (Laos) நாட்டுக்கு முன்னோடி.

அயுதயாவுடனான போருக்குப் பிறகு, மேலும் ஒரு மிகப்பெரும் படையைத் திரட்டி லான் நா ராஜ்ஜியத்தை நோக்கிச் சென்றார் பையின். இம்முறையும் மன்னர் மேகுதி சரணடைந்தார். அவரைக் கைதியாகத் தனது ராஜ்ஜியத்துக்கு அனுப்பிய பிறகு, அடுத்த சில மாதங்கள் அங்கிருந்தே அரசு நிருவாகத்தை மேற்கொண்டார்

பையின். பிறகு தனது ராணி விசுத்தாதேவியை ஆட்சிப் பொறுப்பில் அமரவைத்துவிட்டு 1565ஆம் ஆண்டில் தனது தலைநகர் பெகுவுக்குத் திரும்பினார்.

லான் நா ராஜ்ஜியத்துக்கு உதவி செய்த லான் ஸாங் ராஜ்ஜியத்துக்குப் பையினின் மகனும் டோவுங்கோவின் பட்டத்து இளவரசருமான நந்தா படையெடுத்துச் சென்றார். லான் ஸாங் தலைநகர் வியன்தியான், டோவுங்கோ படைகளால் சுலபமாகக் கைப்பற்றப்பட்டது. அதன் மன்னர் செத்தாதிரா போர்முனையி லிருந்து தப்பிச்சென்றார். இதுமுடிந்து இரண்டு ஆண்டுகளுக்குப் பிறகுதான், மன்னர் செத்தாதிரா தனது நாட்டை டோவுங்கோ படைகளிடமிருந்து மீட்டார்.

1565ஆம் ஆண்டில் பையினின் டோவுங்கோ சாம்ராஜ்ஜியம் மேற்கே மணிப்பூரிலிருந்து கிழக்கே லான் ஸாங் வரையிலும், வடக்கே ஷான் மாகாணங்களிலிருந்து தெற்கே மலாய் தீபகற்பம் வரையிலும் பரவியிருந்தது. தென்கிழக்காசியாவில் அதுவரையில் எந்த ஒரு மன்னரும் இப்படிப்பட்ட அளவிலான ஒரு சாம்ராஜ்ஜியத்தைக் கட்டி ஆண்டதில்லை. அன்றைய காலகட்டத்தில் அப்பகுதியில் சீனப் பேரரசுக்குப் பிறகு வலிமையானதாகத் திகழ்ந்தது டோவுங்கோ சாம்ராஜ்ஜியம்.

அடுத்த ஒரு தசாப்தத்தைத் தான் உருவாக்கியிருந்த இந்த மாபெரும் சாம்ராஜ்ஜியத்தைக் கட்டிக்காக்கச் செலவழித்தார் பையின். ஷான் மாகாணங்கள், லான் நா, லான் ஸாங், அயுதயா என மீண்டும் பையினுக்கு எதிராகப் போர்க்கொடி தூக்கிய இடங்களைக் கட்டுப்படுத்த மறுபடியும் படையெடுப்புகள் மேற்கொள்ளப்பட்டன. தனது வாளை இப்படி அடிக்கடி ரத்தத்தில் சாணம் பிடிப்பது பையினுக்கு மிகவும் பிடித்த பொழுதுபோக்காகிப்போனது.

தலைநகர் பெகு உள்ளிட்ட தெற்குப் பர்மியப் பகுதி மட்டுமே மன்னரின் நேரடிக் கட்டுப்பாட்டின் கீழ் இருந்தது. மற்றபடி போரிட்டு வென்ற பகுதிகளில் சிலவற்றுக்கு மன்னர் நேரடியாக ஆட்சியாளர்களை நியமித்திருந்தார். மீதமிருந்த பகுதிகளில் அவற்றின் ஆட்சியாளர்களை டோவுன்கோவின் அதிகாரத்துக்குக் கீழ்படிந்த மன்னர்களாகத் தொடரவிட்டிருந்தார். இப்படி ஓர் ஏற்பாட்டின் காரணமாக ஒவ்வொரு முறையும் தொலைவிலிருந்த பகுதிகளின் ஆட்சியாளர்கள் டோவுங்கோ அரசுக்கு எதிராகப் போர்க்கொடி தூக்குவதும், பையின் அப்பகுதிகளுக்குப்

படையெடுத்துச்சென்று கட்டுக்குள் கொண்டுவர வேண்டியதும் அவசியமாகிப் போனது.

போர்த்துகீசிய பீரங்கிகளும், கனரகத் துப்பாக்கிகளும் டோவுங்கோ படைகளின் வெற்றிகளுக்கு மிகமுக்கியக் காரணமாக இருந்தது. மேலும், அந்தக் காலகட்டத்தில் பையின் திரட்டிய படைபலம் பிரமிக்கவைக்கும் அளவுடையது. டோவுங்கோ படைகளின் பிரம்மாண்டத்தைப் பார்த்தே போரிடாமல் பின்வாங்கியவர்கள் பலர் இருந்தனர். போர்கள் மட்டுமில்லாமல் அரசுமுறைத் திருமணங்கள் வழியாகவும் தனது ராஜ்ஜியத்தை விரிவுபடுத்தினார் பையின்.

இலங்கையில் அச்சமயம் ஆட்சி புரிந்துவந்த மன்னர் கண்டியும், மன்னர் கோட்டேவும் டோவுங்கோ சாம்ராஜ்ஜியத்துடன் நல்லுறவு கொண்டிருந்தனர். அன்றைய காலகட்டத்தில் தேரவாத பௌத்த மதத்தின் தனிப்பெரும் புரவலராக இருந்த பையின், அம்மதம் இலங்கையில் தழைத்தோங்கப் பலவிதமான உதவிகளைச் செய்தார். ஷான் மாகாணங்கள், லான் நா, அயுதயா எனப் பையின் வெற்றிகொண்ட அனைத்துப் பகுதிகளிலும் தேரவாத மதம் பரவப் பணிகள் மேற்கொள்ளப்பட்டு ஆங்காங்கே பௌத்தத் தூபிகளும் கட்டப்பட்டன. முந்தைய ஆட்சியாளர்களால் கட்டப்பட்ட தூபிகளுக்குப் பொன்னும் பொருளும் மன்னரால் பெருமளவில் தானம் அளிக்கப்பட்டது.

சிறிது காலம் நோய்வாய்ப்பட்டுப் படுக்கையில் இருந்த பையின், 1581ஆம் ஆண்டு மரணமடைந்தார். எந்தச் சிக்கலுமின்றி பட்டத்து இளவரசர் நந்தா அரியணையேறினார். ஆனால், வரலாறு மீண்டும் தன் வேலையைக் காட்டியது. ரத்தம் சிந்தி, பலர் உயிரைக்கொடுத்து, வருடக்கணக்காகப் போரிட்டுக் கட்டமைத்த ராஜ்ஜியம், பையினின் மரணத்திற்குப் பிறகு படிப்படியாக மன்னர் நந்தாவின் கையை விட்டுப்போனது. இறுதியில், தன் அரியணையை இழந்து 1599ஆம் ஆண்டு கொலை செய்யப்பட்டு இறந்துபோனார் நந்தா. இவ்வாறாக, முதலாம் டோவுங்கோ சாம்ராஜ்ஜியம் முடிவுக்கு வந்தது.

நந்தா இறந்த பிறகு, அவா பகுதியை ஆட்சி செய்துகொண்டிருந்த நந்தாவின் ஒன்றுவிட்ட சகோதரர் நியாவுன்ஞான் மின், டோவுங்கோ பகுதியைக் கைப்பற்றி, 1599ஆம் ஆண்டு கிட்டத்தட்ட முடிவுரை எழுதப்பட்டிருந்த அந்தச் சாம்ராஜ்ஜியத்துக்கு மீண்டும் உயிர்கொடுத்தார். மத்திய, தெற்குப்

பர்மாவைக் கைப்பற்றி வடகிழக்கிலிருந்த சில ஷான் பகுதிகள் மீதும் தன் அதிகாரத்தை நிலைநாட்டினார்.

நியாவுனுக்குப் பிறகு, அடுத்த 50 வருடங்கள் டோவுங்கோ அரியணையில் அமர்ந்த மன்னர்கள் அனாவுக்பெட்லுனும், தாலுனும் தத்தமது ஆட்சியில் திறம்படச் செயல்பட்டு அரச நிர்வாகத்தில் பல புதுமைகளைப் புகுத்தினார்கள். இவர்களுக்குப் பின் வந்த மன்னர்கள் எவரும் சொல்லிக்கொள்ளும்படியான செயல்கள் எதையும் செய்யவில்லை.

18ஆம் நூற்றாண்டின் தொடக்கத்தில் இரண்டாம் டோவுங்கோ ராஜ்ஜியத்தின் வீழ்ச்சி உருவாக்கிய வெற்றிடம் ஏறத்தாழ நான்கு நூற்றாண்டுகள் ஆட்சி அதிகாரத்தில் இருந்திடாத பர்மர் இன மக்களுக்கு மீண்டும் ஒரு வாய்ப்பை அளித்தது. அப்படி மத்தியப் பர்மாவில் அமையப்பெற்ற கோன்பாவுங் சாம்ராஜ்ஜியம் (Konbaung Dynasty), பர்மர்கள் கைகளில் அதிகாரத்தைத் தக்க வைத்தது. அடுத்த ஒரு நூற்றாண்டுகால பர்மர்களின் இந்த ஆட்சியின்போது, பர்மாவின் அடையாளம் ஒரு சார்புத் தன்மையுடன் நிலைபெறத் தொடங்கியது.

4. பேரினவாதத்தின் தொடக்கப்புள்ளி

பௌத்த மதத்தில் யானைகளுக்கு என்று தனி முக்கியத்துவம் உண்டு. ஒரு வெள்ளை யானை, வெள்ளை நிறத் தாமரை ஒன்றை ஏந்திவந்து தனது வயிற்றுக்குள் நுழைந்ததாகக் கனவு கண்டார் ராணி மாயாதேவி. இந்தக் கனவுக்குப் பிறகு அவர் கருவுற்றார். அவருக்கு மகனாகப் பிறந்தவர்தான் சித்தார்த்தர் எனும் கௌதம புத்தர். இது பௌத்த நூல்கள் குறிப்பிடும் கதை.

புத்தரின் உருவம் கி.பி ஒன்றாம் நூற்றாண்டில் முதல் முறையாகச் சிற்பமாகச் செதுக்கப்பட்டது. அதற்கு முன்பு வரை தர்மச்சக்கரம், தாமரை, யானை எனச் சில சின்னங்களின் வழியேதான் புத்தர் குறிப்பிடப்பட்டு வந்தார். இதுமட்டுமல்லாமல், வெள்ளை நிறத்தைத் தூய்மையாகவும் புனிதத்தின் அடையாளமாகவும் பௌத்த மதம் கருதுகிறது. இதன் வழியாகவே பௌத்த மதத்தைப் பின்பற்றிய தென்கிழக்காசிய நாடுகளில் 'வெள்ளை யானை' என்பது ராஜ அடையாளமாகக் கருதப்பட்டது. இதனால்தான் வெள்ளை யானைகள் வைத்திருப்பதைக் கௌரவமாகக் கருதினார்கள் அப்பகுதி மன்னர்கள்.

•

கிட்டத்தட்ட முடிவின் விளிம்பு வரைச் சென்று இரண்டாவது முறையாக நிறுவப்பட்டிருந்த டோவுங்கோ ராஜ்ஜியத்தில் பதினெட்டாம் நூற்றாண்டுக்குப் பிறகு ஆட்சிக்கு வந்த மன்னர்களிடம் முன்புபோல படை பலமோ, ராஜ்ஜியத்தைக் கட்டிக்காக்கத் தேவைப்பட்ட சாதுர்யமோ இல்லை.

முன்பு பையின் ஆட்சிக்காலத்தில் கீழ்படிந்திருந்த மணிப்பூர் ராஜ்ஜியத்தைச் சேர்ந்த சில இனக்குழுக்கள், நினைத்தபோதெல்லாம் மத்தியப் பர்மா வரை நுழைந்து தேவையானவற்றைச் சூறையாடிச் சென்றனர்.

இப்படி மணிப்பூர் குழுக்கள் வந்து செல்லும் வழியில் இருந்த ஓர் இடம்தான் மூ பள்ளத்தாக்கு. அங்கு இருந்த இளைஞர்கள் சிலர் தங்கள் உடைமைகளைப் பாதுகாத்துக்கொள்ள மன்னர்களிடம் இருந்து உதவிகள் கிடைக்காததால் தாமாக முன்வந்து பாதுகாப்புப் பணியில் ஈடுபடத் தொடங்கினர். அதில் ஒருவர்தான் ஆங் ஸியா.

மூ பள்ளத்தாக்கில் இருந்த ஷ்வேபோ கிராமத்தைச் சேர்ந்த ஆங் ஸியா, செல்வாக்கு மிக்க குடும்பத்தைச் சேர்ந்தவர். வெறும் இருபது வயதே ஆன அவர், தனது பகுதியைப் பாதுகாக்கும் பொறுப்பை ஏற்றுக்கொண்டார். அவர், அப்பகுதியிலிருந்த கிராமத்தவர்களை ஒருங்கிணைத்து மணிப்பூர் குழுக்களின் தாக்குதலைச் சமாளித்து அவர்களின் சூறையாடலைக் கட்டுக்குள் கொண்டுவந்தார். ஸியாவின் புகழ் மூ பள்ளத்தாக்கையும் தாண்டியும் பரவியது. 1736ஆம் வருடம் டோவுங்கோவின் படைத்தளபதி ஸியாவை நேரில் அழைத்துப் பாராட்டி மூ பள்ளத்தாக்கின் இணை ஆட்சியாளராக நியமித்தார்.

அதேவேளை, தெற்குப் பர்மாவில் இருந்த மோன் இன மக்கள் தங்கள் பகுதியை டோவுங்கோ ராஜ்ஜியத்தின் கட்டுப்பாட்டி லிருந்து விடுவித்துக்கொண்டனர். அப்போது பிரிட்டன், டச்சு நாடுகளின் கிழக்கிந்திய கம்பெனிகளுடன் ஏற்பட்ட வணிகத் தொடர்புகளால் தெற்குப் பர்மாவின் பொருளாதாரம் மேம்படத் தொடங்கியிருந்தது. இதனால் எழுச்சி கண்ட மோன்கள், மீண்டும் ஒரு முறை தங்களின் ஹாந்தவாட்டி ராஜ்ஜியத்தை நிறுவினர்.

1752ஆம் வருடம் ஹாந்தவாட்டி இளவரசர் டோவுங்கோ படைகளை வீழ்த்தினார். பின் டோவுங்கோவின் தலைநகரான அவா பகுதிக்குச் சென்ற அவர், டோவுங்கோவுக்குக் கட்டுப் பட்டிருந்த ஆளுநர்கள், குறுநில ஆட்சியாளர்கள் என அனைவரையும் வரவழைத்து தனக்குக் கீழ்ப்பணிந்து இருக்கும்படி கூறினார். ஹாந்தவாட்டி இளவரசரின் உத்தரவுக்குப் பலர் ஒத்துழைத்தனர். ஆனால் சிலர் பணிந்துபோகவில்லை. அப்படிப் பணியாதவர்களுள் ஒருவராக ஸியாவும் இருந்தார்.

ஸியா, தனக்குத் தானே அலவுங்பயா எனும் பட்டத்தை அளித்துக்கொண்டு கொன்பாவுங் ராஜ்ஜியத்தின் புதிய மன்னராகப் பதவியேற்றார். அத்துடன் ஹாந்தவாட்டி படைகளை எதிர்கொள்ளவும் தயாரானார்.

அப்போதே அலவுங்பயாவை எதிர்த்து எந்த ஒரு நடவடிக்கையும் எடுக்காமல், தாங்கள் கைப்பற்றிய அவா நகரில் மட்டும் பாதுகாப்புக்காக ஒரு படையை வைத்துவிட்டு, முற்றுகைக்கு வந்த படைகளில் பெரும்பகுதியைத் திரும்ப அழைத்துக் கொண்டது ஹாந்தவாட்டி அரசு.

இதன்பிறகு அலவுங்பயாவைப் பணியவைக்கத் தலைநகர் பெகுவிலிருந்து இருமுறை படைகளை அனுப்பினார் ஹாந்தவாட்டி மன்னர். அவற்றைத் தன் சிறிய படையால் தோற்கடித்த அலவுங்பயா, ஒரு நிரந்தரப் படையைக் உருவாக்கும் வேலையில் ஈடுபடத் தொடங்கினார். மூ பள்ளத்தாக்கைச் சேர்ந்தவர்களும் அதனைச் சுற்றியுள்ள பகுதி மக்களும் அலவுங்பயாவின் படையில் வந்து இணைந்துகொண்டனர். முன்னாள் டோவுங்கோ படை வீரர்கள்கூட அவருடன் இணைந்தனர். இதையடுத்து படையெடுத்துச் சென்ற அலவுங்பயா ஹாந்தவாட்டி படைகளின் கட்டுப்பாட்டிலிருந்த அவா நகரை மீட்டெடுத்தார்.

இரு வருடங்கள் அவர் அங்கு அரசாண்ட நிலையில், அவா நகரை மீட்பதற்கு மீண்டும் ஒரு பிரம்மாண்டப் படை பெகுவிலிருந்து கிளம்பி வந்தது. இந்த முறையும் அலவுங்பயா அந்தப் படையைத் தோற்கடித்து ஓடவைத்தார். இதனால் மத்தியப் பர்மாவில் கொன்பாவுங் ராஜ்ஜியத்தின் கொடி உயரப் பறந்தது. இதையடுத்து வடக்குப் பர்மாவிலிருந்த ஷான், கச்சின் உள்ளிட்ட ஏனைய இனக்குழுக்களும் மன்னர் அலவுங்பயாவுக்குக் கீழ்ப்படிந்தன.

அடுத்த சில வருடங்களில் அலவுங்பயா தனது படைபலத்தை அதிகரிக்கும் வேலையில் இறங்கினார். சில முன்னெச்சரிக்கைத் திட்டங்களைத் தீட்டிய அவர், 1755ஆம் ஆண்டின் தொடக்கத்தில் ஒரு பெரும் படையுடன் கிளம்பிச் சென்று, மோன் ராஜ்ஜியத்துக்குள் நுழைந்தார். மூன்றே மாதங்களில் ஐராவதி கழிமுகப் பகுதி முழுவதும் அவரது கட்டுப்பாட்டுக்குள் வந்தது. இப்படையெடுப்பில் கைப்பற்றப்பட்ட டாகோன் நகர், யாங்கூன் எனப் பெயர்மாற்றம் செய்யப்பட்டது.

அலவுங்பயாவின் வெற்றியைக் கண்டு அருகில் இருந்த ராஜ்ஜியங்கள் அனைத்தும் அலறின. மோன்களின் அரசே அவரது வெற்றியைக் கண்டு தயங்கி நின்றது. உடனே மோன்களுக்கு உதவுவதற்காகப் பிரெஞ்சு கிழக்கிந்தியப் படைகள் களத்தில் குதித்தது.

பிரெஞ்சு படைகள் வருவதை அறிந்த அலவுங்பயா அருகிலிருந்த பிரிட்டன் கிழக்கிந்திய கம்பெனியிடம் ஆயுத உதவி கோரினார். பிரெஞ்சு படைகளுடன் ஏற்கெனவே பகை கொண்டிருந்த கிழக்கிந்திய கம்பெனி, அதைக் காரணம் காட்டி அலவுங்பயாவுக்கு உதவி செய்ய மறுத்துவிட்டது. ஆனாலும் அவர் அசரவில்லை. ஒரு வருட காலம் கடுமையாக முயற்சி செய்து 1757ஆம் ஆண்டின் மத்தியில் மோன்களின் தலைநகரான பெகுவைக் கைப்பற்றினார். அத்துடன் ஹாந்தவாட்டி ராஜ்ஜியத்தின் ஆட்சிக்கு முடிவுரை அலவுங்பயாவின் கைகளால் எழுதப்பட்டது.

பிரிட்டன் கிழக்கிந்திய கம்பெனி பர்மாவின் தென்மேற்குக் கடைசியில் இருந்த நெக்ரேஸ் முனைப் பகுதியைத் தனது கட்டுப்பாட்டில் வைத்திருந்தது. அலவுங்பயா மோன்களுக்கு எதிரான போர்புரிந்தபோது அவருக்கு ஆயுத உதவியை மறுத்த பிரிட்டன் அரசு ரகசியமாக மோன்களுக்கு உதவி செய்தது. இந்தத் தகவல் அலவுங்பயாவுக்குத் தெரியவரவே, 1759ஆம் ஆண்டு இறுதியில், நெக்ரேஸ் முனைப் பகுதிக்குப் படையெடுத்துச் சென்ற அலவுங்பயா அங்கிருந்த பிரிட்டன் படைகளைத் தோற்கடித்து நிரந்தரமாகத் துரத்திவிட்டார்.

●

1730களில் இரண்டாம் டோவுங்கோ ராஜ்ஜியம் வீழ்ச்சியைச் சந்தித்தபோது அப்போதைய சீனாவின் குயுங் பேரரசு, ஷான் மாகாணங்களை, தனது கட்டுப்பாட்டின் கீழ் கொண்டுவந்தது. இதையடுத்து 1959ஆம் ஆண்டு வடகிழக்கு ஷான் பகுதிக்கு படையெடுத்துச் சென்ற அலவுங்பயா, ஷான் மாகாணங்களையும் வசப்படுத்தினார்.

இறுதியாக வடமேற்குப் பகுதியில் இருந்த மணிப்பூர் இனக்குழுக்களுடன் மட்டும் அவருக்குப் பழைய கணக்கு ஒன்று பாக்கி இருந்தது. அதையும் தீர்க்க வேண்டும் என்று முடிவு செய்த அவர் தன் படையை நேரடியாக வழிநடத்திக்கொண்டு மணிப்பூருக்குச் சென்றார்.

அங்கே கொலைவெறித் தாக்குதல் நடத்தப்பட்டது. இறுதியில் மணிப்பூரும் அலவுங்பயாவின் கைகளில் வீழ்ந்தது. ஆனால் அங்கே அவர் நீண்ட நாட்கள் இருக்கவில்லை. மணிப்பூர் அரியணையில் தனது விசுவாசி ஒருவரை அமரவைத்துவிட்டு அப்பகுதியின் திறமை மிக்க குதிரைப்படையை மட்டும் தன்னுடன் அழைத்து வந்தார் அலவுங்பயா. பின்னாளில் நடத்திய படையெடுப்புகள் அனைத்திலும் இந்தக் குதிரைப் படையை வைத்துதான் பல வெற்றிகளைக் கண்டார்.

•

மனிதக் கெண்டைக்காலைப் போன்ற தோற்றத்தைக் கொண்ட பகுதிதான் டெனாசெரிம். மலேயா தீபகற்பத்தின் மேலே, இருபுறமும் கடல்சூழ் அமைந்திருக்கும் அந்தப் பகுதியின் வடக்குப்புறத் துறைமுகங்கள் தெற்கு பர்மாவின் மன்னர்கள் கட்டுப்பாட்டிலும், தெற்குப்புறம் அமைந்திருக்கும் துறைமுகங்கள் தாய்லாந்தின் அயுதயா ராஜ்ஜியத்தின் கட்டுப் பாட்டிலும் காலம்காலமாக இருந்துவந்தன.

மன்னர் பையின் மறைவுக்குப் பிறகான 150 ஆண்டுகளில் அயுதயா முன்பை விடவும் செழிப்பு மிக்க ராஜ்ஜியமாக மாறியிருந்தது. பல்வேறு தேசங்களில் இருந்து அப்பகுதிக்கு வந்த மக்கள் வணிகத்தில் ஈடுபட்டு அந்த இடத்தையே செல்வச் செழிப்பான பகுதியாக மாற்றி இருந்தனர். தெற்கு பர்மா அலவுங்பயாவின் கட்டுப்பாட்டில் வந்த பிறகு, அயுதயா ராஜ்ஜியம் மோன் கிளர்ச்சியாளர்களுக்கு அவ்வப்போது உதவிகளைச் செய்து கொண்டு கொன்பாவுங் ராஜ்ஜியத்தில் குழப்பத்தை விளைவித்துக் கொண்டிருந்தது.

இதனால் 1759ஆம் ஆண்டு மழைக் காலத்திற்குப்பிறகு, தெற்கு பர்மா, டெனாசெரிம் என இரு பகுதியிலும் மோன் கிளர்ச்சியாளர்கள் கலகத்தில் ஈடுபட்டனர். அவர்களின் கிளர்ச்சி முறியடிக்கப்பட்டிருந்தாலும், கொன்பாவுங் தாக்குதலிலிருந்து தப்பித்த மோன்களுக்கு அயுதயா ராஜ்ஜியம் தஞ்சம் அளித்தது. எனவே, அதே ஆண்டின் இறுதியில் 40,000 வீரர்களைக் கொண்ட ஒரு பிரம்மாண்டப் படையுடன் அயுதயா மீது போர்தொடுத்தார் மன்னர் அலவுங்பயா.

பர்மிய டெனாசெரிம் பகுதி வழியாக தெற்கு அயுதயாவிற்குள் நுழைந்த அவர், கடலோர நகரங்களை ஒன்றன்பின் ஒன்றாகக் கைப்பற்றி இறுதியாகத் தலைநகர் அயுதயாவை அடைந்தார்.

இதன்பின் அந்நகர் மீதான தாக்குதலை ஆரம்பித்து ஐந்து நாட்கள்கூட ஆகியிருக்காத நிலையில் மன்னர் அலவுங்பயா திடீரென நோய் பாதிப்பு ஏற்பட்டது. படையை வழிநடத்தும் மன்னருக்கே இப்படி ஒரு நிலைமை ஏற்பட்ட நிலையில் கொன்பாவுங் படை தாக்குதலை நிறுத்திவிட்டு தங்கள் ராஜ்ஜியத்துக்குத் திரும்ப ஆரம்பித்தது.

கொன்பாவுங் படை பின் வாங்குவதை அறிந்துகொண்ட அயுதயா படை அவர்களைப் பின் தொடர்ந்து சென்று தாக்க நினைத்தது. ஆனால் கொன்பாவுங் தளபதி மின்காவுங் நவ்ரஹ்தா, இந்தத் தாக்குதலைத் திறம்படச் சமாளித்தார்.

கொன்பாவுங் படை தலைநகருக்குச் செல்லும் முன்பே, மார்த்தபான் எனும் நகரில் 45 வயதான மன்னர் அலவுங்பயா உயிரிழந்தார். அவரது உடல் தலைநகரான ஷ்வேபோ அடக்கம் செய்யப்பட்டது. அலவுங்பயாவின் மரணத்திற்குப்பின், 1760ஆம் ஆண்டு அவரது மூத்த மகன் நவுங்டாவ்கி புதிய மன்னராக முடிசூட்டிக் கொண்டார்.

பாகன் மன்னர் அனவ்ரஹ்தா, டோவுங்கோ மன்னர் பையின்நாவுங், கொன்பாவுங் மன்னர் அலவுங்பயா, இம்மூவரும் இன்றைக்கும் பர்மியப் பகுதியின் மாபெரும் மன்னர்களாகப் போற்றப்படுகின்றனர்.

மன்னர் அலவுங்பயா தனது ஆட்சிக்காலத்தில் பெரும்பகுதியைப் போரில் செலவழித்திருந்தாலும், அரச நிர்வாகத்தில் சில புதுமைகளைப் புகுத்தினார். அவர் உருவாக்கிய ஹளுட்டாவ் என்ற சபை கொன்பாவுங் அரசு எந்திரத்தின் மூளையாகச் செயல்பட்டது.

நிதி, நிர்வாகம், நீதி பரிபாலனை, பாதுகாப்பு என ஓர் அரசின் சகலவித அதிகாரமும் இச்சபையிடம் ஒருங்கிணைந்து இருந்தது. மன்னர் தனது நேரடித் தலைமையில் முக்கிய அமைச்சர்கள், பட்டத்து இளவரசருடன் இணைந்து இச்சபையை வழிநடத்தினார். அரசரின் உத்தரவுகள், நியமனங்கள், முடிவுகள் என அனைத்தும் இச்சபையின் வழியாகவே செயல்படுத்தப்பட்டது. மாகாண ஆளுநர்களின் முடிவுகளை மாற்றியமைக்கும் அதிகாரமும்கூட ஹளுட்டாவிடம் இருந்தது.

கொன்பாவுங் அரசின் மேல் மட்டத்தில் ஹளுட்டாவ் சபை செயல்பட்டாலும் பிராந்திய அளவில் முந்தைய டோவுங்கோ

அரசின் நிர்வாக முறையே பின்பற்றப்பட்டது. ஆனால், தமது பகுதிகளில் பரம்பரை பரம்பரையாக ஆட்சிப் பொறுப்பில் இருந்தவர்களின் எண்ணிக்கை கொன்பாவுங் ராஜ்ஜியத்தில் அடியோடு குறைக்கப்பட்டது. முந்தைய ஆட்சிகளின்போது இப்படிப்பட்ட நபர்கள் அடிக்கடி போர்க்கொடி தூக்கி மன்னருக்கு எதிராக கலகத்தில் ஈடுபட்டதால் இந்த நடவடிக்கை புதிதாகச் செயல்படுத்தப்பட்டது.

அரிதாகச் சில பகுதிகளில் மட்டுமே பழைய ஆளுநர்கள் தொடர்ந்து பதவியில் இருந்தனர். ஆனால் அவர்களுக்குப் பிறகு அவர்களின் வாரிசுகளுக்கேகூட பதவிகள் மறுக்கப்பட்டன. புதிதாகக் கைப்பற்றிய இடங்களுக்கு மன்னரே ஆளுநர்களை நியமித்தார்.

பிற இன மக்கள் பெரும்பான்மையாக வசித்த, அதாவது தலைநகரிலிருந்து தொலைதூரத்தில் இருந்த பகுதிகளுக்கு மட்டுமே பழைய ஆட்கள் ஆளுநர்களாகத் தொடர்ந்தனர்.

மேலும் தனது புதிய உத்தியாகத் தெற்கு பர்மாவில் ராணுவ முகாம்களையும், குடியிருப்புப் பகுதிகளையும் அதிகளவில் அமைத்தார் அலவுங்பயா. இதனால், பர்மர் மக்கள் மோன் பகுதிகளில் அதிகளவில் குடியேறினர்.

தங்களுக்கென ஒரு ராஜ்ஜியமில்லாமல் பல நூற்றாண்டுகளாகப் பிற ஆட்சியாளர்களின்கீழ் வசித்து வந்த பர்மர் மக்களை ஒருங்கிணைத்து இந்த கொன்பாவுங் ராஜ்ஜியத்தைக் கட்டமைத்திருந்தார் அலவுங்பயா.

மிகக்குறுகிய காலகட்டத்தில் இடைவிடாத போர்களின் மூலமாக ஒரு பெருமைமிக்க பர்மர் தேசியவாதத்தை அம்மக்களிடையே வளர்த்தெடுத்திருந்தார். ஆனால், அவ்வாறு எழுச்சி பெற்றிருந்த மக்களை ஆற்றுப்படுத்தத் தேவைப்பட்ட அமைதியான சூழலை அளிப்பதற்கு முன்னரே மன்னர் இறந்துபோனார்.

மோன் வரலாற்று ஆராய்ச்சியாளர்கள், மோன் இன மக்களைக் கடுமையாகத் துன்புறுத்திய முதல் பர்மிய மன்னர் என்று அலவுங்பயாவின் மீது குற்றச்சாட்டை வைக்கின்றனர். கலாசார ரீதியாக இவருக்கு முன் ஆட்சி செய்த மன்னர்கள் மோன் மக்களுக்கு அளித்த தன்னாட்சியை இவர் அளிக்கவில்லை என்ற குற்றச்சாட்டு அலவுங்பயாவின் மீது இருக்கிறது. மேலும், மத்தியப் பகுதியில் வசித்துவந்த பர்மர் மக்களைத் தெற்குப்

பர்மாவில் குடியேற வைத்தும், ராணுவத் தளங்களை அமைத்தும் மோன் மக்களை ஒருவிதப் பதற்றத்தில் வைத்திருந்தார் இவர் மீது விமர்சனங்கள் உள்ளன.

இதை மறுத்துப்பேசும் பர்மர் ஆய்வாளர்கள், தனது ஆட்சியில் பெரும்பகுதியைப் போரில் கழித்த அலவுங்பயா, வெறும் இரண்டு ஆண்டுகளுக்கும் குறைவாகத்தான் தெற்குப் பர்மாவைத் தனது கட்டுப்பாட்டில் வைத்திருந்தார் என்கின்றனர். அதுவும் அந்தப் பகுதிகளுக்கு மோன் இனத்தைச் சேர்ந்த நபர்களைத்தான் ஆளுநர்களாக நியமித்தார் என்றும் குறிப்பிடுகின்றனர். 1740ஆம் ஆண்டு நடந்த அவா படையெடுப்பின்போது ஹாந்தவாட்டி படைகள்தான் ஆயிரக்கணக்கான பர்மர் மக்களைத் திட்டமிட்டுக் கொன்று குவித்தது என்ற குற்றச்சாட்டையும் இவர்கள் தரப்பிலிருந்து முன்வைக்கின்றனர்.

இருதரப்பு நியாயங்களில் எது உண்மையாக இருந்தாலும் பர்மர் மக்களுக்கும், மோன் மக்களுக்கும் இடையே இனரீதியிலான பிரச்சனை 18ஆம் நூற்றாண்டில் தலையெடுக்க ஆரம்பித்தது என்பது உண்மை.

மரணப்படுக்கையில் இருந்த மன்னர் அலவுங்பயா, தனக்குப் பின் தன்னுடைய ஆறு மகன்களும் ஒருவர் பின் ஒருவராக அரியணை ஏற வேண்டும் எனக் கூறியிருந்தார். அதன்படி, மன்னரின் மூத்த மகனும், பட்டத்து இளவரசருமான நவுங்டாவ்கி புதிய மன்னராக 1760ஆம் ஆண்டு முடிசூட்டிக்கொண்டார்.

வழக்கம்போல புதிய மன்னர் வந்தவுடன், கட்டுப்பாட்டில் இருந்த சிற்றரசுகளும், தந்தை நியமித்த ஆளுநர்களும் போர்க்கொடி தூக்கினர். இவர்கள் ஒவ்வொருவரையும் சமாளித்து, கட்டுக்குள் கொண்டுவரவே புதிய மன்னரின் மூன்றாண்டு ஆட்சிக்காலம் சரியாக இருந்தது. மூன்றாண்டுகளா? ஆம். மூன்றே மூன்று ஆண்டுகள்தான் மன்னர் ஆட்சியில் இருந்தார். பிறகு இவரும் தனது தந்தையைப்போல 1763ஆம் ஆண்டு நோயுற்று இறந்துபோனார்.

5. போரும் அமைதியும்

மன்னர் நவுங்டாவ்கி இறந்த பிறகு, 1764 ஆம் வருடம் அவரது சகோதரன் 'ஹிசின்பியூஷின்' (இனி சுருக்கமாக ஹிசின்), புதிய மன்னராகப் பதவியேற்றார். மேலும் பதவியேற்ற கையோடு தனது தலைநகராக 'அவா' நகரை அறிவித்தார். அண்ணன் நவுங்டாவ்கியைக் காட்டிலும் மிகவும் திறமையானவர் ஹிசின். ஆனாலும், தந்தையின் விருப்பத்தின் பேரில் பொறுத்திருந்து, அண்ணனுக்குப் பிறகு அரியணையேறினார்.

ஹிசின் பதவியேற்றவுடன் அடுத்தடுத்து மணிப்பூர், வியன்தியான் (இன்றைய லாவோஸ்) பகுதிகளைக் கைப்பற்றினார். மேலும் அயுதயா படைகளைப் போரில் வீழ்த்தி தன் தந்தை அலவுங்பயாவின் கனவை நிறைவேற்றினார். கொன்பாவுங் படைகள் போர் முடிந்ததும் முதல் வேலையாக அயுதயா நகரைத் தீக்கிரையாக்கினர். பின் அங்கிருந்த விலைமதிப்பற்ற பொருட்கள், ஆயுதங்கள், அரிய நூல்கள், இசைக்கலைஞர்கள், கைவினைஞர்கள், ஆண்கள், பெண்கள் எனக் கண்ணில் பட்ட அனைத்தையும், தலைநகர் அவாவுக்கு அனுப்பி வைத்தனர். இதனால், தாய் மக்களின் இசை, கலை ஆகியவை பர்மியக் கலாச்சாரத்திற்குள் ஊடுருவி ஒன்றியது.

அயுதயா படையெடுப்பின்போது கொன்பாவுங் ராஜ்ஜியத்துக்கு வடக்கிலிருந்து ஒரு புதிய பிரச்னை கிளம்பியது. இதுவரையில் எந்த ஒரு பர்மிய ராஜ்ஜியமும் எதிர்கொள்ளாத பிரச்னை அது. இதுபோன்ற பிரச்னையைச் சரியான முறையில் கையாளாமல் விட்டிருந்தால் பர்மாவின் வரலாறே மாறியிருக்கும்.

சீனாவுக்கும் பர்மிய ராஜ்ஜியங்களுக்கும் இடையே இருந்துவந்த ஷான் மாகாணங்கள், பெரும்பாலும் இருபுறமும் தங்களின் விசுவாசத்தைக் காட்டிக்கொண்டிருந்தன. ஆனால் முதலாம் டோவுங்கோ சாம்ராஜ்ஜியத்தின் வீழ்ச்சிக்குப்பின் இந்த மாகாணங்கள் அப்போதைய சீன குயுங் பேரரசுக்கு முழுமையாகக் கீழ்ப்படிந்தன. பின் மன்னர் அலவுங்பயாதான் 1759ஆம் வருடம் ஷான் மாகாணங்களுக்குச் சென்று அப்பகுதி முழுவதையும் தனது கட்டுப்பாட்டின் கீழ் மீண்டும் கொண்டு வந்தார்.

கொன்பாவுங் மன்னரான அலவுங்பயாவின் இந்த நடவடிக்கையால் கோபமுற்ற குயுங் பேரரசு, 1765, 1766 என அடுத்தடுத்த வருடங்களில், இரு முறை பர்மாவை நோக்கித் தனது படைகளைத் திரட்டி வந்தது. அந்நேரம் மன்னர் ஹிசின் தலைமையிலான கொன்பாவுங் படைகள், அயுதயா போரில் ஈடுபட்டிருந்தன. எனவே, ராஜ்ஜியத்தின் வடக்கு எல்லையைப் பாதுகாத்துக் கொண்டிருந்த சிறியளவிலான கொன்பாவுங் படைக்குழு மட்டுமே தனியாக முயன்று இரு சீனப் படையெடுப்புகளையும் வெற்றிகரமாக முறியடித்தது. தங்களைக் காட்டிலும் ஒரு சிறிய ராஜ்ஜியத்தின் படை இரு முறை தன் படைகளை வீழ்த்தியதை நினைத்து அதிர்ந்துவிட்டார் அப்போதைய சீன மன்னர் குயன்லோங்.

உடனே பர்மியப் பகுதியுடனான எல்லையைக் பகிர்ந்து கொண்டிருந்த அப்போதைய சீன யுன்னான் மாகாணத்தின் ஆளுநராகத் தனது மருமகன் மிங் ரூய்யை நியமித்து, பர்மியப் படையெடுப்பை நிகழ்த்த உத்தரவிட்டார். குயுங் அரசின் சார்பில் சீனர்கள் மட்டுமின்றி மங்கோலியர்கள், மாஞ்சுக்கள், ஷான்கள் என 50,000 பேர் கொண்ட பெரும்படை தெற்கு நோக்கிக் கிளம்பியது.

பர்மாவின் பெரும்பகுதி அடர்வனம் என்ற காரணத்தால் குதிரைப் படையைக் குறைத்து, பெருமளவு காலாட்படையே சென்றது. ஆக்கிரமிப்புக்குச் செல்லும் படைக்குத் தேவைப்பட்ட பொருட்களை உடனுக்குடன் விநியோகிக்க அனைத்து எல்லையோரச் சீனப் பகுதிகளுக்கும் உத்தரவு சென்றது. இம்முறை மீண்டும் வெற்றியை நழுவவிடச் சீனப்பேரரசு தயாராக இல்லை. எனவே பார்த்துப் பார்த்து அனைத்தையும் திட்டமிட்டுச் செய்தனர்.

அந்தச் சமயத்தில்தான் அயுதயா படையெடுப்பை வெற்றிகரமாக முடித்துவிட்டு, சில பாதுகாப்புக் காரணங்களுக்காக கொன்பாவுங் படைகளை அங்கேயே விட்டுவிட்டு நாடு திரும்பியிருந்தார் மன்னர் ஹிசின். ஏற்கெனவே இரு முறை சீனப் படையெடுப்பு முறியடிக்கப்பட்டிருந்ததால் சீன அச்சுறுத்தல் பற்றி அவர் பெரிதும் அலட்டிக்கொள்ளவில்லை. வருங்காலத்தில் சீனாவிலிருந்து மீண்டும் படைகள் வந்தால் அதை வழக்கம்போல வடக்கு எல்லை கொன்பாவுங் படைக்குழு மட்டுமே பார்த்துக் கொள்ளும் என எந்த முன்னெச்சரிக்கை நடவடிக்கைகளையும் எடுக்காமல் இருந்துவிட்டார் மன்னர் ஹிசின்.

1767ஆம் வருடத்தின் இறுதியில் சீனப் படைகள் பர்மாவுக்குள் நுழைந்தன. வடக்கிலிருந்த பாமோ வழியாக ஒன்று, பாமோவுக்குக் கிழக்கில் இருந்த ஹசேனவி வழியாக மற்றொன்று என இரண்டு சீனப் படைகள் பர்மாவுக்குள் நுழைந்தன. இந்த இரு படைகளும் முன்னேறி, வெவ்வேறு வழிகளிலிருந்து கொன்பாவுங் ராஜ்ஜியத்தின் தலைநகர் அவாவைத் தாக்குவது திட்டம்.

பாமோ வழியாக நுழைந்த முதலாம் சீனப் படையை அதற்கடுத்து இருந்த கயுங்டோன் நகரில் வைத்து வீழ்த்தியது தளபதி நி மியோ சித்து தலைமையிலான கொன்பாவுங் படை. வீழ்த்தப்பட்ட பிறகு எஞ்சியிருந்த சீன வீரர்கள் எல்லைதாண்டி சீனப்பகுதிக்குள் தப்பியோடினர்.

ஹசேனவி வழியாக நுழைந்த மிங் ரூய் தலைமையிலான இரண்டாவது சீனப் படை, அந்நகரைக் கைப்பற்றிய பிறகு சில ஆயிரம் வீரர்களை அரணாக நிற்க வைத்துவிட்டு முன்னேறியது. அடுத்து வந்த ஸிபாவ் நகரத்தில் நடந்த சண்டையிலும் கொன்பாவுங் படைகளை வீழ்த்தி அவாவை நோக்கி முன்னேறியது. பிரச்னையின் வீரியத்தை இப்போது உணர்ந்த மன்னர் ஹிசின், அயுதயாவிலிருந்த கொன்பாவுங் படைகளைத் திரும்பவர உத்தரவிட்டு, தனிப்பட்ட முறையில் அவரே களமிறங்கினர்.

அவாவை நோக்கி வந்துகொண்டிருந்த மிங் ரூய் தலைமையிலான சீனப் படையை பர்மிய வனங்களுக்கே உரித்தான கெரில்லா தாக்குதல் நடத்தி வரவேற்றன கொன்பாவுங் படைகள். சரியான நேரத்தில் வந்துவிடும் என எதிர்பார்த்த முதலாவது சீனப்படை வரவில்லை என்பதால் சற்று நிலைகுலைந்து போனார் தளபதி மிங்

ரூய். உடனே திட்டத்தை மாற்றி அவாவை நோக்கி முன்னேறாமல் தன் படையுடன் திரும்பிச் செல்ல முயற்சித்தார்.

இதற்கிடையே, வடக்கிலுள்ள கயுங்டோனில் முதலாம் சீனப் படையை வீழ்த்திய நி மியோ சித்து தலைமையிலான கொன்பாவுங் படையினர், கிழக்கே சென்று ஹசேனவி நகரத்தைக் கைப்பற்றினர். அதேநேரத்தில் ஆயுதயாவிலிருந்து திரும்பிய கொன்பாவுங் படைகள், தெற்கிலிருந்து பின்வாங்கிய சீனப் படையைத் துரத்திச் சென்றனர். வடக்கு, தெற்கு என இருபுறமும் கொன்பாவுங் படைகளால் சூழப்பட்டு நடுவே மாட்டிக்கொண்டனர் சீன வீரர்கள்.

1768ஆம் வருடத்தின் மார்ச் மாதத்தில் தலைநகர் அவாவிற்கு வடக்கே இருந்த மேய்மியோ எனும் இடத்தில் போர் நடந்தது. கொன்பாவுங் தாக்குதலில் ஆயிரக்கணக்கான சீன வீரர்கள் கொல்லப்பட்டனர். வெறும் நூறு எண்ணிக்கையிலான சீன வீரர்கள் மட்டுமே தப்பிச் சென்றனர். போரில் கடுமையாகக் காயமுற்ற மின் ரூய், ஒரு மரத்தில் தூக்குப் போட்டு தற்கொலை செய்துகொண்டார். சீனப் படையைக் காட்டிலும் கொன்பாவுங் படையில் உயிரிழப்புகள் குறைவு என்றாலும், பர்மிய மக்கள் தொகையைக் கணக்கிடும்போது, இது மிக அதிகம்.

சுலபமாகப் போரை வென்று விடலாம் என நினைத்த சீனப் பேரரசருக்குத் தோல்விச் செய்தி வந்ததும் கடும் கோபம் கிளம்பியது. கோபத்தைத் தாண்டி மேலோங்கியது ஆச்சரியம். ஆனாலும், பர்மியப் போர் தொடர்புள்ள அனைத்து நடவடிக்கைகளையும் தற்காலிகமாக நிறுத்திவிட்டு அடுத்து என்ன செய்யலாம் என்று ஆலோசனை மேற்கொண்டார்.

சீன அரசின் தலைமை ஆலோசகர் பியூஹெங் தலைமையில் மீண்டும் ஒரு பிரம்மாண்டப் படையெடுப்பை நடத்துவது என முடிவுசெய்யப்பட்டது. எப்பாடு பட்டாவது கொன்பாவுங் ராஜ்ஜியத்தை வீழ்த்த வேண்டுமென்பது சீனப்பேரரசரின் உத்தரவு. வெற்றி என்பதைத் தாண்டி இது அவருக்குக் கௌரவப் பிரச்சனை ஆகிப்போனது.

1769ஆம் வருடத்தின் மத்தியில் 60,000 பேர் கொண்ட ஒரு பிரம்மாண்டமான சீனப் படையுடன் யுன்னானுக்கு வந்து சேர்ந்தார் பியூஹெங். கடந்த போரின்போது மிங் ரூய் சீனப் படைகளை இரண்டு பிரிவாகப் பிரித்தார். இம்முறை சீனப்

படைகள் மூன்றாகப் பிரிக்கப்பட்டன. ஒரு படை தரை வழியாக, பாமோ, கயுங்டோன் பகுதிகளைக் கடந்து தலைநகர் அவாவைச் சென்றடையும். மற்ற இரு படைகள் ஐராவதி நதி வழியாகப் படகுகளில் சென்று தலைநகர் அவாவை இருபக்கங்களிலிருந்து தாக்கும் என முடிவு செய்யப்பட்டது.

மேலும், படையெடுப்புக்குத் தேவையான உபகரணங்களை உடனுக்குடன் உருவாக்கத் தச்சர்கள், கொல்லர்களும் உடன் அனுப்பப்பட்டிருந்தனர். நதி வழியே துருப்புகளைக் கொண்டு செல்லச் சீனக் கடற்படையின் படகுகள் தயார் நிலையில் வைக்கப்பட்டன. மறுபுறம், பர்மியர்களின் திட்டம் ஒன்றே ஒன்றுதான். சீனப் படையை ராஜ்ஜியத்துக்குள் ஊடுருவ விடக்கூடாது. முடிந்தவரை, எல்லைப் பகுதியிலேயே கவனித்துக்கொள்ள வேண்டும்.

சீனர்களின் திட்டத்தை அறிந்த பிறகு, சீனாவின் மூன்று படைகளையும் கவனித்துக் கொள்ளத் தலைநகர் அவாவிலிருந்து மூன்று படைகள் கிளம்பிச் சென்றன. மேலும், நான்காவதாக ஒரு படை பர்மா-சீனா எல்லையில் நடக்கும் பொருட்கள் விநியோகத்தைத் தடுக்க நேரடியாக எல்லைக்குச் சென்றது. கொன்பாவுங் படையுடன், பிரெஞ்சு அதிகாரி பியரி டி மில்லார்ட் தலைமையில் துப்பாக்கி சுடுவதில் கைதேர்ந்த பிரெஞ்சு வீரர்கள் உடனிருந்தனர்.

சீனப் படையெடுப்பு காரணமாக அயுதயாவிலிருந்த கொன்பாவுங் படைகளைத் திரும்ப அழைத்துக் கொண்ட காரணத்தால், அந்நாடு மீண்டும் அதன் முன்னாள் ஆட்சியாளர் கட்டுப்பாட்டில் சென்றது. அயுதயா போருக்காக உழைத்த மூன்று வருடங்களும் வீண் ஆனால் எதுவும் செய்ய முடியாத கையறு நிலையில் இருந்தார் மன்னர் ஹிசின்.

சீன ஆலோசகர்கள் சிலர், மழைக் காலம் முடியும் வரை சீனத் தளபதி பியூஹெங்கை காத்திருக்கச் சொன்னார்கள். ஆனால் தளபதியோ ஆலோசகர்களின் பேச்சைக் கேட்கத் தயாராக இல்லை. கொன்பாவுங் படைகள் வருவதற்கு முன் அவா நகரை அடைந்து தாக்குதல் நடத்திவிடுவது நல்லது என நினைத்தார் பியூஹெங். அக்டோபர் மாதத்தின் இறுதியில் சீனப் படையெடுப்பு ஆரம்பித்தது. மூன்று சீனப் படைகளும் இணைந்து முதலில் பாமோ நகரைக் கைப்பற்றின. பின் அங்கிருந்து கீழே சென்று, ஷுவென்யுவுங்பின் என்ற இடத்தில் ஒரு

பர்மா: ஓர் அரசியல் வரலாறு | 49

கோட்டையைக் கட்டினர். பிறகு அங்கிருந்து பிரிந்து தரை வழியாகவும், நதி வழியாகவும் அவா நகரை அடைவது திட்டம்.

ஆனால், திட்டமிட்டபடி சீனப் படைகள் பிரிந்து செல்வதற்கு முன்பே நதி வழியாக மேலே வந்த கொன்பாவுங் படைகள், சீனக் கப்பல்கள் அனைத்தின் மீதும் தாக்குதல் நடத்தி அவற்றை மூழ்கடித்தன. இனி நதி வழியாகச் செல்ல முடியாது என்பதால் தரைவழியாகச் சென்று கயுங்டோன் நகரை அடைந்தன சீனப் படைகள். அங்கேயும் காத்திருந்த பர்மியப் படைகள், வெகு தீரத்துடன் போரிட்டு கயுங்டோன் கோட்டையைக் காத்தனர். நான்கு வாரங்கள் கடந்தும் சீனப் படைகளால் கோட்டையைக் கைப்பற்ற முடியவில்லை. போரினால் மட்டுமல்லாமல், நோயின் காரணமாகவும் பல்லாயிரக்கணக்கான சீன வீரர்கள் செத்துமடிந்தனர்.

வடக்கே எல்லைக்குச் சென்ற நான்காவது பர்மியப் படை, சீனாவிலிருந்து உதவிக்கு வரும் பொருட்களைத் தடுக்கும் வண்ணம் தனது எல்லையை அடைத்தது. பிறகு அதே படையினர் கீழே வந்து, சீனர்கள் கட்டிய ஷுவென்யுவுங்பின் கோட்டையைக் கைப்பற்றினர். அவ்வளவுதான். இந்த முறையும் சீனப்படை சுற்றிவளைக்கப்பட்டது. தங்கள் தரப்பில் சுமார் 20000 வீரர்களை இழந்திருந்தது சீனப்படை. மேலும் ஆயிரக்கணக்கானோர் காயமுற்றும் நோயுற்றும் இருந்தனர். சமாதானக் கொடி பிடித்தார் சீனத் தளபதி பியூஹெங்.

பர்மியத் தளபதி மகா திட்ட துரா யோசித்தார். இதற்கு முந்தையப் போரில் மிங் ரூய் படைகளுக்கு ஏற்பட்ட நிலையைக் கண்முன் பார்த்தவர் அவர். அப்படைகளுக்கு ஏற்பட்ட அகோர முடிவின் காரணமாகத்தான் மீண்டும் சீனர்கள் படையெடுத்து வந்துள்ளனர். இம்முறையும் அது தொடர்ந்தால் மீண்டும் ஒரு பெரிய படையுடன் வருவார்கள். அப்படையைத் தோற்கடித்தால், மறுபடியும் வருவார்கள். சீனர்களுக்கு அது சாதாரணம். ஆனால், மீண்டும் மீண்டும் ஏற்படும் போர்களால் மேலும் மேலும் பர்மிய மக்களை இழந்துகொண்டிருக்க முடியாது. பொது மக்கள் கொஞ்சக் காலமாவது அமைதியுடன் வாழவேண்டும் அல்லவா? நாம் பணிந்து போகவில்லை. அவர்களாகத்தான் சமாதானக் கொடி பிடிக்கின்றனர். தானே வரும் வாய்ப்பை ஏன் விட்டுவிட வேண்டும் எனச் சீனர்களுடன் பேச்சுவார்த்தை நடத்தினார் பர்மியத் தளபதி.

இரு ராஜ்ஜியங்களும் நட்புறவைப் பேண வேண்டும். இருபுறமிருந்தும் போர்க் கைதிகளை விடுவிக்க வேண்டும். ஷான் மாகாணங்கள் மீது காலம்காலமாக பர்மாவுக்கு இருந்த உரிமையைச் சீன அரசு அங்கீகரிக்க வேண்டும் எனச் சில நிபந்தனைகளை விதித்தார். இதைச் சீனர்கள் ஏற்றுக்கொள்ளவே டிசம்பர் 13, 1769ஆம் அன்று கயுங்டோன் நகரில் சமாதான உடன்படிக்கை கையெழுத்தானது. இதற்குப் பிறகு, மீதமிருந்த சீனப் படைகள் திரும்பிச் சென்றன.

ஆனால் பர்மிய மன்னர் ஹிசின் இந்தச் சமாதான உடன்படிக்கையை ஏற்கவில்லை. தன் கவனத்திற்கு வராமல் தளபதிகளே முன்னின்று உடன்படிக்கையைக் கையெழுத்திட்டதற்காகக் கடுமையாகக் கோபப்பட்டார். சில காலம் தன் கண்ணில் படாமல் தூரமாக எங்கேயாவது சென்றுவிட தளபதிகளுக்கு உத்தரவிட்டார். எப்போது வேண்டுமானாலும் மீண்டும் சீனர்கள் படையெடுத்து வருகின்ற வாய்ப்பு இருந்ததால் வடக்கு எல்லையில் பாதுகாப்பைப் பலப்படுத்தியே வைத்திருந்தார் ஹிசின். ஆனால், அடுத்தடுத்து நடந்த போர்கள் காரணமாகப் பர்மியப் படைபலம் முன்பைவிட வெகுவாகக் குறைந்திருந்தது.

இந்தச் சீன-பர்மியப் போர்களின் முதல் பயனாளி, அயுதயா ராஜ்ஜியம். கிடைத்த வாய்ப்பைப் பயன்படுத்திக்கொண்ட அயுதயா மன்னர் மீண்டும் தனது படைகளை உருவாக்கி ராஜ்ஜியத்தைப் பலப்படுத்தினார்.

இதனால் 1773ஆம் வருடம் அயுதயாவை நோக்கி ஒரு படையெடுப்பைத் திட்டமிட்டார் ஹிசின். ஆனால் செயல்படுத்தவில்லை. அதற்குக் காரணம், தெற்குப் படையில் இருந்த மோன் வீரர்கள் செய்த கலகம். இத்தனை வெற்றிகளைப் பார்த்த பிறகு பர்மர் இனத் தளபதிகள், படையில் இருந்த மோன் வீரர்கள் மீதும் அதிகாரிகளின் மீதும் மிகுந்த அதிகாரத் தோரணையுடன் நடந்து கொண்டனர்.

அவர்கள், இவர்களை எதிர்த்துக் கலகம் செய்யவே படையில் பிரச்சனை வெடித்தது. படையில் இருந்த மோன் வீரர்கள் மட்டுமில்லாமல், மோன் மக்களின் மீதும் அடக்குமுறை ஏவப்பட்டது. மோன் மக்கள் பலர் குடும்பத்துடன் எல்லைதாண்டி அயுதாவுக்குள் தப்பிச்சென்றனர். அதே வருடம் மன்னர் ஹிசினும் நோய்வாய்ப்பட்டு நிரந்தரமாகப் படுக்கையில் விழுந்தார். அவரிடமிருந்து சென்ற உத்தரவுகளைத் தளபதிகள் சரிவரச் செயல்படுத்தவில்லை. அதாவது, சட்டைசெய்யவில்லை.

1776ஆம் வருடம் மரணப் படுக்கையில் இருந்த மன்னர் ஹிசின், சியாமுக்குப் படையெடுத்துச் செல்ல உத்தரவிட்டார். படைகள் சென்றன. ஆனால், முன்பை விட இப்போது படைவீரர்களின் எண்ணிக்கை மிகக் குறைவு. இதுமட்டுமில்லாமல், படைத்தளபதிகளுக்கிடையே சரியான ஒத்துழைப்பு இல்லை. மன்னரின் உடல்நிலை சரியாக இருந்தால் இப்படி எல்லாம் இவர்கள் தங்களுக்குள் சண்டையிடுவது பற்றிக் கனவிலும் நினைத்துப்பார்க்க முடியாது. ஜூன் 10 அன்று மன்னர் இறந்துவிட்டதாகச் செய்தி வந்தது. இதற்காகத்தானே காத்திருந்தோம் என அயுதயா படையெடுப்பைப் பாதியில் நிறுத்திவிட்டு பர்மியப் படைகள் தலைநகருக்குத் திரும்பி வந்தன.

நவீனக் காலச் சீன-பர்மா எல்லையை அச்சமயம் சீனப் போரில் ஹிசினுக்குக் கிடைத்த வெற்றிதான் தீர்மானித்தது. அதன்படி, ஷான் மாகாணங்களும் கச்சின் பகுதிகளும் இன்று மியான்மர் எல்லைக்குள் உள்ளது. ஆனால் அவற்றைப் பெறுவதற்காகக் கொடுக்கப்பட்ட விலை மிக மிக அதிகம். ஹிசின் ஆட்சிக்காலத்தில் பல வெற்றிகள் பெற்றிருந்தாலும் அவை அனைத்தின் ஆயுட்காலமும் மிகக் குறைவு. பெரும் பொருட்செலவில் மேற்கொண்ட மணிப்பூர் படையெடுப்பு களால் கொன்பாவுங் அரசுக்கு எந்த ஆதாயமும் ஏற்படவில்லை. மேலும், மன்னரின் அந்திம காலத்தில் ராஜ்ஜியத்துக்குள் குழப்பமும் அமைதியின்மையும் மேலோங்கி இருந்தது.

மன்னர் ஹிசின் இறந்ததும் அவருடைய மூத்த மகன் சிங்கு புதிய மன்னராக 1776ஆம் வருடத்தின் மத்தியில் பொறுப்பேற்றார். புதிய மன்னர் அரியணையேறியதும் ராஜ்ஜியத்துக்கு வெளியே அப்போது மேற்கொண்டிருந்த படையெடுப்புகள் அனைத்தையும் நிறுத்திவிட்டு, துருப்புகளைத் தலைநகர் அவாவுக்கு வரவழைத்தார். எந்த ஒரு இடைவெளியுமின்றி தொடர்ந்து போரிட்டுக் கொண்டிருந்த படைகளுக்கு சிங்குவின் ஆட்சிக்காலத்தில் ஆசுவாசித்துக்கொள்ள இடைவெளி அளிக்கப்பட்டது.

தனது முன்னோர்களைப் போலில்லாமல் போருக்கு எதிரான மனநிலையைக் கொண்டிருந்தார் மன்னர் சிங்கு. தன் தந்தையின் இறுதிக்காலத்தில் அவரின் உத்தரவை மதிக்காமல் அதிகாரத் தோரணையில் நடந்துகொண்ட படைத்தளபதிகளிடம் அவருக்கு

வெறுப்பு உருவாகியிருந்தது. ஆட்சிக்கு வந்ததும் படையெடுப்பு நிறுத்தம் மேற்கொண்டது மட்டுமல்லாமல், தந்தைக்குக் கீழ் பணியாற்றிய படைத்தளபதிகளுக்கு நிரந்தர ஓய்வளித்தார். புதிய மன்னரின் இந்நடவடிக்கைகள் பொதுமக்களிடையே மிகுந்த வரவேற்பைப் பெற்றது.

சிங்கு ஆட்சியில் நடந்த ஒரே ராணுவ நடவடிக்கை மணிப்பூரின் பழைய மன்னரை எதிர்த்து மேற்கொள்ளப்பட்ட படையெடுப்புகள் மட்டுமே. அதுவும் நான்கு முறை. கச்சார் பகுதியில் தலைமறைவாக இருந்த அவர், மணிப்பூரின் கொன்பாவுங் ஆளுநருக்கு நினைத்தபோதெல்லாம் குடைச்சல் ஏற்படுத்திக்கொண்டிருந்தார். இந்தப் படையெடுப்புகளால் மணிப்பூரிலிருந்து பெற எந்த லாபமும் இல்லை என சிங்கு உணர்ந்த பிறகு 1782ஆம் வருடம் மணிப்பூர் முற்றிலுமாகக் கைகழுவப்பட்டது.

கவிதை, இசை எனத் தன் மாளிகையிலேயே பொழுதைக் கழித்தார் மன்னர் சிங்கு. மன்னரின் நடவடிக்கைகளை விமர்சிக்கும் அனைவரும் பரலோகம் அனுப்பிவைக்கப் பட்டனர். பலருக்கு இப்படி ஓய்வளித்துக்கொண்டிருந்த மன்னருக்கு நிரந்தரமாக ஓய்வளித்துவிட்டு, 1782ஆம் வருடம் அலவுங்பயாவின் நான்காவது மகன் போடாவ்பயா புதிய மன்னராகப் பொறுப்பேற்றார்.

6. நிகழ்காலத்தின் கடந்தகாலம்

புதிய கொன்பாவுங் மன்னர் போடாவ்பயா பதவியேற்றுக் கொண்டபின் முதல் வேலையாக அரக்கன் பகுதியிலிருந்த மராக் உ ராஜ்ஜியத்தைக் கைப்பற்றி தனது கொன்பாவுங் சாம்ராஜ்ஜியத்துடன் இணைத்துக்கொண்டார். அப்படி இணைத்தற்கு விலையாகப் பர்மாவின் சுதந்திர ஆட்சி பறிபோய் அது பிரிட்டிஷ் காலனியாக மாறும் நிலைக்குத்தள்ளப்பட்டது. அதனைத் தொடர்ந்து உருவான பிரச்சனைகளின் தாக்கம் இன்று வரை விடாமல் தொடர்கிறது.

அரக்கன் பகுதியானது பர்மிய நிலத்திலிருந்து தனித்துப் போனதற்கான காரணம் 'இயற்கை'. ஆம், பர்மாவின் மத்தியப் பகுதியிலிருந்தும் தெற்குப் பகுதியிலிருந்தும் வெகு தொலைவில், அதாவது மேற்குக் கடைசியில் அமைந்திருந்த இப்பகுதியை இதைச் சூழ்ந்திருக்கும் அரக்கன் மலைத்தொடரைத் தாண்டி வந்தடைவது சிரமமான காரியம். அப்படியும் சில மன்னர்கள் இப்பகுதிக்குப் படையெடுத்து வந்துள்ளனர். ஆனால் அப்படி வந்தவர்களில் ஓரிருவருக்குத்தான் வெற்றி சாத்தியமாகியது. அதுவும் குறுகிய கால வெற்றி.

இப்பகுதியைக் கைப்பற்றப் பெரும்பான்மையான பர்மிய ராஜ்ஜியங்கள் முயற்சி செய்யவில்லை. அப்படிக் கைப்பற்றிய ஒருசிலராலும் நீண்ட காலம் இப்பகுதியைத் தக்க வைத்துக்கொள்ள முடிந்ததில்லை. மேலும், பர்மிய நிலத்தில் எந்த ஒரு ராஜ்ஜியம் தோன்றினாலும், அது அங்கிருந்து ஒன்று கிழக்கு நோக்கி விரிவடையும். இல்லையென்றால் வடக்கு நோக்கி விரிவடையும். இப்படித்தான் அதன் வரலாறு விதித்திருந்தது.

இந்த வரலாற்றை மாற்றி அமைத்தது கொன்பாவுங் மன்னர் போடாவ்பயா.

பதினெட்டாம் நூற்றாண்டின் இறுதியில் கொன்பாவுங் படைகள் வருகைக்கு முன் பல நூற்றாண்டுப் பின்னணி கொண்டது இப்பகுதி. அதில் மிகச் சரியாகப் பதினைந்தாம் நூற்றாண்டின் தொடக்கத்தில் அரக்கன் பகுதியிலிருந்த லாவுங்கெட் ராஜ்ஜியத்தின் மன்னராக 1404ஆம் வருடம் பொறுப்பேற்றார் மின் சாவ் மோன். இந்த மின் சாவ், இப்பகுதியில் பெரும்பான்மையான ராக்ஹீன் இனத்தைச் சேர்ந்தவர். இவருக்குப்பின் இறுதிவரை ஆட்சிபுரிந்த அனைத்து அரக்கன் பகுதி மன்னர்களும் ராக்ஹீன் இனத்தவர்கள்தாம்.

1406ஆம் வருடம் அப்போதிருந்த அவா ராஜ்ஜியம் இங்கு படையெடுத்து வந்து லாவுங்கெட் ராஜ்ஜியத்தைப் போரில் தோற்கடித்தது. தோற்றுப்போன மன்னர் மின் சாவ், அப்போதைய வங்காளப்பகுதிக்குத் தப்பிச்சென்றார். இரண்டு வருடங்களுக்குப் பிறகு அரக்கன் பகுதி ஹாந்தவாட்டி அரசின் கட்டுப்பாட்டுக்குள் சென்றது.

முன்பு டெல்லி சுல்தானின் கட்டுப்பாட்டிலிருந்த வங்காளப் பகுதியின் ஆட்சியாளர்கள், பதினான்காம் நூற்றாண்டின் மத்தியில் டெல்லி கட்டுப்பாட்டிலிருந்து தனியாகப் பிரிந்து, வங்காள சுல்தான்களாகச் சுதந்திரமாக ஆட்சி நடத்திக் கொண்டிருந்தனர். அவர்களின் வழியில் அப்போதிருந்த வங்காள சுல்தான் ஜலாலுதீன் முஹம்மது ஷாவிடம் வேலைக்குச் சேர்ந்த மின் சாவ், தனது திறமையால் படிப்படியாக உயர்ந்து சுல்தானின் நம்பிக்கைக்குரிய படைத்தளபதியாக மாறினார்.

பல வருடங்கள் அங்கே பணியாற்றியப் பிறகு, தனது நாட்டை மீட்டுத்தருமாறு சுல்தானிடம் கோரிக்கை வைத்தார் மின் சாவ். அவரின் கோரிக்கைக்குச் சுல்தான் ஒப்புக்கொள்ளவே, 1429ஆம் வருடம் வங்காளப் படைகளுடன் சென்று தனது ராஜ்ஜியத்தை மீட்டார் மின் சாவ். மீண்டும் முடிசூட்டிக்கொண்டதும் இம்முறை வங்காளச் சுல்தானுக்குக் கீழ்ப்படிந்த ஒரு மன்னராக ஆட்சி செய்தார் மின் சாவ் மோன். அதன் தலைநகர் லாவுங்கெட் நகரத்திலிருந்து மராக் உ நகரத்துக்கு மாறியது. நான்கு வருடகால ஆட்சிக்குப் பிறகு மின் சாவ் மோன் மரணமடைந்தார்.

மரணமடைந்த மன்னரின் ஒன்றுவிட்ட சகோதரன் மின் கயி, அலி கான் எனும் பட்டத்துடன் புதிய மன்னராக அரியணையேறினார்.

வங்காளச் சுல்தானுக்குக் கீழ்ப்படிந்த ராஜ்ஜியமாக இருந்தாலும் சுல்தானின் முழு ஆதரவைப் பெறுவதற்கான முயற்சியாக இந்த இஸ்லாமியப் பட்டத்தைத் தன் பெயருடன் இணைத்துக் கொண்டார் மின் கயி.

ஒருவேளை வருங்காலத்தில் ஏதாவது ஒரு பர்மிய ராஜ்ஜியத்தின் படை ஆக்கிரமிக்க வந்தால் வங்காளச் சுல்தானின் ஆதரவைச் சுலபமாகப் பெற இப்படி ஓர் ஏற்பாட்டை மன்னர் மின் கயி செய்திருக்கலாம். எது காரணமாக இருந்தாலும், அங்கு பௌத்த மதத்தைப் பின்பற்றும் ஒரு மன்னர் இஸ்லாமியப் பட்டத்தைத் தன் பெயருடன் சேர்த்துக்கொண்டது அதுவே முதல்முறை. அவருக்குப் பின் வந்த மன்னர்களும் இதே முறையைக் கடைப்பிடிக்க ஆரம்பித்தனர். அரக்கன் கடற்கரைப் பகுதி முழுவதையும் தன் கட்டுப்பாட்டில் கொண்டுவந்த மின் கயி, அவா ராஜ்ஜியத்துடனான பழைய பகையை மறந்து நட்பு பாராட்டினார்.

மின் கயிக்குப் பிறகு அவரது மகன் ப சாவ் பியூ, 1459ஆம் வருடம் புதிய மன்னராகப் பொறுப்பேற்றார். அப்போது, வங்காளச் சுல்தானத்தில் நடந்துகொண்டிருந்த உள்நாட்டுக் குழப்பங்களைத் தனக்குச் சாதகமாக்கிக் கொண்டு அப்பகுதியின் செழிப்புமிக்கத் துறைமுக நகரமான சிட்டகாங்கைக் கைப்பற்றித் தனது ராஜ்ஜியத்துடன் இணைத்தார் மன்னர் ப சாவ். இதனால், அரக்கன் பகுதிக்கும் வங்காளப் பகுதிக்கும் இடையே கலாச்சாரப் பரிமாற்றங்கள் நடந்தது மட்டுமில்லாமல், பெருமளவு இஸ்லாமிய மக்களும் அரக்கன் பகுதியில் குடியேற ஆரம்பித்தனர். 1482ஆம் வருடம் இறந்த மன்னர் ப சாவ் பியூவுக்குப் பின், சிட்டகாங் நகரம் கையை விட்டுப்போனது.

1531ஆம் வருடம் மன்னரான மின் பின் ஆட்சியின்போது, அப்பகுதியின் வலிமையான ராஜ்ஜியமாக உருமாறியது மராக் உ. டெல்லி சுல்தானம் மற்றும் அகோம் ராஜ்ஜியத்துக்கு எதிராக நடந்தப் போர்களால் வங்காளச் சுல்தானம் நாளுக்கு நாள் பலவீனமாகிக் கொண்டிருந்தது. இந்த வாய்ப்பை உபயோகித்து, சிட்டகாங், டாக்கா ஆகிய நகரங்களைக் கைப்பற்றினார் மின் பின். பின் அங்கிருந்து, சித்தார்த்தர் புத்தராக ஞானம் பெற்ற புத்த கயா'வுக்குப் படை பரிவாரங்களுடன் சென்று வழிபட்டார்.

அச்சமயத்தில் போர்த்துகீசியர்கள் தென்கிழக்காசியாவில் தவிர்க்க முடியாத சக்தியாக மாறியிருந்தார்கள். ஒருபுறம் தெற்கு

மற்றும் தென்கிழக்காசியாவின் சில அதிமுக்கியக் கடலோரப் பகுதிகளைத் தங்களின் கட்டுப்பாட்டில் வைத்துக்கொண்டு வணிகத்தில் சுறுசுறுப்பாக ஈடுபட்டுக்கொண்டிருந்த அவர்கள், மறுபுறம் வாய்ப்பு கிடைக்கும்போதெல்லாம் அன்று ஆசியாவிலிருந்த ராஜ்ஜியங்களின் உள் அரசியலில் மூக்கை நுழைத்து நாட்டாமை செய்யும் வேலையையும் பார்க்கத் தொடங்கி இருந்தனர்.

மேற்கில் கோவா, கிழக்கில் மலாக்கா என இரு பகுதிகளில் இருந்துகொண்டு வாசனைப் பொருட்களின் வணிகத்தை மேற்கொண்டிருந்தாலும், இவை இரண்டுக்கும் இடையே கடலோரமாக அமைந்திருந்த அரக்கன் பகுதியும் தங்களின் கட்டுப்பாட்டில் இருந்தால் செய்யும் வணிகத்துக்கு மேலும் அனுகூலமாக இருக்கும் என்று எண்ணிய போர்த்துகீசியர்கள், 1535ஆம் வருடம் மராக் உ ராஜ்ஜியத்தின் மீது படையெடுத்தனர்.

அரக்கன் படைகளை வழிநடத்திய மன்னர் மின் பின், போர்த்துகீசியர்களுடனான போரில் வெற்றிபெற்றார். சிறியதாக இருந்தாலும் மிகவும் கட்டுக்கோப்புடன் நேர்த்தியாகப் போரிட்ட போர்த்துகீசியப் படை, மன்னரைக் கவர்ந்தன. எனவே, அவர்கள் படையின் ஒரு பகுதியை வேலைக்கு எடுத்துத் தன் படைக்குப் பயிற்சிகொடுக்க வைத்தார். மேலும், போர்த்துகீசியர்களிட மிருந்து நவீன ஆயுதங்களையும் வாங்கிக்கொண்டார்.

டோவுங்கோ சாம்ராஜ்ஜியத்தின் மன்னர் பையின், மராக் உ ராஜ்ஜியத்துக்குப் படையெடுத்து வந்து அதைப் பாதியிலேயே நிறுத்திவிட்டு அயுதயாவுடனான போருக்குச் சென்றது தனிக்கதை. மன்னர் பையின் இறந்தபிறகு ஆட்சிக்கு வந்த அவரது மகன் நந்தா, தன் ராஜ்ஜியத்தில் ஒவ்வொரு பகுதியாக இழந்துகொண்டிருந்தார். ஒரு கட்டத்தில் தெற்குப் பர்மா மட்டுமே அவரின் கட்டுப்பாட்டில் இருந்தது.

டோவுங்கோவின் நிலையை அறிந்த அன்றைய அரக்கன் மன்னர் மின் ரசாகியி, தரை மார்க்கமாகவும், கடல் மார்க்கமாகவும் தெற்குப் பர்மாவுக்குப் படையெடுத்துச் சென்றார். 1599ஆம் வருடத்தின் இறுதியில் நடந்த போரில் மன்னர் நந்தா தோற்கடிக்கப்பட்டு தங்கம், வெள்ளி, விலைமதிப்பற்ற கற்கள், சிலைகள், எனக் கடந்த 60 வருடங்களாகச் சேர்க்கப்பட்டிருந்த டோவுங்கோவின் பொக்கிஷங்கள் அனைத்தும் மராக் உ நகருக்கு எடுத்துச் செல்லப்பட்டன. இவ்வாறு தெற்குப் பர்மா

நிலப்பரப்புக்குள் நுழைந்த ஒரே அரக்கன் மன்னர் மின் ரசாகியி மட்டுமே.

வங்காளச் சுல்தானமும் டோவுங்கோ சாம்ராஜ்ஜியமும் தத்தமது வீழ்ச்சியைச் சந்தித்துக் கொண்டிருந்தபோது மிகவும் வலிமையாக இருந்தது மராக் உ ராஜ்ஜியம். அதன் கடற்படை தென்மேற்கு வங்காளத்தின் சுந்தரவனக் கலிமுகத்திலிருந்து தென்கிழக்கு பர்மாவின் மர்தபான் வளைகுடா வரை கட்டுப்பாட்டில் வைத்திருந்தது. இதற்கு மிக முக்கிய காரணம் அந்நாட்டின் கடற்படையில் பணியாற்றிய போர்த்துகீசியர்களும் அவர்களிடமிருந்து தருவிக்கப்பட்டிருந்த நவீன ஆயுதங்களும்தாம்.

இந்தப் போர்த்துகீசியர்கள் கூலிப்படையைப்போல எந்த நாட்டின் சார்பாகவும் போரிடுவார்கள். இவர்களின் விசுவாசம் எப்போதுமே சந்தேகத்துக்கு உரியது என்றாலும், மராக் உ படையில் பணியாற்றிய போர்த்துகீசியர்கள் தலைவர் பிலிப்பே டி பிரிட்டோவைச் சிரியாம் பகுதியின் ஆளுநராக நியமித்தார் மன்னர் மின் ரசாகியி. பின் மூன்றே வருடங்களில் தன்னைச் சுதந்திர ஆட்சியாளராக அறிவித்துக்கொண்ட டி பிரிட்டோ, எதிர்த்து வந்த அரக்கன் படைகளைத் தோற்கடித்தார். இதுமட்டுமல்லாமல் சிட்டகாங் நகருக்கு அருகே இருந்த சான்திவீப் தீவும் பிலிப்பே கட்டுப்பாட்டில் இருந்தது.

சான்திவீப் தீவுபோல அரக்கன் கடலோரத்தை ஒட்டிப் பல சின்னஞ்சிறுத் தீவுகள் இருந்தன. அதில் கப்பல் ஓட்டுவதிலும் கொள்ளையடிப்பதிலும் கைதேர்ந்த பல போர்த்துகீசியக் கடல் கொள்ளையர்கள் வசித்து வந்தனர். அக்கொள்ளையர்கள் வங்காள மக்களைச் சிறைபிடித்து அவர்களை அடிமைகளாக மராக் உ ராஜ்ஜியத்தில் விற்பதை வாடிக்கைச் செய்து வந்தனர். அப்படி வங்காளத்திலிருந்து அரக்கன் பகுதிக்கு அடிமைகளாக விற்கப்பட்ட மக்களில் பலர் இஸ்லாமியர்கள்.

ஒரு கட்டத்தில் போர்த்துகீசியக் கடற்கொள்ளையர்கள் அரக்கன் பகுதிகளுக்குள் நுழைந்து கொள்ளையில் ஈடுபட்ட ஆரம்பித்தனர். அப்போதைய அரக்கன் மன்னர் மின் ரசாகியியால் இந்தப் பிரச்சனைக்கு நிரந்தரத் தீர்வு காண முடியவில்லை. அவருக்குப் பிறகு ஆட்சிக்கு வந்தவர்கள் கடற்கொள்ளையர்களைச் சமாளித்து பிரச்னையை ஓரளவுக்குக் கட்டுக்குள் கொண்டு வந்தனர்.

1666ஆம் வருடம் அன்றைய முகலாயப் பேரரசர் ஷாஜஹான் இறந்த பிறகு அவரது மகன்களிடையே மொகலாய

அரியணையைப் பிடிக்க ஏற்பட்ட போட்டியில், ஔரங்கசீபால் தோற்கடிக்கப்பட்ட ஷாஹ் சுஜா, வங்காளத்திலிருந்து கப்பல் வழியாகத் தப்பித்து மராக் உ ராஜ்ஜியத்துக்குள் தஞ்சம் புகுந்தார். அங்கிருந்து மெக்கா செல்வது அவரின் திட்டம். ஆனால், அப்போதைய அரக்கன் மன்னருடன் ஏற்பட்ட பிரச்சனையில் ஷாஹ் சுஜா கொல்லப்பட்டார். அதன் பிறகு, அவருடன் வந்த முகலாயர்கள் பலர் மராக் உ அரசில் பணிக்குச் சேர்ந்தனர்.

1700ஆம் வருடத்துக்குப் பின் மராக் உ மன்னரின் கட்டுப்பாட்டில் இருந்த அரக்கன் பகுதிகள் குறைந்துகொண்டே வந்தன. அத்துடன் சேர்த்து அரசு நிர்வாகமும் சிறிது சிறிதாகச் செயலிழந்து கொண்டிருந்தது. அரக்கன் பகுதியில் கலகங்களும் கலவரங்களும் ஓயாமல் நடந்தன. படைபலம் இருந்த பலர், மன்னர் பதவியை அபகரித்து அலங்கரித்தனர். அதுவும் ஒரு கட்டத்தில் மன்னரின் அதிகாரம் தலைநகருடன் சுருங்கிப்போனது.

1784ஆம் வருடம் பர்மியக் கொன்பாவுங் படைகள் தெற்குப் பர்மா வழியாக அரக்கன் மலைத்தொடரைக் கடந்து மராக் உ ராஜ்ஜியத்தினுள் நுழைந்தன. அந்தப் படைகள் மராக் உ படைகளைச் சுலபமாக வீழ்த்தி அரக்கன் பகுதியைக் கைப்பற்றின. அப்போது ஆட்சியில் இருந்த கடைசி அரக்கன் மன்னர் மகா தம்மாடா கைதுசெய்யப்பட்டு, கொன்பாவுங் தலைநகருக்குக் கொண்டு செல்லப்பட்டார்.

ஜனவரி 1, 1785ஆம் வருடம் அரக்கன் பகுதி முழுவதும் கொன்பாவுங் சாம்ராஜ்ஜியத்துடன் இணைக்கப்பட்டு அதன் சுதந்திரம் அதிகாரப்பூர்வமாக முடிவுக்கு வந்தது. வீடுகள், அரண்மனைகள், புராதானக் கட்டுமானங்கள் எனக் கண்ணில் படுபவை எல்லாம் எரித்துச் சாம்பலாக்கப்பட்டன. இதனால் அரக்கன் பகுதியின் கலாசார, அறிவுசார் விழுமியங்களில் பெரும்பான்மையானவை நிரந்தரமாக அழிந்துபோனது. வெற்றியின் சின்னமாக அரக்கனின் புகழ்பெற்ற மகாமுனி புத்தர் சிலை அன்றைய கொன்பாவுங் தலைநகர் அமரபுரா நகருக்கு எடுத்துச் செல்லப்பட்டது.

பர்மர் இன மக்களைப்போல அரக்கன் பகுதியில் பெரும் பான்மையாக இருந்த ராக்ஹீன் இன மக்களும் பௌத்த மதத்தைப் பின்பற்றிக் கொண்டிருந்தவர்கள்தாம். ஆனால், ஆக்கிரமிப்பு, படையெடுப்பு, நாடு பிடிப்பு என்று வந்துவிட்டால் மொழி, இனம், மதம் என எதுவுமே அதற்குத் தடையாக இருக்க முடியாது

பர்மா: ஓர் அரசியல் வரலாறு | 59

என்பது இந்த அரக்கன் பகுதி ஆக்கிரமிப்பின் மூலம் உறுதியானது.

அதேவேளையில் மொழி, இனம், மதம் ஆகியவற்றை அடிப்படையாக வைத்துப் பிரிவினைவாதம் பேசி, தீர்க்க முடியாத பிரச்சனைகளையும்கூட எளிதில் உருவாக்கிவிட முடியும். அதுவும், இதே அரக்கன் பகுதியில் வசித்து வந்த வங்காள மொழி பேசும் இஸ்லாமிய மக்களை முன்வைத்து கொன்பாவுங் சாம்ராஜ்ஜியம் கிளப்பிய பிரச்சனையின் மூலம் உறுதியானது. ஏனென்றால், அவ்வாறு பர்மியர்கள் குறிப்பிட்ட அடையாளத்தை முன்வைத்துக் கிளப்பிய பிரச்சனை அவர்களின் சுதந்திர ஆட்சிக்கே முடிவுரை எழுதி இன்று வரையில் தீர்க்க முடியாத பெரும் பிரச்சனையாக உருமாறியது.

இவ்வாறு அரக்கன் பகுதியை முன்வைத்து, வரப்போகும் காலத்தில் பிரச்சனைகள் உருவாகினாலும் பல நூற்றாண்டுகளாகத் தனித்திருந்த அரக்கன் பகுதியை அகன்று விரிந்திருந்த பர்மிய கொன்பாவுங் சாம்ராஜ்ஜியத்தின் ஆட்சிப்பகுதிக்குள் கொண்டுவந்தது மன்னர் போடாவ்பயாவின் தனிப்பட்ட சாதனை.

மேலும், அன்றைய பர்மாவில் பௌத்த மதத்தைச் சார்ந்த விசயங்களை ஒழுங்குபடுத்தியதும் மன்னரின் மற்றொரு குறிப்பிடத்தக்கச் சாதனை. முந்தைய காலகட்டங்களில் அங்கிருந்த வைதீக, வைதீகரல்லாத பௌத்தப் பிக்குகளுக் கிடையே ஏதேனும் ஒரு சடங்கை வைத்து அடிக்கடி பிரச்சனை கிளம்புவது வாடிக்கை. மன்னர்களைப் பொறுத்து இரு பிரிவுகளில் ஒன்றுக்கு அரசின் ஆதரவு கிடைக்கும்.

தான் ஆட்சிக்கு வந்ததும் வைதீகப் பிக்குகளுக்குத் தனது ஆதரவை அளித்த மன்னர் போடாவ்பயா, பௌத்தப் பிக்குகளுக்கான நடத்தையையும் செயல்பாட்டு நெறிமுறைகளையும் ஒழுங்கு படுத்தினார். பௌத்தப் பிக்குகளுக்கென ஏற்படுத்தப்பட்ட இந்த நெறிமுறைகளைக் கண்காணித்துச் செயல்படுத்தும் பொறுப்பு பர்மியப் பௌத்த மதத்தினரின் உச்சபட்ச அமைப்பான அன்றைய பௌத்தச் சங்கத்திடம் அளிக்கப்பட்டது.

இச்சங்கத்தின் மூத்த பிக்குகளின் நடவடிக்கைகளால் பர்மியப் பகுதியிலிருந்த பௌத்தப் பிக்குகளுக்கிடையே ஒழுக்கமும் கட்டுப்பாடும் மேம்பட்டது. சில வருடங்களிலேயே பௌத்தச் சங்கம் மிகவும் அதிகாரம் கொண்ட ஓர் அமைப்பாக மாறியது. பிறகு வருங்காலத்தில் சூழ்நிலைக்கேற்ப மதத்துக்குச் சம்மந்தம் இல்லாத வேறு சில பணிகளையும் மேற்கொண்டது.

7. முடிவல்ல, தொடக்கம்

பதினெட்டாம் நூற்றாண்டின் பிற்பகுதியில் நடந்த பிளாசி போரிலும், பக்ஸார் போரிலும் கிடைத்த வெற்றிகளால் பிரிட்டிஷ் கிழக்கிந்திய கம்பெனி அச்சமயம் இந்தியாவின் தனிப்பெரும் சக்தியாக மாறிவிட்டிருந்தது. இந்தப் போர்களின் முடிவில் செழிப்பான வங்காளப் பகுதி முழுவதும் பிரிட்டிஷ் கட்டுப்பாட்டுக்குள் சென்றது. வங்காளமும் அரக்கனும் அருகருகே இருந்த பகுதிகள். கொன்பாவுங் அரசு அரக்கன் பகுதியைத் தனது ராஜ்ஜியத்தில் இணைத்த பிறகு, பிரிட்டிஷ் இந்தியாவும் பர்மிய கொன்பாவுங் ராஜ்ஜியமும் அண்டை நாடுகளாகினர். ஆனால் இந்த இரண்டு பகுதிகளுக்கும் இடையேயான எல்லை தெளிவாக வரையறுக்கப்படவில்லை.

1794ஆம் வருடம் கொன்பாவுங் அரசை எதிர்த்து அரக்கன் பகுதி மக்கள் போராட்டத்தில் இறங்கினர். போராட்டம் பர்மியப் படைகளால் அடக்கப்பட்டபோது அம்மக்கள் ஆயிரக்கணக்கானோர் எல்லை தாண்டி வங்காளப்பகுதிக்குள் தப்பியோடினர். ஏற்கெனவே கொன்பாவுங் அரசவையில் பிரெஞ்சுக் கிழக்கிந்திய கம்பெனியின் ஆதிக்கம் இருந்தது இந்தியாவின் பிரிட்டிஷ் ஆட்சியாளர்களை உறுத்திக்கொண்டிருந்தது. இப்போது புதிய பிரச்னையாக எல்லை தாண்டி வந்துகொண்டிருக்கும் மக்கள் வேறு.

எனவே இந்த இரு காரணங்களை முன்வைத்து அன்றைய பிரிட்டிஷ் இந்திய அரசின் கவர்னர் ஜான் ஷோர், பர்மாவைப் பற்றி முழுவதுமாக அறிந்திடவும் பர்மிய மன்னரைச் சந்தித்து வணிகம் குறித்துப் பேசிடவும் கேப்டன் மைக்கேல் சிம்ஸ்

தலைமையில் ஒரு குழுவைப் பர்மாவுக்கு அனுப்பினார். மன்னரைப் பார்க்க அனுமதி கோரிய கேப்டன் சிம்ஸ் இரு மாதங்கள் காக்க வைக்கப்பட்டார். அதற்குப் பிறகு. மன்னரைச் சந்தித்தபோதும்கூட அங்கிருந்த வரவேற்பு சொல்லிக் கொள்ளும்படி இல்லை.

1799ஆம் வருடம் மீண்டுமொரு முறை அரக்கன் பகுதியில் வசித்து வந்த ஆயிரக்கணக்கான இஸ்லாமிய மக்கள் அங்கிருந்த பர்மிய அரசு அதிகாரிகளால் துரத்தப்பட்டு வங்காளத்துக்குள் அகதிகளாகச் சென்றனர். இதுகுறித்து பேச மீண்டும் பர்மா சென்ற பிரிட்டிஷ் அதிகாரி சிம்ஸிடம் வங்காளப்பகுதிக்குரிவர்கள் பர்மிய மண்ணிலிருந்து வெளியேற்றப்படுவார்கள் என்று சொல்லியது பர்மிய அரசாங்கம். மேலும் இதைப்பத்தி பேச ஒன்றும் இல்லை என்பதுபோல எச்சரிக்கும் தொனியிலும் பதிலளித்தது. பேச்சுவார்த்தையில் எந்த முடிவும் எட்டப்படாமல் சிம்ஸ் இந்தியா திரும்பினார். இந்தச் சம்பவத்துக்குப் பிறகு இருபக்கத்திலிருந்தும் எந்த ஒரு தொடர்பும் ஏற்படவில்லை.

பிரிட்டிஷ் இந்திய அரசுடன் பர்மியச் சாம்ராஜ்ஜியத்தின் உறவு இப்படி இருக்க, மறுபுறம் அஸ்ஸாம் ராஜ்ஜியத்தின் அரசியலில் மூக்கை நுழைத்தனர் பர்மியர்கள். 1816, 1819 ஆகிய வருடங்களில் அஸ்ஸாமின் அகோம் ராஜ்ஜியத்தின் ஆட்சியைக் கைப்பற்ற அங்கிருந்த அரச வம்சத்தைச் சேர்ந்த இருவர் மோதிக் கொண்டனர். அங்கே படையுடன் சென்று தங்களுக்கு ஆதரவான ஆட்சி அமைய நடவடிக்கை மேற்கொண்டது கொன்பாவுங் ராஜ்ஜியம்.

மன்னர் போடாவ்பயாவுக்குப் பிறகு 1819ஆம் வருடம் புதிய மன்னராக பாகியிடாவ் ஆட்சிக்கு வந்தார். புதிய மன்னர் வந்ததும் வழக்கம்போல பர்மிய அரசின் கட்டுப்பாட்டில் இருந்த மணிப்பூர், சச்சார், அகோம் ஆகிய ராஜ்ஜியங்கள் போர்க்கொடி தூக்கின. அடிபணியுமாறு புதிய மன்னரிடமிருந்து ஓலை வந்ததும் அவர்கள் அனைவரும் நேரே பிரிட்டிஷ் இந்திய அரசிடம் சென்று முறையிட்டனர்.

எல்லைத் தாண்டிய அரக்கன் பகுதி மக்களை முன்வைத்து உரசல் தொடங்கியபோதே கொன்பாவுங் ராஜ்ஜியத்தைப் பற்றி அனைத்துத் தகவல்களையும் தெரிந்து வைத்திருந்தது பிரிட்டிஷ் அரசு. ஆனால், பர்மாவை எதிர்த்துப் படையெடுப்பு மேற்கொள்ளும் அளவுக்குச் சரியான காரணம் கிடைக்கவில்லை.

இப்போது, வடகிழக்கு ராஜ்ஜியங்களான மணிப்பூர், சச்சார், அகோம் ஆகியவை பர்மிய அச்சுறுத்தல் குறித்து பிரிட்டிஷ் அரசிடம் முறையிட்டதால் பர்மிய ராஜ்ஜியத்துக்கு முடிவு கட்டும் முடிவுக்கு வந்தது பிரிட்டிஷ் அரசு.

போரின் வழியாக முதலில் பர்மிய ராஜ்ஜியத்தை வழிக்குக் கொண்டு வருவதன் மூலம் தனது பரம விரோதியான பிரெஞ்சு கம்பெனியின் ஆதிக்கத்துக்கு அங்கே முடிவுகட்டுவதுபோலவும் ஆகிவிடும். பிரிட்டிஷ் கிழக்கிந்திய கம்பெனிக்குக் கடை விரிக்கப் புதிய சந்தையும் கிடைத்ததுபோல ஆகிவிடும். அதே பழைய ஃபார்முலாதான். ஒரே கல்லில் இரண்டு மாங்காய். அடித்துப் பார்க்கத் தயாராகியது பிரிட்டிஷ் படை.

இந்தியப் பகுதியின் வடகிழக்கு ராஜ்ஜியங்களைத் தாக்கினால் அவர்களுக்கு ஆதரவாகப் பிரிட்டிஷ் படைகள் களமிறங்கும் என்பது மன்னர் பாகியிடாவுக்குத் நன்றாகத் தெரியும். எனவே, அவர்களையும் சேர்த்துச் சமாளிக்கப் பர்மிய மன்னர் சில முன்னெடுப்புகளை மேற்கொண்டார். ஆனால் அவர்களின் வலிமையைப் பற்றி மன்னர் முழுவதுமாக தெரிந்திருக்கவில்லை.

1824ஆம் வருடத்தின் தொடக்கத்தில் சச்சார், அஸ்ஸாம் பகுதிகளுக்குத் தனது படைகளை அனுப்பியது கொன்பாவுங் அரசு. அங்கு ஏற்கெனவே தயாராக இருந்த பிரிட்டிஷ் படைகளுடன் போர் தொடங்கியது. கடினமான நிலப்பரப்பிலேயே காலம் காலமாகப் போர் புரிந்துவந்திருந்த பர்மியர்களின் கை இங்கும் ஆரம்பம் முதலே ஓங்கியது. மேலும், எல்லை தாண்டிச் சென்று கல்கத்தா நகரத்திலும் தாக்குதல் நடத்தி, பிரிட்டிஷ் தரப்புக்கு ஆச்சரியத்தை அளித்தது பர்மியப் படை.

முதலில் திகைத்துப்போன பிரிட்டிஷார்கள், பின் சமயோசிதமாக யோசித்து ஒரு பெரும்படையுடன் பர்மாவின் யாங்கூன் நகருக்கு வந்திறங்கினர். மன்னரின் உடனடி அழைப்பின் பெயரில் வெளியில் போர் புரிந்துகொண்டிருந்த பர்மியப் படைகளும் யாங்கூன் நகருக்கு வந்து சேர்ந்தது. போர்க்களம் பர்மாவுக்கு மாறியது. பர்மியப் படைகளை ஒப்பிடும்போது பிரிட்டிஷ் படைகள் சிறியதாக இருந்தாலும், நவீன ஆயுதங்களும் வியூகங்களும் அவர்களை வெற்றியை நோக்கி நகர்த்தின. பர்மிய ராஜ்ஜியத்தின் நீண்ட கால விரோதியான தாய்லாந்தின் சியாம் அரசு, தன் பங்கிற்குப் பிரிட்டிஷ் தரப்புக்கு வேண்டிய உதவிகளைச் செய்தது.

1825ஆம் வருடத்தின் மத்தியில் பர்மாவின் அரக்கன் பகுதியும் டெனாசெரிம் பகுதியும் பிரிட்டிஷ் படையின் கட்டுப்பாட்டுக்குள் வந்தன. அடுத்த 1826ஆம் வருடத்தின் தொடக்கத்தில் பர்மிய மன்னர் தனது தோல்வியை ஒப்புக்கொண்டார். இதையடுத்து முதலாம் ஆங்கிலேய-பர்மியப் போர் முடிவுக்கு வந்தது. இருபுறமும் இழப்புகள் கடுமையாகவே இருந்தன. இரு அரசுகளுக்குமிடையே யாண்டபோ ஒப்பந்தம் கையெழுத்தானது.

இந்த ஒப்பந்தத்தின் படி மணிப்பூர், அசாம், சச்சார் ஆகிய பகுதிகளின் மேல் இனி பர்மா உரிமை கோரமுடியாது எனச் சொல்லப்பட்டது. ஆனால், போரின்போது கைப்பற்றப்பட்ட பர்மியப் பகுதிகளான அரக்கனும் டெனாசெரிமும் இனி பிரிட்டிஷ் வசம் இருக்கும். மேலும், நான்கு தவணைகளில் சுமார் ஒரு மில்லியன் பவுண்ட் இழப்பீட்டுத் தொகையைப் பர்மிய அரசாங்கம் பிரிட்டிஷ் அரசுக்கு வழங்க வேண்டும் எனவும் ஒப்பந்தத்தில் குறிப்பிடப்பட்டிருந்தது.

அதுகாலம் வரையில் கிழக்கிந்திய கம்பெனி மேற்கொண்ட வற்றில் இதுதான் மிகவும் விலையுயர்ந்த போர். போருக்குப் பல வகையிலும் செலவாகி இருந்ததால் பிரிட்டிஷ் இந்திய அரசின் பொருளாதாரம் போரின் முடிவில் கடுமையாகப் பாதிக்கப் பட்டது. மேலும், வங்காளப் பகுதியில் வணிகத்தில் ஈடுபட்டிருந்த கிழக்கிந்தியக் கம்பெனியின் நிறுவனங்கள் அனைத்தும் கிட்டத்தட்ட திவாலாகும் நிலைமைக்கு வந்தன.

மறுபுறம், பர்மிய மன்னருக்கு இத்தோல்வி மிகப்பெரும் அவமானத்தை ஏற்படுத்தியிருந்தது. ராஜ்ஜியத்தின் சில பகுதிகளை இழந்தது மட்டுமல்லாமல், ஒரு தலைமுறையைப் போருக்குக் காவு கொடுக்கப்பட்டிருந்தது. ஒப்பந்தத்தில் குறிப்பிட்டிருந்த இழப்பீட்டை மிகவும் சிரமப்பட்டுதான் கொடுத்தார் மன்னர். போருக்கு உண்டான செலவுகள் மட்டுமல்லாமல், இழப்பீடு கொடுத்த வகையிலும் பர்மிய அரசுக்குக் கடும் நிதி நெருக்கடி ஏற்பட்டது. விவசாயம், வணிகம் என வருவாய் அளிக்கும் துறைகளும் பாதிக்கப்பட்டிருந்தன. இறுதியில், அதிகாரம் மன்னரின் கையைவிட்டுப்போனது. அவரது தம்பி புதிய மன்னரானார்.

யாண்டபோ ஒப்பந்தத்துக்குப் பிறகு பிரிட்டிஷ் வணிகர்கள் பர்மாவில் தங்களது வியாபாரத்தைத் தொடங்கினர். இருபுறமும் பரஸ்பரம் எந்தப் பிரச்சனையும் இல்லாமல் இருபத்தைந்து

வருடங்கள் நகர்ந்தன. 1851ஆம் வருடம் பிரிட்டிஷ் வணிகர்கள் சுங்க வரி செலுத்தாமல் ஏமாற்றுவதைக் கண்டுபிடித்த கொன்பாவுங் அரசு, அவர்களுக்கு அபராதம் விதித்து எச்சரிக்கையும் செய்தது. அவர்கள், கல்கத்தாவில் இருந்த அப்போதைய பிரிட்டிஷ் இந்திய அரசின் கவர்னர்-ஜெனரல் டல்ஹவுசியிடம் முறையிட்டனர். டல்ஹவுசியின் உத்தரவின் பெயரில் கடற்படை தளபதி ஜார்ஜ் லாம்பெர்ட், பர்மிய மன்னரிடம் பேச்சுவார்த்தை நடத்தினார்.

பேச்சுவார்த்தையின் முடிவில் பிரிட்டிஷாருக்குச் சாதகமாக மேலும் பல சலுகைகளை அளித்தார் பர்மிய மன்னர். பின் அங்கிருந்து கிளம்பி யாங்கூன் துறைமுகத்துக்குச் சென்ற பிரிட்டிஷ் தளபதி லாம்பெர்ட், துறைமுகத்தைத் தனது கட்டுப்பாட்டிற்குள் கொண்டு வந்து, பர்மிய அரசுக்கு அதிர்ச்சி அளித்தார். லாம்பெர்ட் இப்படி நடந்துகொள்ளக் காரணம் டல்ஹவுசி.

டல்ஹவுசி வெறும் 36 வயதில் இந்தியாவின் கவர்னர்-ஜெனரல் பொறுப்பை ஏற்றுக்கொண்டு தன் ராணுவ நடவடிக்கைகளின் மூலம் மிகப்பெரும் ஆக்கிரமிப்பாளர் எனப் பெயரெடுத்தவர். இவரது வாரிசு இழப்புக் கொள்கையின் (Doctrine of Lapse) வழியாகப் பல இந்தியச் சமஸ்தானங்கள் பிரிட்டிஷ் ஆட்சியின் கீழ் கொண்டுவரப்பட்டன. மேலும், இவரது தனிப்பெரும் முயற்சியால் சீக்கியச் சாம்ராஜ்ஜியத்தின் ஆட்சி முடிவுக்குக் கொண்டுவரப்பட்டு அதன் கடைசி மன்னரிடமிருந்த கோஹினூர் வைரம் பிரிட்டிஷ் ராணிக்குப் பரிசாக வழங்கப்பட்டது. அப்பேற்பட்ட ஆக்கிரமிப்பாளர் டல்ஹவுசி. அதனால் அவர் பேச்சுவார்த்தைக்கு ஒரு புறம் ஆள் அனுப்பினாலும் மறுபுறம் வேறு கணக்குகளையும் போட்டுக்கொண்டிருந்தார்.

அன்றைய கல்கத்தாவிலிருந்து சிங்கப்பூர் வரையிலான கடற்கரைப் பகுதிகள் பிரிட்டிஷ் கட்டுப்பாட்டில் இருந்தாலும், தெற்குப் பர்மியக் கடற்கரைப் பகுதி மட்டும் அவர்கள் கட்டுப்பாட்டில் இல்லை. அதுமட்டுமல்லாமல் தெற்குப் பர்மா காடுகளில் இருந்த பல்லாயிரக்கணக்கான தேக்கு மரங்களின் மீது அன்றைய பிரிட்டிஷ் வியாபாரிகளுக்கு ஒரு கண் இருந்தது. என்னதான் பர்மாவில் வியாபாரத்தைத் தொடங்கினாலும் அதை அடுத்த கட்டத்துக்கு எடுத்துச் செல்லவேண்டுமென்ற பேராசை அவர்களிடம் இருந்தது.

எனவே, மீண்டும் அதே பழைய பழமொழி. ஒரே கல்லில் இரண்டு மாங்காய். பர்மா மீது போர்தொடுத்தால் லண்டனில் இருந்த எஜமானர்களுக்குத் தகுந்த காரணத்தைக் கூற வேண்டும். ஆனால் அது கிடைக்கிறது புடலங்காய் என்றார் டல்ஹவுசி. அவருக்கு அந்தப் புடலங்காயை விட இந்த இரண்டு மாங்காய் முக்கியம். எனவே வழக்கம்போல ஒப்புபெறாத புடலங்காய்க் காரணங்களைக் கூறி இரண்டாம் ஆங்கிலேய-பர்மியப் போரை யாங்கூன் துறைமுகத்தைக் கைப்பற்றி அதிகாரப்பூர்வமாகத் தொடங்கி வைத்தது பிரிட்டிஷ் படை.

1852ஆம் வருடத்தின் மத்தியில் மர்தபான் துறைமுகமும், அதற்குப்பிறகு ப்ரோமே, பாஸின், பெகு எனத் தெற்கு பர்மாவின் முக்கியமான நகரங்களும் ஒன்றன்பின் ஒன்றாகப் பிரிட்டிஷ் படையால் கைப்பற்றப்பட்டது. அந்த வருடத்தின் மழைக்காலத்தின்பொழுது தெற்குப் பர்மியப் பகுதியைப் பிரிட்டிஷ் இந்தியாவுடன் இணைக்கப்பட்டதற்கான ஒப்புதல் லண்டனிலிருந்த பிரிட்டிஷ் அரசிடமிருந்து பெறப்பட்டது.

டிசம்பர் மாதம் தெற்குப் பர்மாவைப் பிரிட்டிஷ் இந்தியாவுடன் இணைத்துவிட்டதாகப் பர்மிய மன்னருக்குச் செய்தி தெரிவிக்கப்பட்டது. 1853ஆம் வருடத்தின் தொடக்கத்தில் போர் முடிவுக்கு வந்ததாகப் பிரிட்டிஷ் தரப்பிலிருந்து அறிவிக்கப் பட்டது. அவர்கள் தேவைக்கு அவர்களாகவே ஆரம்பித்த போர், அவர்களுக்குத் தேவையானதை அபகரித்துக் கொண்ட பிறகு அவர்கள் வாயாலேயே முடிந்துவிட்டதாகச் சொல்லப்பட்டது. எனவே இந்தமுறை எந்த ஒப்பந்தமும் கையெழுத்திடப்பட வில்லை.

மீண்டும் ஒரு பகுதியை, அதுவும் மிக முக்கியமான தெற்கு பர்மியப் பகுதியை இழந்திருந்தது கொன்பாவுங் ராஜ்ஜியம். கடல் வணிகத்தின் மூலம் இத்தனைக் காலம் பர்மிய அரசு ஈட்டிய வருவாய் கேள்விக்குறியானது. அதைவிட இனி மத்தியப் பர்மாவிலிருந்து கடலை அடையப் பிரிட்டிஷ் கட்டுப் பாட்டிலுள்ள பகுதிக்குள் சென்றாக வேண்டிய நிலை உருவாகியது. பொது மக்கள் கொந்தளித்தார்கள். தலைநகர் அவா பகுதியில் கலகம் வெடித்து, அப்போதைய பர்மிய மன்னர் பாகன் மின் பதவி இறக்கப்பட்டார். அவரது ஒன்றுவிட்ட சகோதரர் மிண்டோன் மின் புதிய மன்னராகப் பொறுப்பேற்றார். கொன்பாவுங் சாம்ராஜ்யத்தின் புதிய தலைநகராக மாண்டலே நகரம் உருவாகியது. வெவ்வேறு காலங்களில் தலைநகர்களாக

இருந்த அவா, அமரபுரா, மாண்டலே ஆகிய இம்மூன்று நகரங்களும் அருகருகே வெறும் 20 மைல் சுற்றளவுக்குள்ளாகவே அமைந்திருந்தன.

புதிய மன்னர் வந்ததும் புதிய முன்னெடுப்புகள் மேற்கொள்ளப் பட்டன. தொழில் புரட்சி குறித்து அறிய பிரான்ஸ், இத்தாலி, அமெரிக்க, பிரிட்டன் ஆகிய நாடுகளுக்குப் பர்மிய அரசு சார்பில் குழுக்கள் அனுப்பி வைக்கப்பட்டன. அதன் பலனாகப் பர்மாவில் இயந்திரமயமாக்கல் நடந்தது. அரசு அதிகாரிகளுக்கு மாதச்சம்பளம் வழங்கும் நடைமுறையைத் தொடங்கியது, விரிவான குற்றவியல் தண்டனைச் சட்டங்களை அறிமுகப் படுத்தியது, சர்வதேச வணிகத்தை மேம்படுத்த நடவடிக்கைகள் எடுத்தது, வரி சீர்திருத்தங்கள் மேற்கொண்டது, காவல் துறையை உருவாக்கியது என நவீன உலகத்துக்கான அடையாள மாற்றங்களாகக் கருதப்பட்ட விசயங்கள் ஒன்றன்பின் ஒன்றாக பர்மிய அரசு நிர்வாகத்தில் அறிமுகப்படுத்தப்பட்டன.

மன்னர் மிண்டோன் மின் ஐந்தாவது பௌத்தச் சபையை 1871ஆம் வருடம் மாண்டலே நகரில் கூட்டினார். பௌத்த சபை என்பது பௌத்த பிக்குகள் கூடும் ஒரு நிகழ்வு. இந்த நிகழ்வில் புத்தரின் போதனைகள் அனைத்தும் இத்தனை நூற்றாண்டு காலத்தில் ஏதேனும் மாறுதலுக்கு உட்படுத்தப்பட்டுள்ளதா என்று பழைய பாலி மொழியில் தொகுக்கப்பட்டிருந்த பௌத்த நியதிகள் மூலம் சரிபார்க்கப்பட்டது. சுமார் இரண்டாயிரத்துக்கும் மேற்பட்ட பௌத்தப் பிக்குகள் கலந்து கொண்ட இந்நிகழ்வு ஐந்து மாதங்கள் நடந்தன.

இதற்கு முன் முதல் நான்கு பௌத்தச் சபைகள் இந்தியாவில் நடந்தது. அதிலும், கடைசியாக நடந்த நான்காவது சபை மன்னர் கனிஷ்கர் காலத்தில் கி.பி 78ஆம் வருடத்தில், அதாவது, முதலாம் நூற்றாண்டில்தான் நடந்திருந்தது. அது முடிந்து கிட்டத்தட்ட 18 நூற்றாண்டுகள் கழித்து ஐந்தாவது பௌத்தச் சபையை மன்னர் மிண்டோன் மின் கூட்டியது அவரின் சாதனையாகக் கருதப்பட்டது.

ஆனால், இந்தியாவில் நடந்த முதல் நான்கு பௌத்தச் சபைகளில் பல்வேறு நாடுகளிலிருந்தும் பௌத்தப் பிக்குகள் கலந்து கொண்டனர். ஆனால், யாங்கூனில் நடந்த இந்தப் பௌத்தச் சபையில் பர்மியப் பகுதியில் இருந்த பௌத்தப் பிக்குகள் மட்டுமே பிரதானமாகக் கலந்துகொண்டனர். பௌத்த மதத்தைப்

பின்பற்றும் பிற நாடுகளிலிருந்த பெரும்பான்மையான பௌத்த பிக்குகள் இந்நிகழ்வில் கலந்து கொள்ளவில்லை. எனவே இதை ஐந்தாவது பௌத்த சபையாகக் கருதமுடியாது என்பது சிலரது வாதமாக உள்ளது.

பர்மாவில் பௌத்த மதத்தின் தனிப்பெரும் புரவலராக இருந்தும், மன்னரிடம் மதச் சகிப்புத்தன்மை நிறையவே இருந்தது. அதற்கு மிகச்சிறந்த எடுத்துக்காட்டு தனது மகன் திபாவ் மின்னைக் கிறிஸ்துவ மிஷனரி நடத்திய பள்ளியில் படிக்க வைத்தது. அடுத்த 25 வருடங்கள் ஆட்சியில் இருந்த மன்னர் மிண்டோனுக்கு அருகே, தெற்குப் பர்மாவில் இருந்த ஆங்கிலேயர்களுடன் எந்தப் பிரச்னையும் ஏற்படவில்லை.

1857ஆம் வருடம் இந்தியாவில் நடந்த சிப்பாய் கலகத்தைத் தொடர்ந்து கிழக்கிந்திய கம்பெனியின் ஆட்சி அகற்றப்பட்டு பிரிட்டன் அரசே நேரடியாக இந்திய அரசு நிர்வாகத்தைக் கையிலெடுத்தது. இந்தக் காலகட்டங்களில் பிரிட்டிஷ் அரசு இந்தியாவுக்குள்ளேயே பல சவால்களைச் சந்திக்க நேர்ந்ததால் அவர்களால் மிண்டோனுக்கு எந்தப் பிரச்னையும் ஏற்படவில்லை.

மன்னர் மிண்டோனின் இறுதிக் காலத்தில் அவருடைய ராணி ஹிசின்பியூமஷின், நிழல் மன்னராக ஆட்சியில் ஆதிக்கம் செலுத்தினார். ராணிக்கு ஆண் வாரிசு இல்லாததால் தன் மகள் சுபாயாகியியின் கணவரான திபாவ் மின்னை அடுத்த மன்னராக்கத் திட்டமிட்டார். இதற்காக, மன்னர் பதவிக்குப் போட்டியாகக் கருதப்பட்ட அரச வாரிசுகள் அனைவரும் ராணியின் உத்தரவின் பேரில் கொல்லப்பட்டனர்.

இங்கே ஒரு கேள்வி வரலாம். திபாவ் மின் பர்மிய மன்னர் மிண்டோனின் மருமகனா? இவர் கிறிஸ்துவ மிஷனரியில் படித்த மன்னருடைய மகன் என்றல்லவா முந்தைய பத்தியில் பார்த்தோம். பிறகு அது பொய்யா? இல்லை. இரண்டுமே உண்மைதான்.

மன்னர் மிண்டோனின் ஒரு ராணிக்குப் பிறந்த திபாவ் மின்னும் மற்றொரு ராணிக்குப் பிறந்த சுபாயாகியியும் திருமணம் செய்து கொண்டனர். என்ன இது கன்றாவி என்று தோணலாம். ஆனால், அக்காலத்தில் ஆட்சியைப் பிடிக்க இதுவும் ஒரு வழிமுறை. பதவிக்காகத் தந்தையின் ராணிகளைத் திருமணம் செய்து கொண்டு மன்னர் பதவியை அலங்கரித்த மகன்களும் உண்டு. சரி

சரி, அந்தப்புர விசயங்களைத் தவிர்த்துவிட்டு முக்கிய விஷயத்துக்கு வருவோம். மன்னர் மிண்டோன் 1878ஆம் வருடம் தன் மூச்சை நிறுத்தினார். எவ்விதச் சிக்கலுமின்றி முன்பே திட்டமிட்டதுபோல மன்னராக அரியணை ஏறினார் திபாவ் மின்.

1880ஆம் வருடத்துக்குப் பிறகு பர்மிய மன்னருக்கும் பிரிட்டிஷ் இந்திய அரசுக்குமான உறவு நிலை மோசமடைந்தது. ஒருபுறம் தன்னைப் பார்க்க அரண்மனைக்குள் நுழையும் எந்த ஒரு பிரிட்டிஷ் அதிகாரியும் தன் காலணிகளைக் கழட்டுவதில்லை, தனக்கென எந்தவித மரியாதையையும் பிரிட்டிஷ் ஆட்சியாளர்கள் தருவதில்லை என மன்னர் கோபம்கொண்டார். மறுபுறம், தங்களிடம் இருக்கும் பர்மியப் பகுதிகளை மீட்கும் எண்ணமும் மன்னருக்கு இருந்தது. இதனால் பிரெஞ்சு நாட்டுப் படைகளுடன் கைகோர்த்துக்கொண்டு பிரிட்டிஷை எதிர்க்கத் துணிந்துவிட்டார்.

1885ஆம் வருடம் டோவுங்கோ பகுதியிலிருந்து அனுமதித்ததையும்விட அதிக அளவில் தேக்கு மரங்களை வெட்டியதாக பம்பாய் பர்மா வணிக நிறுவனத்தின் மீது குற்றம் சாட்டப்பட்டு, அந்நிறுவனத்துக்குப் பர்மிய அரசு நீதிமன்றத்தால் அபராதம் விதிக்கப்பட்டது. மேலும், அந்நிறுவனத்திடமிருந்த தேக்கு மரக்கட்டைகள் சிலவற்றையும் பர்மிய அரசு பறிமுதல் செய்தது.

உடனே பிரிட்டிஷ் இந்திய அரசு பம்பாய் பர்மா நிறுவனத்தின் மீதிருந்த குற்றச்சாட்டுகளை மறுத்தது. தாங்கள் நியமிக்கும் மத்தியஸ்தர் மூலம் சுமுகமாகப் பேசி பிரச்சனையை முடிவுக்குக் கொண்டுவரக் கோரியது. ஆனால் பர்மிய அரசு அக்கோரிக்கையை ஏற்கவில்லை. அடுத்தகட்ட நடவடிக்கையாக அக்டோபர் மாதத்தில் பிரிட்டிஷ் அரசு தனக்குத் தேவைப்பட்ட அனைத்துவிதக் கோரிக்கைகளையும் பர்மிய அரசுக்குப் பட்டியலிட்டுத் தெரிவித்தது. அதைக் குறிப்பிட்ட காலத்திற்குள் பர்மிய அரசு ஒப்புக்கொள்ளவேண்டுமெனக் கெடுவும் விதித்தது.

அக்கோரிக்கைகளின் சாராம்சம் இதுதான்:

பிரிட்டிஷ் அரசின் சார்பில் நியமிக்கும் தூதரைப் பர்மிய அரசு ஏற்றுக்கொள்ள வேண்டும். அத்தூதர் வரும் வரை சம்பந்தப்பட்டப் பிரிட்டிஷ் தனியார் நிறுவனத்தின் மீது எந்த நடவடிக்கையும் எடுக்கக்கூடாது. பிரிட்டிஷ் இந்திய அரசிடம் பர்மிய ராஜ்ஜியத்தின் வெளியுறவுத் தொடர்புகளைக் கவனிக்கும்

பொறுப்பை முழுவதுமாகக் கொடுத்துவிட வேண்டும். மேலும் வடக்குப் பர்மா வழியாகச் சீனாவுடன் வணிகம் மேற்கொள்ளத் தேவையான ஏற்பாடுகளைப் பர்மிய அரசு பிரிட்டிஷ் தரப்புக்கு ஏற்படுத்தித் தரவேண்டும்.

மேலே சொல்லப்பட்டவை பிரிட்டிஷ் அரசின் கோரிக்கைகள் எனச் சொல்லப்பட்டாலும் கட்டளைகளைப்போல இருந்தது. இவையனைத்தையும் ஏற்றுக்கொண்டால் அதற்குப்பிறகு பர்மிய அரசு சுதந்திரமாகச் செயல்பட முடியாது என்பதை மன்னர் உணர்ந்திருந்தார். எனவே, கோரிக்கைகளை ஏற்கமுடியாது எனப் பிரிட்டிஷ் அரசிடம் சொல்லிவிட்டார்.

உடனே பிரிட்டிஷ் இந்திய அரசு லண்டனுக்கு ஒரு கடிதம் எழுதியது. பர்மிய மன்னர் திபாவ் மின் சர்வாதிகாரக் கொடுங்கோல் ஆட்சியால் பர்மிய மக்களையெல்லாம் கொடுமைப்படுத்துகிறார் என்றும், அவரிடம் இருந்து பர்மிய மக்களுக்கு விடுதலை பெற்றுத்தந்து அவர்கள் நலமும், வளமும் பெற்று வாழ எல்லாம் வல்லப் பிரிட்டிஷ் மகாராணியின் பொற்கால ஆட்சி பர்மாவில் மலர வேண்டுமென்று என்றும் குறிப்பிடப்பட்டது. விளைவு, மூன்றாவது முறையாகப் போர் முரசு கொட்டியது.

பிரிட்டிஷ் படைகள் தயார்ப்படுத்தப்பட்டன. ஆனால் மத்தியப் பர்மாவின் பூகோளத்தைப் பற்றி பிரிட்டிஷாருக்கு அதிகம் தெரிந்திருக்கவில்லை. அதிலும், அங்கிருந்த அடர்வனங்களைத் தாண்டிப் படைகளை முன்னெடுத்துச் செல்வது மிகவும் சவாலான காரியம். எனவே படைகளைத் தெற்குப் பர்மாவிலிருந்து ஐராவதி நதி வழியே படகுகளில் கொண்டு செல்ல முடிவெடுக்கப்பட்டது. ஆங்காங்கே எழுந்த சில தாக்குதல்களைத் தவிரப் பிரிட்டிஷ் படைகளுக்குப் பெரிதாக எந்த எதிர்ப்பும் ஏற்படவில்லை. ஏனென்றால், முன்னரே பிரிட்டிஷ் படைகளை எதிர்த்து எந்தவிதத் தாக்குதலையும் நடத்த வேண்டாம் என்ற உத்தரவு மன்னரிடமிருந்து பர்மியப் படைகளிடம் தெரிவிக்கப் பட்டிருந்தது.

நவம்பர் 26ஆம் தேதி பிரிட்டிஷ் படைகள் அப்போதைய கொன்பாவுங் தலைநகரான அவா பகுதியை அடைந்தது. அன்றே மன்னர் திபாவ் மின் அனுப்பிய தூதுவர், பிரிட்டன் தளபதி ப்ரென்டெர்காஸ்ட் தலைமையிலான பிரிட்டிஷ் தரப்பைச் சந்தித்து மன்னர் சரணடைய உத்தேசித்திருப்பதைக் கூறினார்.

அடுத்த இருநாட்களில் மத்தியப் பர்மா முழுவதும் பிரிட்டிஷ் படைகளின் கட்டுப்பாட்டுக்குள் வந்தது. நவம்பர் 29, 1885 அன்று மன்னர் திபாவ் மின் நாடு கடத்தப்பட்டார். அத்துடன் பர்மாவில் மன்னராட்சி முழுவதுமாக முடிவுக்குக் கொண்டுவரப்பட்டது. இந்த முறை பகுதிகளாக இல்லாமல் எஞ்சியிருந்த கொன்பாவுங் ராஜ்ஜியம் முழுவதையும் அபகரித்தது பிரிட்டிஷ் அரசு.

8. ஒரு புதிய (பழைய) உதயம்

மூன்று போர்களின் வழியாகப் பர்மியப் பகுதிகளை ஒன்றன்பின் ஒன்றாகப் ஆக்கிரமித்து, அனைத்தையும் ஒன்றிணைத்து, ரங்கூனைத் தலைநகராகக் கொண்ட பர்மா எனும் மாகாணத்தை உருவாக்கியது பிரிட்டிஷ் அரசு. 1886ஆம் வருடம் இந்தப் புதிய மாகாணம் பிரிட்டிஷ் இந்தியாவுடன் இணைக்கப்பட்டது. ஆனால் 1937ஆம் வருடம் மீண்டும் இந்தியா மாகாணங்களி லிருந்து பிரிக்கப்பட்ட பர்மா, தனி காலனி நாடாக அதன் சுதந்திரம் வரையிலும் பிரிட்டிஷ் அரசின் கட்டுப்பாட்டில் இருந்தது.

1885ஆம் வருடத்தின் இறுதியில் மன்னராட்சியை ஒழித்த பிறகு அங்கிருந்து கைப்பற்றப்பட்ட பலவிதமான பொக்கிஷங்கள் லண்டனுக்கு எடுத்துச் செல்லப்பட்டன. அந்தப் பொக்கிஷங்கள் அரச குடும்பத்தினருக்கும் அரசில் செல்வாக்குடைய பிரபுக்களுக்கும் பரிசாக அளிக்கப்பட்டன. கலைப்பொருட்கள் உள்ளிட்ட சில பொக்கிஷங்கள் அன்றைய பிரிட்டிஷ் இந்தியாவின் தலைநகரான கல்கத்தாவுக்கும் கொண்டு செல்லப்பட்டது. மேலும், பல பொருட்களை ஏலத்தில் விற்றுக் காசு பார்த்தது பிரிட்டிஷ் அரசாங்கம்.

மன்னராட்சியை ஒழித்தது ஒரு பக்கம் இருந்தாலும், மன்னரை நாடு கடத்தியது பர்மாவில் மிகப்பெரிய அதிர்வலைகளை உண்டாக்கியது. இதனால், காலனி ஆட்சியின் ஆரம்பக் காலகட்டத்தில் பிரிட்டிஷ் அரசுக்கு எதிராகப் பொது மக்களிடையே எதிர்ப்பு மனநிலை மேலோங்கி இருந்தது. அதிலும், முதல் சில வருடங்களில் போராட்டம், கலவரம், தாக்குதல் என ஏதாவது ஒரு வகையில் மக்கள் தங்களின் கோபத்தை வெளியிட்டுக் கொண்டிருந்தனர்.

1885ஆம் வருடம் நடந்த கடைசி பிரிட்டிஷ் படையெடுப்பின் பொழுது ஆயிரக்கணக்கான பர்மியப் படையினர் ஆயுதங்களுடன் தலைநகர் அவாவில் குழுமி இருந்தனர். ஆனால் மன்னரின் உத்தரவின் காரணமாக அவர்கள் தாக்குதல் நடத்தாமல் கலைந்து சென்றனர். இருப்பினும் இந்த ஆயுதம் தாங்கிய வீரர்கள் அடுத்த சில வருடங்கள் பர்மாவிலிருந்த பிரிட்டிஷ் படைகளின் மீது அவ்வப்போது கெரில்லா தாக்குதல் நடத்தி வந்தனர்.

இந்தத் தாக்குதல்கள் மட்டுமல்லாது பழக்கமில்லாத சீதோஷ்ண நிலையும், புதிய வகை நோய்த்தொற்றுகளும் பிரிட்டிஷ் படைகளில் கணிசமான உயிரிழப்பை ஏற்படுத்தியிருந்தன. ஆனாலும், இந்தியாவிலிருந்து படைகளைக் கொண்டு சென்று நிலைமையைச் சமாளித்தது பிரிட்டிஷ் அரசு.

•

கெரில்லா தாக்குதல்களில் ஈடுபட்டவர்கள் மீது கடும் நடவடிக்கைகள் எடுக்கப்பட்டன. பிரிட்டிஷ் ராணுவத்தால் கிளர்ச்சியாளர்கள் எனக் கருதப்பட்டவர்கள் கொத்துக் கொத்தாக கொல்லப்பட்டனர். பிரச்சனையை வேரோடு கிள்ளி எரியத் திட்டமிட்ட பிரிட்டிஷ் நிர்வாகம், புரட்சியில் ஈடுபடும் மக்கள் வசித்த கிராமங்களை முற்றிலுமாக தீக்கிரையாக்கி, அம்மக்களை நிரந்தரமாகப் பிரித்து வெவ்வேறு பகுதிகளுக்கு அனுப்பி வைத்தது.

மேலும், கீழ்மட்ட அளவில் பல கிராமங்களில் தங்களுக்குச் சாதகமான ஆட்களைக் கிராமத்தலைவர்களாக நியமித்தது. சில வருடங்களாகத் தொடர்ந்த இந்த அடக்குமுறைகளின் காரணமாக 1896ஆம் வருடத்துக்குப் பிறகு களநிலவரம் ஓரளவுக்கு மாறத் துவங்கியது. இருந்தாலும், சட்ட ஒழுங்குப் பிரச்சனை பிரிட்டிஷ் ஆட்சியின் இறுதிவரையும் முழுவதும் தீராமலேயே இருந்தது.

இவ்வாறு தனக்கு ஏற்பட்ட பிரச்சனைகளைத் தீர்க்க அரும்பாடு பட்டுக் கொண்டிருந்த பிரிட்டிஷ் அரசு, சில தீர்க்கவே முடியாத பிரச்சனைகளை உருவாக்கியது. அதில் முதன்மையான ஒன்று, இனக்குழுக்களிடையே வளர்த்தெடுக்கப்பட்ட பகைமை உணர்வு.

•

பர்மாவில் பல்வேறு இனக்குழுக்கள் பல நூற்றாண்டுகளாக வசித்து வந்தாலும், மக்கள்தொகையைக் கணக்கில்

கொள்ளும்போது அன்றிலிருந்து இன்றுவரை தனிப்பெரும் சமூகமாக இருப்பது பர்மர் இன மக்கள்தான்.

அதிலும், பர்மர் இன மக்கள் காலங்காலமாக மத்தியப் பர்மாவில் வசித்து வந்தனர். பதினெட்டாம் நூற்றாண்டில் கொன்பாவுங் சாம்ராஜ்ஜியம் உருவான பிறகு அதிகளவிலான பர்மர் மக்கள் தெற்குப் பர்மாவில் குடியேற ஆரம்பித்தனர். அதேநேரம், ஷான், சின், கச்சின் இன மக்கள் வசித்து வந்த வடக்கு மற்றும் வடகிழக்குப் பகுதிகளும்கூட கொன்பாவுங் அரசின் ஆளுகையின் கீழ் இருந்தாலும், அங்கே பர்மர் இன மக்களின் குடியேற்றங்கள் நடக்கவில்லை.

அதற்குக் காரணமாக அப்பகுதியின் அடர்வனங்களைக் கொண்ட கரடுமுரடான நிலபரப்புகளைக் கைகாட்டினாலும், உண்மையில், அங்கிருந்த மக்கள் பழங்குடியினச் சமூகங்களாக அந்நியர் தலையீடு இல்லாத சுதந்திர வாழ்க்கையை விரும்பினர். எனவே, கொன்பாவுங் மட்டுமில்லாமல் அதற்கு முந்தைய டோவுங்கோ, பாகன் ஆகிய சாம்ராஜ்ஜியங்கள் ஆட்சிபுரிந்த காலத்திலும்கூட வடக்கும் வடகிழக்குப் பகுதிகளும் பெயரளவுக்கு மட்டுமே இந்தச் சாம்ராஜ்ஜியங்களின் தலைமைக்குக் கட்டுப்பட்டிருந்தன.

ஒருவேளை, போர்புரிந்து அந்நிலங்களை முழுவதுமாக ஆக்கிரமித்திருந்தாலும் மத்திய, தெற்குப் பர்மாவிலிருந்து வெகு தொலைவில் இருந்த, அதுவும் கெரில்லா தாக்குதலுக்குப் பெயர்போன அப்பகுதிகளைத் தக்கவைப்பது சிரமம். எனவே, பர்மாவில் அடுத்தடுத்து ஆட்சிக்கு வந்த சாம்ராஜ்ஜியங்களுக்குக் கப்பம் செலுத்தும் பகுதிகளாக மட்டுமே வடக்கும், வடகிழக்குப் பகுதிகளும் இருந்துவந்தன.

1885ஆம் வருடம் பிரிட்டிஷ் காலனியாக பர்மா மாறிய பிறகு, கடலுக்கு அருகே இருந்த தெற்கு மற்றும் மத்திய பர்மா பகுதி மக்களுக்கும், சீன எல்லையோரத்தில் இருந்த வடக்கு மற்றும் வடகிழக்கு மலைப்பிரதேசப் பகுதி மக்களுக்கும் இடையே உள்ள வேறுபாட்டை ஆங்கிலேய அரசு மிகத் தெளிவாக உணர்ந்து கொண்டது. மேலும், அதைவிட முக்கியமாக நாட்டின் பிற பகுதிகளைவிட மத்திய மற்றும் தெற்குப் பகுதிகளிலிருந்த பர்மர் இன மக்கள் மன்னர் திபாவ் மின் நாடு கடத்தப்பட்டதற்குக் கடுமையாக எதிர்வினையாற்றியதையும் பிரிட்டிஷ் அரசு கவனிக்கத் தவறவில்லை.

இந்தப் பர்மர், பர்மர் அல்லாதோர் என்ற இனரீதியிலான வேறுபாட்டைத் தங்களுக்குச் சாதகமாக உபயோகித்துக் கொள்ள நினைத்தது பிரிட்டிஷ் அரசு.

பிரிட்டிஷாரைப்போல நவீனக் காலத்தில் இருந்த எந்த ஓர் ஐரோப்பிய ஏகாதிபத்திய அரசுக்கும் அதன் முதல் நோக்கமாக இருந்தது சுரண்டல் மட்டுமே. தான் அடிமைப்படுத்திய காலனிப் பகுதியிலிருந்து எவ்வளவு சுரண்ட முடியுமோ, அதற்கும் அதிகமாகச் சுரண்டித் தன்னை வளப்படுத்திக் கொள்வதே ஏகாதிபத்திய அரசுகளின் முக்கியக் குறிக்கோள். மேலும், இந்தச் சுரண்டலை மேற்கொள்ளத் தடையாக இருக்கும் உள்ளூர் மக்களைப் பிரித்து வைத்து அவர்களுக்குள் அடித்துக் கொள்ளும்படி புதிய பிரச்சனைகளை உருவாக்கி, திசை திருப்பி, தங்கள் சுரண்டலுக்கு எந்த ஒரு பாதிப்பும் வராமல் பார்த்துக் கொள்வதும் இந்த ஏகாதிபத்திய அரசுகளுக்கு முக்கியமாக இருந்தன. சுருக்கமாகச் சொன்னால், இதன் பெயர்தான் 'பிரித்தாளும் உத்தி'. பிரிட்டிஷ் அரசு இந்தப் பிரித்தாளும் உத்தியைப் பர்மாவில் வெகு நுட்பமாகச் செயல்படுத்தியது.

ஷான், சின், கச்சின் ஆகிய இன மக்கள் வசித்து வந்த வடக்கு மற்றும் வடகிழக்கு பர்மாவை எல்லையோரப் பகுதிகள் எனப் பெயரிட்டு, அப்பகுதியில் வசித்த மக்களே தங்களை ஆட்சி செய்துகொள்ளும் வகையிலான உரிமையை அளித்தது பிரிட்டிஷ் அரசாங்கம். அதேநேரம், பர்மர் இன மக்கள் வசித்து வந்த மத்திய மற்றும் தெற்குப் பர்மாவுக்கு அரசாங்க பர்மா எனப் பெயரிட்டு, அதனைப் பிரிட்டிஷ் அரசே நேரடியாக ஆட்சி செய்தது. இந்த இரண்டு பகுதிகளையும் பிரிட்டிஷ் அரசாங்கம் வெவ்வேறு முறையில் நிர்வகித்தாலும், இரு பகுதிகளின் வளங்களையும் பிரிட்டிஷ் வணிகர்கள் கேள்வியே இல்லாமல் சுரண்டினார்கள். இந்தச் சுரண்டல் ஒற்றுமையை உணராத பர்மர் இன மக்களுக்கு எல்லையோர மலைப்பகுதி மக்களுக்குக் கிடைத்த கட்டுப்பாடற்ற சுதந்திரம் மட்டும் பெரிதாகக் தெரிந்தது.

மேலும், பிரிட்டனின் காலனியான பர்மாவுக்கென உருவான பிரிட்டிஷ் ராணுவத்தில், பர்மர் இன மக்கள் முற்றிலுமாகத் தவிர்க்கப்பட்டுப் பிற இன மக்களான சின், கச்சின், காரேன் ஆகியோர் சேர்த்துக்கொள்ளப்பட்டனர். இவ்வாறு, பிரிட்டிஷ் அரசுடன் ஏற்பட்ட தொடர்பால் இந்த மக்களிடையே கிறிஸ்துவ மதம் பரவி, கல்வி அறிவும் ஆங்கில மொழிப் புலமையும் கிடைத்தது. பலர் அரசுப் பணிகளிலும் ஈடுபட்டனர். இதனால்

அதிகம் பலனடைந்த காரேன் மக்கள், நகரப் பகுதிகளுக்குக் குடிபெயர்ந்து தங்களின் வாழ்வாதாரத்தை உயர்த்திக் கொண்டனர்.

பர்மர் இன மக்களுக்குக் கல்வி அறிவு கிடைத்தாலும், ராணுவம், அரசு வேலை என எந்த அதிகாரம் சம்மந்தப்பட்ட பணிகளிலும் அவர்களைப் பிரிட்டிஷ் அரசாங்கம் ஈடுபடுத்தவில்லை. முன்பு, கொன்பாவுங் அரசில் பல்வேறு நிலைகளிலும் இருந்து முக்கியமான பதவிகளை அலங்கரித்திருந்த செல்வாக்கு மிகுந்த பர்மர் மக்களுக்கு, இன்று தாங்கள் பிரிட்டிஷ் அரசின் அதிகார வட்டத்தில் இருந்து ஒதுக்கப்படுகிறோம் என்ற எண்ணமே ஆத்திரத்தை ஏற்படுத்தியது. அதிலும், பிற இன மக்கள் அரசு அதிகாரத்தின் ஒரு பகுதியாக இருந்ததைப் பர்மர்களால் ஏற்றுக்கொள்ள முடியவில்லை.

இந்தப் புறக்கணிப்பு காரணமாக ஆரம்பம் முதலே பர்மர் இன மக்கள் பிரிட்டிஷ் ஆட்சிக்கு எதிரான மனநிலையை வளர்த்துக் கொண்டனர். ஆனால் இதற்கு நேரெதிராக பிற இன மக்களிடம் பிரிட்டிஷ் ஆட்சிக்கு எதிரான எதிர்ப்பு மனநிலை குறைவாகவே இருந்தது.

பிரிட்டிஷ் ஆட்சிக்கு எதிராக இருந்த எதிர்ப்பு மனநிலை, மத்திய மற்றும் தெற்குப் பர்மா பகுதிகளில் அடிக்கடி மக்கள் போராட்டங்களாக வெளிப்பட்டது. இவ்வாறு அரசுக்கு எதிராக நடக்கும் போராட்டங்களில் அனைத்து இன மக்களின் பங்களிப்பு இருந்தாலும், அவற்றைப் பெரும்பாலும் முன்னெடுத்துச் செல்வது என்னவோ பர்மர் இனத்தைச் சேர்ந்த உள்ளூர் தலைவர்களாகவே இருந்தனர்.

அரசுக்கு எதிராக அவ்வப்போது நடக்கும் இந்த மக்கள் போராட்டங்களைப் பிரிட்டிஷ் ராணுவம் ஒடுக்கும். ஆனால், ராணுவத்தின் இந்தச் செயலை அதில் பணியாற்றும் பிற இன மக்களின் செயலாகப் பார்த்தனர் பர்மர் இன மக்கள். பிரிட்டிஷ் அரசுடன் கைகோர்த்துக்கொண்டு பிற இனத்தவர்கள் தங்களை நசுக்குவதாகச் சந்தேகப்படவும் ஆரம்பித்தனர். இந்தச் சந்தேகம் ஒரு கட்டத்தில் எண்ணமாக வலுப்பட்டு, பர்மர் மக்களுக்குப் பிற இனத்தவர் மீது வெறுப்பு அதிகரிக்க ஆரம்பித்தது. இந்த வெறுப்பு சிறிது சிறிதாக அதிகரித்து, வெளிப்பட வேண்டிய தக்கச் சமயம் பார்த்துக் காத்திருந்தது.

ஒருபுறம் பிரதான நிலப்பரப்பில் மக்கள் இவ்வாறு தங்களுக்குள் துண்டாடப்பட்டுக் கிடக்க, மறுபுறம் மேற்கு ஓரத்தில் இருந்த அரக்கன் பகுதியிலும் அங்கிருந்த ராக்ஹீன் இன மக்களை ஒரு விதமாகவும், இஸ்லாமிய மக்களை வேறு விதமாகவும் கையாண்டு அவர்களுக்குள் ஏற்கெனவே புகைந்துகொண்டிருந்த பகை நெருப்பைப் பிரித்தாளும் உத்தி என்ற எண்ணெய்யை ஊற்றி மென்மேலும் வளர்த்தது பிரிட்டிஷ் அரசு.

தங்கள் ஆட்சிக்குக் கேடு வராமல் இருக்க இவ்வாறு பர்மிய மக்களைப் பிரித்து, அவர்களிடம் பகை உணர்வை வளர்த்தெடுத்த பிரிட்டிஷ் அரசு அதன் வளங்களை சுலபமாகச் சுரண்டத் தொடங்கியது.

●

மன்னராட்சிக் காலத்தில் எடுக்கப்பட்ட நடவடிக்கைகளின் பலனாகப் பிரிட்டிஷ் வருகைக்குப் பல காலத்துக்கு முன்பே விவசாய உற்பத்தியில் தன்னிறைவு அடைந்திருந்தது பர்மிய நாடு. நூற்றாண்டுகளாக அடுத்தடுத்து ஆட்சியில் இருந்த மன்னர்கள் பலர், தத்தமது ஆட்சியின்போது தகுந்த கால்வாய் வசதிகளையும் பாசன வசதிகளையும் ஏற்படுத்தி பல்லாயிரக்கணக்கான ஏக்கர் நிலங்களை, விவசாயப் பகுதிகளாக மாற்றினர். இதனால், இயல்பாகவே வருடா வருடம் விவசாய உற்பத்திப் பெருகியது.

மன்னராட்சியின்போது விவசாய உற்பத்தி ஒருபுறம் பெருகினாலும், பொது மக்கள் அன்றாடம் உபயோகிக்கும் முக்கியப் பொருட்களின் சந்தை விலை அரசால் நிர்ணயிக்கப் பட்டது. ஒரு பொருளின் சந்தை வரத்தைப் பொறுத்து, அதன் விலையைத் தீர்மானிக்கும் முறையை அங்கு பின்பற்றவில்லை. இன்னும் தெளிவாகக் கூறவேண்டுமென்றால் மக்களின் தேவைக்கு ஏற்றவாறு பர்மியப் பொருளாதாரம் செயல்பட்டது. வணிகம் எல்லாம் அங்கே இரண்டாம்பட்சம்தான்.

ஆனால், பிரிட்டிஷ் ஏகாதிபத்தியத்தின் கைகளுக்குள் பர்மா சென்ற பிறகு அனைத்தும் தலைகீழானது. காலனித்துவத்தின் முக்கியமான அடையாளங்களில் ஒன்றான வணிகம் சார்ந்த ஏற்றுமதிக்கு முழு முக்கியத்துவம் கொடுக்கப்பட்டு, மக்கள் நலன் இரண்டாம்பட்சம் ஆக்கப்பட்டது. இந்தத் திடீர் மாற்றத்தால் மக்களைச் சுற்றி அமைக்கப்பட்டிருந்த பர்மியப் பொருளாதாரத்தின் நிலையும் மாற்றம்கண்டது.

வடபர்மா வழியாகச் சீனாவுடன் வணிகம் மேற்கொள்வது பிரிட்டிஷாரின் நீண்ட காலக் கனவுத்திட்டம். கடைசி வரை அம்முயற்சி கைகூடவில்லை. ஆனால், 1869ஆம் வருடம் பிரிட்டிஷ் அரசாங்கத்தின் முயற்சியினால் அன்றைய எகிப்து பகுதியில் சூயஸ் கால்வாய் திறக்கப்பட்டது. இதனால், ஆசியாவிலிருந்து ஐரோப்பியக் கண்டத்துக்குக் கப்பலில் செல்லும் நேரம் வெகுவாகக் குறைந்தது. மேலும், பிரிட்டிஷார் மேற்கொண்ட சில வணிக முயற்சிகளின் காரணமாக அன்றைய ஐரோப்பாவில் பர்மிய அரிசிக்குப் பெரும் கிராக்கி ஏற்பட்டது.

நீர் வளமும், மண் வளமும் ஒருங்கிணைந்து காணப்பட்ட பர்மிய நிலம், பிரிட்டிஷ் ஆக்கிரமிப்புக்கு முன்பே நெல் சாகுபடிக்குப் பெயர் போன தேசம். இரண்டாவது போருக்குப் பிறகு, தெற்குப் பர்மாவைப் பிரிட்டிஷ் அரசு ஆக்கிரமித்தவுடன், மளமளவென ஐராவதி கழிமுகப் பகுதியில் ஆயிரக்கணக்கான ஏக்கர் சுந்தரவனக்காடுகள் அழிக்கப்பட்டு அவை விளைநிலங்களாக மாற்றப்பட்டன. இதனால், தெற்குப் பர்மாவுக்குப் பிழைப்பு தேடி, வடக்கு மற்றும் மத்தியப் பகுதிகளிலிருந்து பெருமளவில் மக்கள் வர ஆரம்பித்தனர். அம்மக்களின் கடும் உழைப்பால் பர்மாவில் 1850ஆம் வருடம் 60,000 ஏக்கராக இருந்த நெல்வயல்களின் பரப்பளவு, இரண்டாம் உலகப்போர் காலகட்டத்தில் (1940) சுமார் 1 கோடி ஏக்கராக உயர்ந்திருந்தது.

ஒருபுறம் ஏற்றுமதியின் மூலம் காசு பார்க்க நினைத்த பிரிட்டிஷ் அரசு, நெல் உற்பத்தியைப் பெருக்கப் பல நடவடிக்கைகளை மேற்கொண்டது. ஆனால், மறுபுறம் வியர்வை சிந்தி உற்பத்தியைப் பெருக்கிய பர்மிய விவசாயிகளின் நலனைப் பற்றி எந்த ஒரு சிந்தனையும் இல்லாமல் இருந்தது. பிரிட்டிஷ் அரசு சார்பில் விவசாயத்தைப் பெருக்க விவசாயிகளுக்கு எந்த ஓர் உதவியும் வழங்கப்படவில்லை. குறைந்தபட்சம் நில அடமானம் குறித்துக்கூட எந்த ஒரு வழிகாட்டுதல் நெறிமுறைகளும் அரசு வெளியிடவில்லை.

நெல் சாகுபடியை மேற்கொள்ளப் பர்மிய விவசாயிகள் மிகையான வட்டி விகிதத்துக்குக் கடன் வாங்கினர். வாங்கிய கடனைக் குறிப்பிட்ட கால அவகாசத்துக்குள் திரும்பச் செலுத்த முடியாமல் போனதால் ஒவ்வொரு வருடமும் நூற்றுக்கணக்கான பர்மிய விவசாயிகள் தங்களின் நிலங்களைக் கடன் கொடுத்தவரிடம் இழப்பது வாடிக்கையானது. பர்மிய

விவசாயிகளின் இந்தப் பிரச்னையைப் பிரிட்டிஷ் அரசு கண்டும் காணாமல் இருந்தது.

ஏற்கனவே பர்மிய அரசிக்கு ஐரோப்பாவில் பெரும் கிராக்கியால் பர்மாவின் அரிசி உற்பத்தியும், நெல் சாகுபடியில் ஈடுபடுத்தப்பட நிலங்களும் வருடத்துக்கு வருடம் உயர்த்தப்பட்டன. அப்படியென்றால் பர்மிய விவசாயிகள் நல்ல விளைச்சலுக்கான லாபத்தைப் பெற்றிருக்க வேண்டும்தானே? ஆனால் எதற்காக அவர்கள் நிலத்தை அடமானம் வைத்து கடன் வாங்கி விவசாயத்தில் ஈடுபட்டனர்? இதற்கான பதிலில் ஒளிந்துள்ளது பிரிட்டிஷ் அரசாங்கமும் அதன் வணிகர்களும் செய்த அப்பட்டமான சுரண்டல்.

உலகளவில் அரிசின் விலையும், அரிசிக்கான தேவையும் உயர்ந்து கொண்டே சென்றது. அந்தத் தேவையைப் பூர்த்தி செய்ய பர்மாவிலும் ஆண்டுக்காண்டு அரிசி உற்பத்தி பெருகியது. ஆனால் உள்ளூரில் இருந்த பிரிட்டிஷ் வணிகர்கள் பர்மிய விவசாயிகளிடமிருந்து வாங்கும் அரிசியின் கொள்முதல் விலையைப் பல ஆண்டுகளாகக் கொஞ்சம்கூட உயர்த்தவில்லை. இவ்வாறு குறைந்த விலைக்கு அரிசியை வாங்கி, வெளிச்சந்தையில் அதிக விலைக்கு விற்று, கொள்ளை லாபம் பார்த்தனர் பிரிட்டிஷ் பெரு வணிகர்கள். ஆனால், அதனால் ஏற்பட்ட எந்த ஒரு நன்மையையும் அடிமட்டப் பர்மிய விவசாயிகளுக்குக் கிடைக்காமல்போனது.

பர்மிய விவசாயிகள் விளைவித்த பொருளுக்கான விலையைப் பிரிட்டிஷ் வணிகர்கள் முடிவு செய்தார்கள். அவர்கள் சொல்வது மட்டுமே விலை. ஏனென்றால், அதிகாரமும் அரசாங்கமும் அவர்களிடம் இருந்தது. எனவே, தங்கள் விளைச்சலை நல்ல லாபத்துக்கு இல்லாமல், அடிமாட்டு விலைக்குத்தான் பர்மிய விவசாயிகளால் விற்க முடிந்தது. இதனால் உற்பத்திச் செலவுகூட கட்டுப்படி ஆகவில்லை. ஆனால், அடுத்த பருவத்தில் மீண்டும் விவசாயத்தில் ஈடுபடப் பணம் வேண்டுமே? வேறு வழியில்லாமல் தங்களின் நிலத்தை அடமானம் வைத்து, அதிக வட்டிக்குப் பணம் வாங்கி விவசாயத்தில் ஈடுபட்டனர் விவசாயிகள். விளைவித்த பொருளை மீண்டும் அதே குறைவு விலைக்கே வணிகர்கள் வாங்கினார்கள். இதனால் கடனைச் செலுத்த முடியாமல் விவசாயிகள் தங்கள் நிலங்களை இழந்தனர். ஒவ்வொரு வருடமும் இப்படி நிலத்தை இழக்கும் பர்மிய விவசாயிகளின் எண்ணிக்கை பல மடங்கு உயர்ந்தது.

கடன் கொடுத்தவர்களிடம் நிலத்தை இழந்த பர்மிய விவசாயிகள், விவசாயக் கூலிகளாகக்கூட வேலை செய்ய முடியவில்லை. அவர்களுக்குப் போட்டியாக இந்தியாவிலிருந்து பிரிட்டிஷ் அரசு அழைத்து வந்திருந்த தென் இந்திய மக்கள், சராசரி பர்மியர்களை விடவும் குறைந்த சம்பளத்துக்கு அதிக நேரம் உழைத்தனர். இப்படித் தொழிலாளர்களாக மட்டுமில்லாமல், பல வசதி படைத்த தென் இந்திய மக்கள், குறிப்பாகத் தமிழக மக்கள் அங்கே வட்டித்தொழிலிலும் ஈடுபட்டு வந்தனர். மேலும், புதிய காலனியான பர்மாவை நிர்வகிக்க வேண்டிய அவசியத்தால் பிரிட்டிஷ் அரசு சார்பில் இந்தியர்கள் அங்கு அரசுப் பணிகளில் ஈடுபடுத்தப்பட்டனர். பிரிட்டிஷ் பர்மிய ராணுவத்தில்கூட கணிசமான அளவு இந்தியர்கள் பணியாற்றினார்கள்.

ஏற்கெனவே உள்நாட்டில் இனரீதியாகப் பிளவுபட்டு பிரிட்டிஷ் அரசாங்கத்தின் நடவடிக்கைகளால் கடுப்பிலிருந்த பர்மியச் சமூகம், இப்படித் தங்கள் வாழ்வாதாரமும் வாய்ப்புகளும் ஒரு சேர வெளிநாட்டவர்களிடம் பறிபோனதால் கொதித்து எழுந்தது. பல காலமாக உள்ளுக்குள் கனன்று கொண்டிருந்த பர்மியர்களின் கோபம் ஒரு கட்டத்தில் அங்கு வசித்து வந்த இந்திய மக்களின் மீது வெளிப்பட ஆரம்பித்தது. இந்திய மக்கள் குறிவைத்துத் தாக்கப்பட்டனர். அப்படித் தாக்குதலில் ஈடுபட்ட பர்மியர்களைக் கூட்டம்கூட்டமாகக் கைது செய்து சிறையிலடைத்துத் தண்டித்தது பிரிட்டிஷ் அரசு. இதனால் பர்மியர்களுக்கு இந்தியர்களின் மேல் இருந்த கோபம் வெறுப்புணர்வாக மாறி, இறுதியில் இந்திய மக்களுக்கு எதிராகப் பெரியளவிலான கலவரங்கள் நடந்தேறின.

நிலமின்றி, கையில் பணமின்றி, தலைமுறை தலைமுறையாக விவசாயத்தில் ஈடுபட்ட பலர், திருட்டு, கொலை, கொள்ளை எனச் சமூக விரோதச் செயல்களில் ஈடுபட ஆரம்பித்தனர். அப்படிச் சமூக விரோதச் செயல்களில் ஈடுபட்ட பர்மியர்களைச் சோம்பேறிகள் எனக் கண்டித்து அவர்களுக்கெதிராக கடுமையான நடவடிக்கைகளை எடுத்தது பிரிட்டிஷ் அரசு. ஆனால், அம்மக்களின் அப்படிப்பட்ட நிலைக்கான காரணம் குறித்து யோசிக்கக் கடுகளவேனும் முயற்சியெடுக்கவில்லை. இப்படி மக்களுக்காக யோசித்து பிரிட்டிஷ் ஆட்சியாளர்களுக்கு என்ன லாபம் கிடைத்துவிடப்போகிறது? இதுவே சுரண்டலுக்காக என்றால் தீர்க்கமாக யோசித்து எந்த ஒரு திட்டத்தையும் செயல்படுத்தத் தயாராக இருந்தார்கள் பிரிட்டிஷார்கள்.

அப்படி யோசித்துத்தான் 1890ஆம் வருடத்துக்குப் பிறகு மிகப்பெரிய அளவிலான போக்குவரத்து உள்கட்டமைப்பு வசதிகளைப் பர்மாவில் ஏற்படுத்தியது பிரிட்டிஷ் அரசாங்கம். ஆனால் அவை அனைத்தும் வணிக நோக்கத்துடன் உருவாக்கப்பட்ட வசதிகள். அவற்றால் பர்மியப் பொதுமக்களுக்கு எந்தவிதமான நன்மையையும் இல்லை. அதிலும் அரசு உருவாக்கிய உள்கட்டமைப்பு வசதிகளை உபயோகித்த ரயில்களும், நீராவிப் படகுகளும் பிரிட்டிஷ் நாட்டைச் சேர்ந்த தனியார் நிறுவனங்களுக்குரியது. அவற்றின் உதவியோடு கச்சா எண்ணெய், தேக்கு மரக்கட்டைகள், மாணிக்கக்கற்கள், அரிசி எனப் பர்மாவில் கிடைத்த பொருள்களை எல்லாம் ஏகபோக உரிமையுடன் ஏற்றுமதி செய்து கொள்ளை லாபம் பார்த்தனர் பிரிட்டிஷ் பெருங்குடி வணிகர்கள்.

காலம்காலமாக அம்மக்கள் கட்டிக்காத்து வந்த இயற்கை வளங்களை தங்கள் அரசின் உதவியோடு சுரண்டிய பிரிட்டிஷ் வியாபாரிகள், அவற்றால் பர்மியச் சமூகத்துக்கு எள்ளளவும் நன்மை கிடைக்காமல் பார்த்துக் கொண்டனர். இப்படியாகப் பர்மாவிலிருந்து கொள்ளைபோன இயற்கை வளங்களில் மிக முக்கியமானது மாணிக்கக் கற்கள். உலகின் பல நாடுகளில் மாணிக்கக்கற்கள் கிடைத்தாலும், பர்மிய மாணிக்கங்கள் மிகவும் அரிதான உயர்ரக வகையைச் சார்ந்தவை. அந்தவகையில் பர்மிய மாணிக்கங்களை உலகப்புகழ் பெறச்செய்த பெருமை பிரிட்டிஷ் அரசையே சேரும்.

●

இவ்வாறு பிரிட்டிஷ் ஆட்சியின் காரணமாகப் பர்மாவில் நடந்த சுரண்டல்களும், அதனால் மக்களுக்கு ஏற்பட்ட பிரச்சனைகளும் ஒருபக்கம் இருக்க, அங்கிருந்த பௌத்தச் சங்கத்துக்கு வேறு விதமான பிரச்சனைகள் ஏற்பட்டது.

முன்பு, மன்னராட்சியின்பொழுது பர்மியப் பௌத்தச் சங்கத்தின் தனிப்பெரும் புரவலராக மன்னர் இருந்தார். பிரிட்டிஷ் அரசால் மன்னர் நாடு கடத்தப்பட்டதால் சங்கத்தின் செயல்பாட்டுக்கு அவ்வப்போது அவர் அளித்து வந்த கொடை தடைப்பட்டுப் போனது. இதுமட்டுமல்லாமல் தங்களுக்கான வருமானத்தைப் பெருக்கும் வகையில் பிரிட்டிஷ் அரசு கொண்டுவந்த நிலச்சீர்திருத்தங்களால் காலங்காலமாகக் கிராமப்பகுதிகளி லிருந்து சங்கத்துக்கு வந்துகொண்டிருந்த தானங்கள் பெருமளவு குறைய ஆரம்பித்தன.

புரவலராக மட்டுமில்லாமல் தவறு செய்யும் பௌத்தத் பிக்குகளை நீக்கும் அதிகாரமும் மன்னரிடம் இருந்தது. மன்னரின் மேற்பார்வையில் செயல்பட்ட பௌத்தச் சங்கம், பிக்குகளின் நடவடிக்கைகளை நெறிமுறைப்படுத்தியது. இதனால் பிக்குகள் கட்டுப்பாடுகளுடன் ஒழுக்கத்தைக் கடைப்பிடித்து வாழ்ந்தனர். பிக்குகளை மேற்பார்வையிட மன்னர் இல்லாததால் பிக்குகளின் மேலிருந்த பௌத்த சங்கத்தின் பிடி தளர்ந்து. அதன் அதிகாரம் ஆட்டம் கண்டது. இதனால் பிக்குகளின் செயல்பாடுகளிலும் மாற்றங்கள் ஏற்பட்டன.

ஏற்கெனவே இந்தியாவில் மத விஷயங்களில் முற்போக்கு அம்சங்களைப் புகுத்த முயன்று அதனால் 1857ஆம் வருடம் மிகப்பெரும் கலகம் வெடித்து ஆட்சியே பறிபோகும் நிலை ஏற்பட்டதைப் பிரிட்டிஷ் ஆட்சியாளர்கள் மறக்கவில்லை. எனவே மீண்டும் சுடுபட்டுக்கொள்ள விரும்பாத அவர்கள், பர்மாவில் எந்த ஒரு பௌத்த மதச் சம்பந்தப்பட்ட விசயத்திலும் ஈடுபாடு காட்டவில்லை.

மேலும், மன்னராட்சி காலத்தில் கல்வி என்பது முழுக்க முழுக்க பௌத்தச் சங்கத்தின் கட்டுப்பாட்டில் இருந்தது. தெற்குப் பர்மாவைப் பிரிட்டிஷ் கைப்பற்றிய பிறகு சொற்பமான எண்ணிக்கையில் மதச்சார்பற்றக் கல்வியைத் தரும் ஆங்கிலப் பள்ளிகள் கிறிஸ்துவ மிஷனரிக்கள் மூலமாகச் செயல்பாட்டுக்கு வந்தன. அதே ஆங்கிலப் பள்ளிகளின் எண்ணிக்கை மன்னராட்சியை ஒழித்துக்கட்டிய பிறகு பல மடங்கு உயர்ந்து. இதனால் பௌத்தச் சங்கத்தின் கல்வி போதிக்கும் பணி பாதித்து. மேலும், கிறிஸ்துவ மிஷனரி பின்னணியிலிருந்து வந்த ஆசிரியர்கள், மத போதனைகள் மேற்கொண்டு மதமாற்றம் செய்வதாக மக்கள் குற்றச்சாட்டி அவ்வப்போது போராட்டத்தில் ஈடுபட்டனர். இப்படிப் போராடும் மக்களுக்குப் பௌத்தச் சங்கத்தின் பரிபூரண ஆதரவும் இருந்தது.

காலனித்துவம் எப்படியெல்லாம் வேலை செய்யும் என்பதற்குப் பர்மிய நாட்டில் பிரிட்டிஷ் ஆட்சியாளர்கள் மேற்கொண்ட நடவடிக்கைகளே சாட்சி. இந்தியாவில் நடந்த காலனி ஆட்சியின் பக்கங்களைத் திருப்பிப் பார்த்தாலும் பெரிய அளவு மாற்றமில்லாமல் பர்மாவில் நடந்ததைப் போன்ற நிகழ்வுகளைக் காணலாம். தென் அமெரிக்கக் கண்டத்தில் ஸ்பானியர்கள் செய்ததும் தென்கிழக்காசியாவில் போர்த்துக்கீசியர்கள்

செய்ததும் இதுவே. சுரண்டல், மனித உரிமை மீறல், இயற்கை வள அழிப்பு, பொருளாதார வீழ்ச்சி, பசி-பட்டினி-பஞ்சம், பிரித்தாளும் உத்தி என அனைத்துக் காலனி நாடுகளிலும் ஏகாதிபத்திய அரசுகளின் ஒரே மாதிரியான நடவடிக்கைகளைக் காணமுடியும்.

காலனி ஆட்சியின் இயல்புகள் எப்படிப் பிற காலனி நாடுகளைப்போல பர்மாவிலும் செயல்பட்டதோ அதே மாதிரி பிற காலனி நாடுகளில் நடந்ததைப் போல பிரிட்டிஷ் அரசாங்கத்தின் அடக்குமுறைகள் பர்மாவிலும் சுதந்திரப் போராட்டத்தின் வளர்ச்சிக்கு வழிவகை செய்தது.

9. தனிப்பெருந் தலைவன்

இந்தியா உட்பட தெற்கு மற்றும் தென்கிழக்காசிய நாடுகளில் நடந்த காலனி ஆட்சிக்கு எதிரான சுதந்திரப் போராட்டங்களில் மதம் ஒரு முக்கிய இடத்தை வகித்துள்ளது. பர்மாவும் இதற்கு விதிவிலக்கல்ல. மன்னராட்சியை ஒழித்துக்கட்டிவிட்டு நாட்டை அபகரித்த பிறகு பர்மாவில் பிரிட்டிஷ் அரசு மேற்கொண்ட நடவடிக்கைகளைத் தங்களின் மதம், கலாச்சாரத்தை அழிக்கும் பொருட்டு செயல்படுத்திய திட்டங்களாகத்தான் பர்மிய மக்கள் பார்த்தார்கள். ஏற்கெனவே தெற்குப் பர்மாவைக் கைப்பற்ற நடந்த இரண்டாவது ஆங்கிலேய-பர்மியப் போரில் பல பௌத்தத் தூபிகள் பிரிட்டிஷ் தாக்குதலில் சேதமடைந்தது தனிக்கதை.

மேம்போக்காகப் பார்த்தாலே பிரிட்டிஷ் காலனி ஆட்சியை எதிர்த்து நடந்த ஆரம்ப காலகட்டச் சுதந்திரப் போராட்டங்களில் பர்மிய பௌத்தப் பிக்குகளின் தீவிரமான பங்களிப்பைக் காணலாம். பௌத்தப் பிக்குகள் மட்டுமில்லாமல் அச்சமயத்தில் செல்வாக்குடன் திகழ்ந்த சில பர்மியச் சீமான்கள், அன்றைய அரசியலிலும் சுதந்திரப் போராட்டங்களிலும் சுறுசுறுப்புடன் ஈடுபட்டனர். பௌத்தப் பிக்குகள் முன்னெடுத்த இப்போராட்டங்கள் பர்மிய மக்களிடையே எழுச்சியை ஏற்படுத்தியது உண்மை. ஆனாலும், போராட்டக் களத்தில் பெருந்திரளாக வெகு ஜன மக்கள் பங்கேற்கவில்லை என்பதுதான் களநிலவரமாக இருந்தது.

பிரிட்டிஷ் இந்தியாவில் அதிகாரப் பகிர்வையும் புதிய அரசியலமைப்புச் சட்டத்தையும் குறித்து ஆலோசனைகளைத் தெரிவிக்க 1927ஆம் வருடம் அமைக்கப்பட்ட சைமன் குழு, தனது

ஆலோசனைகளில் ஒன்றாக அன்றைய இந்திய மாகாணமாக இருந்த பர்மாவைத் தனி நாடாகப் பிரிக்கக்கோரியது. சைமன் குழுவின் அறிக்கையை ஏற்ற லண்டனிலிருந்த பிரிட்டிஷ் அரசு, 1937ஆம் வருடம் இந்தியாவிலிருந்து பர்மாவைப் பிரித்து பிரிட்டிஷ் அரசின் கீழ் ஒரு தனி காலனி நாடாக அங்கீகரித்தது.

இந்தியாவில் அச்சமயம் உச்சத்தில் இருந்த சுதந்திரப் போராட்டம் பர்மியப் பகுதிகளில் பரவி விடக்கூடும் என்ற அச்சத்தின் காரணமாகவே பிரிட்டிஷ் அரசு பர்மாவை இந்தியாவிலிருந்து பிரித்தது என இப்பிரிவை விரும்பிடாத அப்போதைய பர்மியச் சுதந்திரப் போராட்டத் தலைவர்கள் சிலர் கண்டனம் தெரிவித்தனர். ஆனால், இப்பிரிவை ஆதரித்துப் பேசிய பர்மியத் தலைவர்களும் இருந்தனர்.

பர்மா தனி காலனி நாடான பிறகு நடந்த முதல் தேர்தலில் அப்போதைய பர்மிய அரசியல்வாதிகளில் பெரும்பான்மை யானோர் பர்மிய நாடாளுமன்றத்திற்குத் தேர்ந்தெடுக்கப் பட்டனர். பர்மிய அரசியல்வாதிகள் பிரிட்டிஷ் அரசாங்கத்துடன் இணைந்து ஆட்சி செய்யவே இப்படி ஓர் அதிகாரப்பகிர்வு மேற்கொள்ளப்பட்டது என அந்நாட்டு மக்களிடையே தகவல் பரவியது. ஏற்கெனவே காலனி ஆட்சியின் மீது இருந்த மக்களின் வெறுப்பு, சிறிது சிறிதாக அப்போதைய பர்மிய அரசியல் வாதிகளின் மீதும் ஏற்பட்டது. அந்தச் சமயத்தில் இளைஞர்கள் பலர் அரசியலில் நுழைந்து பர்மியச் சுதந்திரப் போராட்டத்தை அடுத்த கட்டத்துக்கு நகர்த்திச் சென்றனர். அப்படிப் சுதந்திரப் போராட்டத்தில் நுழைந்து, பிற்காலத்தில் தேசத் தந்தை நிலைக்கு உயர்ந்த ஓர் இளைஞர்தான் ஆங் சான்.

1915ஆம் வருடம் ஒரு நடுத்தரக் குடும்பத்தில் பிறந்த ஆங் சான், பள்ளியில் படிக்கும்போதே மாணவர் சங்கத்தின் தீவிர உறுப்பினராக இருந்தார். தான் கலந்து கொள்ளும் சங்க கூட்டங்களில் தேச விடுதலை குறித்த தனது தெளிவான கருத்துக்களைத் தீப்பொறி பறக்கப் பேசுவார். பொதுவெளியில் சர்ச்சைக்குரியதாகக் கருதப்படும் விசயங்களில்கூட தனது நிலைப்பாட்டைத் தயங்காமல் வெளிப்படுத்தும் குணம் அவரிடம் இருந்தது. அப்போதிருந்த முக்கியமான பர்மிய அரசியல் தலைவர்கள் பேசும் கூட்டங்களுக்குத் தவறாமல் ஆஜராகி, அவர்களின் கருத்துக்களை உள்வாங்கி, பின் அதை நண்பர்களிடம் விவாதிக்கும் அளவுக்கு அரசியல் ஆர்வம் இள வயதிலேயே அவருக்கு இருந்தது.

பள்ளிப்படிப்பு முடிந்தவுடன் கல்லூரிப் படிப்பை ரங்கூன் பல்கலைக்கழகத்தில் மேற்கொண்டார் ஆங் சான். ரங்கூன் பல்கலைக்கழக மாணவர் சங்கத்தின் அதிகாரப்பூர்வ இதழான ஓவேயின் (பர்மிய மொழியில் மயிலின் குரல்) ஆசிரியராக ஆங் சான் பணியாற்றினார். அப்போதுதான் அங்கிருந்த மாணவர்களின் மத்தியில் பிரபலமானார். பர்மாவில் அப்போதிருந்த மிகப் பிரபலமான அரசியல் நடவடிக்கைக் குழுவான நாம் பர்மா அமைப்பின் இளைஞர் பிரிவில், ஆங் சான் உள்ளிட்ட ரங்கூன் பல்கலைக்கழகத்தின் பல மாணவர்கள் அதிதீவிர உறுப்பினர்களாக இருந்தனர். அதில் உறுப்பினரான பிறகு பல பர்மிய அரசியல் தலைவர்களுடன் நெருங்கிப் பழகும் வாய்ப்பு ஆங் சானுக்குக் கிடைத்தது.

கல்லூரிப் படிப்பு, அரசியல் செயல்பாடு என இரண்டும் ஒரே சீராகப் போய்க்கொண்டிருந்தபோது ரங்கூன் பல்கலைக் கழகத்தின் ஆட்சிக்குழு உறுப்பினர் ஒருவரைப் பற்றி ஓவே இதழில் வெளியான ஒரு கட்டுரைக்காக ஆங் சானும் அவரது நண்பர் உ நூ என்பவரும் பல்கலைக்கழகத்திலிருந்து நீக்கப்பட்டனர். இந்த நீக்கம் பல்கலைக்கழக மாணவர்களிடையே மிகுந்த கொந்தளிப்பை ஏற்படுத்தி, பல்கலைக்கழக நிர்வாகத்துக்கு எதிராக மாணவர் போராட்டம் வெடித்தது.

முன்பு பல்கலைக்கழகத்தைத் தாண்டி வெளியே அதிகம் அறியப்பட்டிராத ஆங் சான், இந்த மாணவர் போராட்டம் மூலம் நாட்டு மக்களிடையே பரவலாக அறிமுகமானார். சில காலத்துக்கு அன்றாடம் அவரைப் பற்றிய செய்திகள் வெளிவந்து, நாடு முழுமைக்கும் பேசப்படும் போராட்ட நாயகர் ஆனார். மாணவர் போராட்டம் உச்சத்தைத் தொட, வேறு வழி இல்லாமல் மீண்டும் அவரைச் சேர்த்துக்கொண்டது பல்கலைக்கழகம். ஒரு கட்டத்தில் பர்மியப் பல்கலைக்கழகச் சட்டத்தின் கீழ் ரங்கூன் பல்கலைக்கழகத்தின் மாணவர் சார்பு உறுப்பினராகப் பர்மியப் பிரிட்டிஷ் அரசாங்கம் நியமிக்கும் அளவுக்குச் செல்வாக்கு மிக்க மாணவர் தலைவராக மாறியிருந்தார் ஆங் சான்.

பர்மியச் சுதந்திரப் போராட்டத்தில் 1938ஆம் வருடம் மிக முக்கியமானது. 'புரட்சி 1300' என்ற பெயரில் பிரிட்டிஷ் அரசுக்கு எதிராக நாம் பர்மியர் அமைப்பின் ஒருங்கிணைப்பின் கீழ் நடந்த மக்கள் போராட்டங்கள், ஆங்கிலேய அரசை ஓர் உலுக்கு உலுக்கியது. இப்போராட்டங்களில் மாணவர்கள், விவசாயிகள், தொழிலாளர்கள், பௌத்தப் பிக்குகள் எனப் பர்மியச் சமூகத்தின்

பலதரப்பட்ட மக்களும் கலந்துகொண்டனர். கொரில்லா தாக்குதல்கள், வேலை நிறுத்தங்கள், வரி மறுப்பு போராட்டங்கள் எனப் பிரிட்டிஷ் அரசுக்கு நாளொரு மேனியும் நெருக்கடி தந்துகொண்டிருந்தனர். இந்த மக்கள் போராட்டத்தின் வீரியம் காரணமாக வேறு வழியின்றி அப்போதைய பிரதமர் பா மாவ் ராஜினாமா செய்தார்.

அதற்கடுத்த 1939 ஆம் வருடம் ஐரோப்பாவில் இரண்டாம் உலகப் போர் தொடங்கியது. இதன்பின் நாம் பர்மியர் அமைப்பு புதிதாக மக்கள் புரட்சிக் கட்சியைத் தொடங்கியது. போர் நடந்துகொண்டிருக்கும்பொழுது பிரிட்டிஷ் அரசுக்கு ஏற்பட்ட பின்னடைவைச் சாதகமாக எடுத்துக்கொண்டு பர்மாவுக்குச் சுதந்திரம் பெறப் பல வழிகளிலும் முயற்சி மேற்கொள்வதே இந்தக் கட்சியின் நோக்கம். வெளிநாடுகளிலிருந்து பர்மியச் சுதந்திரப் போராட்டத்துக்கான ஆதரவைப் பெற இந்தக் கட்சியின் வெளியுறவுத் தொடர்பு அதிகாரியாக ஆங் சான் நியமிக்கப் பட்டார். மறுபுறம் ஏற்கெனவே நடந்து கொண்டிருந்த மக்கள் போராட்டத்தை மேலும் தீவிரப்படுத்தினார்கள் பர்மியத் தலைவர்கள்.

1940ஆம் வருடத்தின் தொடக்கத்தில் பர்மிய விடுதலைக்கான ஆதரவைப் பெற இந்தியா வந்த ஆங் சான், அச்சமயம் ராம்கர் நகரில் நடந்துகொண்டிருந்த 53வது வருடாந்திர இந்தியத் தேசிய காங்கிரஸ் மாநாட்டில் கலந்துகொண்டு, காந்தி, நேரு, நேதாஜி என மிக முக்கியமான இந்தியத் தலைவர்களைச் சந்தித்துப் பேச்சுவார்த்தை நடத்தினார். மாநாட்டுக்குப் பிறகு சில இந்திய நகரங்களுக்குச் சுற்றுப்பயணம் மேற்கொண்ட அவர், அங்கிருந்த மக்களிடம் பர்மியச் சுதந்திரப் போராட்டம் குறித்து நிறையப் பேசினார். இந்திய மக்களுடன் இணைந்து பிரிட்டிஷ் அரசை எதிர்க்கப் பர்மிய மக்கள் எப்போதும் ஆயத்தமாக இருப்பதாகவும், நாட்டுக்குத் தேவைப்பட்ட சுதந்திரத்தைப் பெற ஒவ்வொருவரும் தங்களின் ரத்தத்தைத் தரத் தயாராக இருக்கவேண்டுமெனவும் உணர்ச்சி ததும்ப இந்திய மக்களிடம் உரையாற்றினார்.

இதன்பிறகு இந்தியாவிலிருந்து பர்மா திரும்பி வந்த ஆங் சானைக் கைது செய்யத் தீவிரமாகச் செயல்பட்டது பர்மியப் பிரிட்டிஷ் அரசு. ஆனால், சீனாவில் சில கம்யூனிச முகவர்களைச் சந்தித்து பர்மிய விடுதலைக்கு உதவுமாறு கேட்கப் பர்மாவிலிருந்து ரகசியமாகச் சீனாவுக்குத் தப்பிச் சென்றார். அங்கே எதிர்பாராத் திருப்பமாக ஆங் சானைச் சந்தித்த ஜப்பான் உளவுத்துறையினர்

அவருக்குத் தேவைப்படும் உதவிகளைப் பெற டோக்கியோ செல்லுமாறு அறிவுறுத்தினர். இதைத்தொடர்ந்து 1940 ஆம் வருடத்தின் செப்டம்பர் மாதத்தில் தைவான் வழியாக டோக்கியோ சென்ற ஆங் சானிடம் எந்த ஒரு நிபந்தனையும் இன்றி பர்மியச் சுதந்திரத்துக்கு உதவுவதாக வாக்குக் கொடுத்தனர் ஜப்பானியர்கள்.

சரி, பர்மிய நாட்டின் விடுதலைக்கு உதவத் தானாக ஜப்பான் அரசு முன்வந்தது எதனால்?

•

பதினெட்டாம் நூற்றாண்டில் தொழில் புரட்சியின் வழியாக முன்னேற்றத்தை அடைந்தன ஐரோப்பிய நாடுகள். இதற்கு ஒரு வகையில் அங்கு ஏற்பட்ட அறிவியல் ரீதியிலான முன்னேற்றங்களும் அதனால் விளைந்த புதிய கண்டுபிடிப்புகளும் முக்கியக் காரணம். இதை மறுமலர்ச்சிக் காலகட்டம் என வரலாற்றுப் பாடங்களில் பலர் படித்திருக்கலாம். ஆனால், இவ்வாறு மறுமலர்ச்சி ஏற்பட அறிவியல் முன்னேற்றங்கள் மட்டுமல்லாமல் அந்தந்த ஐரோப்பிய நாடுகளுக்கு அதன் காலனி நாடுகளும் பெருமளவில் உதவி செய்திருக்கின்றன. காலனிகளிலிருந்து சுரண்டப்பட்ட வளங்கள் அதன் ஏகாதிபத்திய ஐரோப்பிய நாடுகளைச் செழிப்பாகின. செழிப்பு, அறிவியல் கண்டுபிடிப்புகளுக்கு உதவி செய்து பின் தொழில் புரட்சிக்கு வித்திட்டது.

இவ்வாறு இங்கிலாந்து நாட்டில் தொழில் புரட்சி நடக்கவும்கூட அதன் காலனியான இந்தியாவிலிருந்து உறிஞ்சப்பட்ட வளங்கள் முக்கியக் பங்காற்றியிருக்கின்றன. ஆசியா, ஆப்பிரிக்கா, தென் அமெரிக்கா எனப் பல கண்டங்களைச் சேர்ந்த காலனி நாடுகளின் வளங்கள் ஐரோப்பிய நாடுகளால் ஏகாதிபத்தியம் என்ற பெயரில் உறிஞ்சப்பட்டன. இதனால் அந்த நாடுகள் அனைத்தும் ஏழ்மை நிலைக்குத் தள்ளப்பட்டன. ஆனால் இந்தப் பட்டியலின் ஒரே விதிவிலக்கு ஜப்பான் நாடு! அந்தக் காலகட்டத்தில் மிகவும் பின்தங்கியிருந்த கிழக்காசியப் பகுதியில் இருந்துகொண்டு பத்தொன்பதாம் நூற்றாண்டின் இறுதியில் ஐரோப்பிய நாடுகளுக்கு இணையாகத் தொழில் புரட்சி நடந்து முன்னேற்றம் கண்ட ஒரே ஆசிய நாடு ஜப்பான் மட்டுமே.

ஐரோப்பிய நாடுகளுக்கு இணையாக முன்னேற்றம் ஏற்பட்டு விட்டது சரி. அடுத்து அவற்றைப்போலவே ஏகாதிபத்திய அரசாக

மாறவேண்டுமல்லவா? அதற்கான களமாகக் கச்சிதமாக இருந்தது அன்றைய சீனா. ஒரு சரியான அரசாங்கம் இல்லாமல் உள்நாட்டுக் குழப்பங்களில் சிக்கிச் சின்னாபின்னமாயிருந்த அண்டை நாடான சீனாவின் மீது கவனத்தைப் பதித்தது ஜப்பான்.

1931ஆம் வருடம் சீனாவின் மஞ்சூரியா பகுதியை முதன்முதலாக ஆக்கிரமித்த ஜப்பான் பேரரசு, அதற்குப் பிறகு பலவிதங்களில் சீனப் பகுதிகளின் மீது ஆதிக்கம் செலுத்தத் தொடங்கியது. பின், சீனாவின் ஷாங்காய், பெய்ஜிங் ஆகிய பகுதிகளையும் ஜப்பான் ஆக்கிரமித்தது. சீனாவின் மீதான ஜப்பானின் இந்த ஏகாதிபத்தியத்தை எதிர்க்க அங்கிருந்த மாவோ தலைமையிலான கம்யூனிஸ்டுகள் 1936ஆம் வருடத்தின் இறுதியிலிருந்து ஜப்பான் படைகளுடன் மோத ஆரம்பித்தனர். அதில் குறிப்பிடத்தக்கச் சில வெற்றிகளையும் பெற்றனர்.

அடுத்த இரண்டு வருடங்களுக்குப் பிறகு இரண்டாம் உலகப்போர் முறைப்படி ஐரோப்பியக் கண்டத்தில் தொடங்கியது. அதில், ஜெர்மனி, இத்தாலி ஆகிய நாடுகளுடன் ஜப்பான் கூட்டுச் சேர்ந்து 'அச்சு நாடுகள்' என்ற பெயரில் கூட்டணி அமைத்தது. அவர்களுக்கு எதிர்த்தரப்பில் 'நேச நாடுகள்' என்ற பெயரில் பிரிட்டனும், அமெரிக்காவும் கூட்டணி அமைத்தன.

இவ்வாறாக உலகப்போர் தொடங்கிய பிறகு, தங்களைப் போலவே ஏகாதிபத்தியத்தால் பாதிக்கப்பட்டு அதை எதிர்த்துச் சில வெற்றிகளுடன் போராடிக்கொண்டிருந்த சீனக் கம்யூனிஸப் போராளிகளிடம்தான் தன் நாட்டு விடுதலைக்கு உதவி கேட்டு சீனா சென்றார் ஆங் சான். ஆனால் அங்கு ஆங் சானைச் சந்தித்த ஜப்பானியர்கள், பர்மிய விடுதலைக்கு உதவுவதாகத் தெரிவித்தனர். இதற்குப் பின் இருந்த ஜப்பானின் அரசியல் கணக்குகளைப் புரிந்து கொள்ளாமல் அவர்களின் உதவியை ஏற்றுக்கொண்டது ஆங் சான் தன் அரசியல் வாழ்வில் செய்த ஆகப்பெரும் தவறு.

சில வருடங்களாக ஜப்பான் நாட்டின் பிடியிலிருந்து தங்களை விடுவித்துக் கொள்ளப் போராடிக்கொண்டிருந்த சீனப் போராளிகளுக்கு நேச நாடுகள் கூட்டணியின் ஆயுதங்களும் ஏனைய பிற உதவிகளும் பெரும்பாலும் பர்மா வழியேதான் சென்று கொண்டிருந்தது. பர்மா சுதந்திரப் போராட்டக்காரர் களுக்கு உதவிசெய்து அங்கிருந்த பிரிட்டிஷ் ஆட்சியை அகற்றிவிட்டால், சீனப் போராளிகளுக்குச் செல்லும்

உதவிகளைத் தடுத்து நிறுத்தி சீனாவை முழுமையாக ஆக்கிரமித்து விடலாம் என்பது ஜப்பான் போட்ட கணக்கு. இந்தக் கணக்கைப் பற்றி எதுவுமே தெரியாமல் ஜப்பானின் உதவியை ஏற்றுக்கொண்டார் ஆங் சான்.

ஜப்பானியர்கள் அழைப்பின் பேரில் டோக்கியோ சென்ற ஆங் சான், 1940ஆம் வருடத்தின் இறுதி வரை அங்கே இருந்தார். அந்நாட்டின் அரசியல் சித்தாந்தம், தொழில் வளர்ச்சி, மனிதவள முன்னேற்றம் ஆகியவை குறித்து நிறைய அறிந்துகொண்டார். அங்கிருந்த பல முக்கியஸ்தர்களுடன் நல்ல தொடர்பை ஏற்படுத்திக்கொண்ட பின், 1941ஆம் வருடத்தின் தொடக்கத்தில் பர்மாவுக்குத் திரும்பினார். பர்மாவில் தனது நம்பிக்கைக்குரிய இருபத்தி ஒன்பது பேரைத் தேர்ந்தெடுத்த ஆங் சான், அவர்களுடன் ரகசியமாக ஹைனான் தீவுக்குச் சென்று, அங்கிருந்த ஜப்பான் ராணுவத்திடம் அடுத்த சில மாதங்களுக்குப் பல்வேறு பயிற்சிகளை எடுத்துக்கொண்டார். அவர்கள் அனைவரும் 'முப்பது தோழர்கள்' என்றழைக்கப்பட்டனர்.

1941ஆம் வருடத்தின் இறுதியில் ஜப்பானியப் படைகள் தாய்லாந்து நாட்டை அடைந்த பிறகு அங்கே தாய்லாந்து-பர்மா எல்லையில் வசித்து வந்த ஆயிரக்கணக்கான பர்மியர்களைக் கொண்டு 'பர்மிய விடுதலை ராணுவத்தை' உருவாக்கினார் ஆங் சான். ஒரே வருடத்தில் பர்மிய விடுதலை ராணுவத்தின் உதவியையும் தாய்லாந்து நாட்டுப் படைகளின் உதவிகளையும் பயன்படுத்திக்கொண்டு பிரிட்டிஷ் படைகளை வெளியேற்றியது ஜப்பான் ராணுவம். இதன்மூலம் பர்மா நாட்டைக் கைப்பற்றியது ஜப்பான்.

ஆகஸ்ட் 1, 1943 அன்று பிரிட்டிஷ் தளையிலிருந்து பர்மா விடுவிக்கப்பட்டதாக அறிவித்தது ஜப்பானிய அரசு. பர்மாவைப் பிரிட்டிஷ் கட்டுப்பாட்டிலிருந்து விடுவிக்கும் நோக்கம் நிறைவேறியதால் பர்மிய விடுதலை ராணுவம், பர்மியப் பாதுகாப்பு ராணுவம் எனப் பெயர் மாற்றப்பட்டு அதன் தளபதியாக ஆங் சான் பதவி வகித்தார். மேலும், ஜப்பானியர்களால் பர்மாவின் அதிபராக நியமிக்கப்பட்ட 'பா மாவ்' அமைச்சரவையில், ஆங் சாங் பாதுகாப்புத் துறை அமைச்சராகவும் பொறுப்பேற்றுக்கொண்டார். இந்தக் காலகட்டத்தில் பர்மியர்களின் ஆதர்ச நாயகனாக மாறியிருந்த ஆங் சானை, 'போக்யோகே' (பர்மிய மொழியில் தலைமைத் தளபதி) என மக்கள் அன்போடு அழைத்தனர்.

பா மாவ் தலைமையிலான பர்மிய அரசாங்கம் பெயரளவுக்குத்தான் செயல்பட்டது. எந்த ஒரு முடிவாக இருந்தாலும் ஜப்பானியர்களிடம் கலந்தாலோசிக்காமல் பர்மிய அரசால் செயல்படுத்த முடியாது என்பதுதான் களநிலவரம். சுருக்கமாகக் கூறினால், பர்மாவில் அனைத்துவித அதிகாரங்களும் ஜப்பானிய ராணுவத்தின் வசம் இருந்தது. பிரிட்டிஷாரிடம் இருந்து சுதந்திரம் பெற்றுத் தருவதாக உள்ளே நுழைந்து இப்போது பர்மியர்களின் சுதந்திரத்தை ஜப்பானியர்கள் பறித்துக்கொண்டனர். இதனால் நாட்கள் செல்லச் செல்லப் பர்மியத் தலைவர்களிடம் புகைச்சல் அதிகரிக்க ஆரம்பித்தது. அப்போது பர்மியர்களை மேலும் அதிர்ச்சியாக்கும் வண்ணம் பர்மாவைத் தளமாகக் கொண்டு அங்கிருந்து இந்தியப் படையெடுப்பு நடைபெறும் என அறிவித்தது ஜப்பான் ராணுவம்.

ஜப்பான் ராணுவத்துடன் இணைந்து இந்தியப் படையெடுப்பை மேற்கொள்ள ஆங் சானுக்கு மிகவும் தெரிந்த நபர் ஒருவர் பர்மாவுக்கு வந்தார். அவர், நேதாஜி சுபாஷ் சந்திரபோஸ்.

10. கனவாகிப் போன நிஜம்

இரண்டாம் உலகப்போருக்கு முன் பிரிட்டிஷ் இந்திய அரசாங்கத்தை எதிர்த்துப் போராடி நாடு கடத்தப்பட்டவர்களுக்கும், குற்றவாளிகள் என முத்திரைகுத்தப்பட்டுத் தேடப்பட்டு வந்த புரட்சியாளர்களுக்கும் தென்கிழக்காசியா முக்கியமான புகலிடமாக இருந்தது. குறிப்பாக தாய்லாந்து, மலேயா ஆகிய பகுதிகளில் இந்தியாவை விட்டு வெளியேறிய பல சுதந்திரப் போராட்டத் தலைவர்கள் வசித்து வந்தனர்.

1930ஆம் வருடங்களில் ஜப்பான் உளவுத்துறை சார்பில் அப்போதைய ராணுவ அதிகாரி இவைச்சி ஃபூஜிவாரா, காலனி ஆட்சிகளுக்கெதிராகத் தென்கிழக்காசிய நாடுகளிலிருந்து போராடிவந்த அந்தந்த நாட்டுச் சுதந்திரப் போராட்டத் தலைவர்களைச் சந்தித்து ஜப்பான் முன்னெடுத்த மேற்குலக நாடுகளுக்கு எதிரான சில முயற்சிகளுக்கு ஆதரவு கோரினார். இதில் அப்பகுதிகளில் வசித்து வந்த இந்தியத் தலைவர்களும் அடக்கம்.

தென்கிழக்காசியாவிலிருந்த இந்தியச் சுதந்திர போராட்டத் தலைவர்கள், இந்தியச் சுதந்திர லீக் என்ற அமைப்பை நிறுவி, அங்கிருந்தபடியே இந்தியாவின் சுதந்திரத்திற்கான முயற்சியை எடுத்து வந்தனர். இந்த அமைப்பின் முன்னணித் தலைவர்களுள் ஒருவராக அச்சமயம் ஜப்பானில் வசித்துவந்த ராஷ் பிகாரி போஸ் இருந்தார்.

மலேயா தீபகற்பத்தின் மேற்குப் பகுதி பிரிட்டிஷ் காலனியாக இருந்தது. இந்தப் பகுதியை 1941ஆம் வருடத்தின் இறுதியில் தனது

கட்டுப்பாட்டுக்குள் கொண்டு வந்தது ஜப்பான். இப்பகுதியைக் காத்துவந்த பிரிட்டிஷ் இந்தியாவைச் சேர்ந்த சுமார் நாற்பதாயிரத்திற்கும் மேற்பட்ட ராணுவ வீரர்கள் ஜப்பான் ராணுவத்தால் சிறைபிடிக்கப்பட்டனர். சிறைபிடிக்கப்பட்ட இந்திய வீரர்களிடம் பேசி பிரிட்டிஷ் அரசுக்கு எதிராகப் போர் புரிய அவர்களிடம் மனமாற்றத்தைக் கொண்டுவந்தனர் ஜப்பானியத் தளபதிகள்.

இவ்வாறு, ஜப்பான் ராணுவத்தின் உதவியுடன் சிறைபிடிக்கப் பட்ட இந்திய வீரர்களைக் கொண்டு இந்திய ராணுவ அதிகாரி மோகன் சிங் தலைமையில் இந்தியத் தேசிய ராணுவம் உருவானது. தென்கிழக்காசியாவில் வசித்து வந்த இந்தியத் தலைவர்களின் ஆதரவும், இந்தியச் சுதந்திர லீக்கின் ஆதரவும் தன்னியல்பாகவே இந்தியத் தேசிய ராணுவத்திற்குக் கிடைத்தது. தகுந்த ஒத்துழைப்பு கிடைத்தாலும் ஜப்பான் ராணுவத்தின் கைப்பாவையாகச் செயல்பட வேண்டியது வருமோ என்று அஞ்சிய இந்தியத் தேசிய ராணுவத்தின் அதிகாரிகள், காங்கிரஸ் கட்சியின் அழைப்பின்றி இந்தியாவுக்குப் படையெடுத்துச் செல்லமாட்டோம் என்று அறிவித்தனர்.

மேலும், ஜப்பான் ராணுவத்திடமிருந்து தங்கள் பணிநிமித்தமாக எந்தக் குறுக்கீடுகளும் ஏற்படாது என்ற உறுதிமொழியையும் எதிர்பார்த்தனர். ஆனால் இந்தக் கோரிக்கைக்கு ஜப்பானிய ராணுவம் உறுதியளிக்கவில்லை.

ஜப்பானியப் பிரச்சனை ஒருபுறமிருக்க, மறுபுறம் இந்திய லீக்கின் கட்டுப்பாட்டில் இல்லாமல் இந்தியத் தேசிய ராணுவம் சுதந்திரமாகச் செயல்பட வேண்டுமென நினைத்தார் அதன் தலைவர் மோகன்சிங். ஆனால், இந்திய லீக் அமைப்புக்கு உள்ளே நடந்துகொண்டிருந்த அரசியலால் கிழக்காசியாவிலிருந்த இந்தியத் தலைவர்கள் இரண்டு பிரிவுகளாகப் பிரிந்து செயல்பட்டனர். அத்தலைவர்களிடமிருந்தும் இந்தியத் தேசிய ராணுவத்தின் தன்னாட்சி செயல்பாடு குறித்துச் சரியான பதில் கிடைக்கவில்லை.

இவ்வாறாகப் பிரச்சனைகளைத் தீர்க்க முடியாமல்போனதால் 1942ஆம் வருடத்தின் இறுதியில் இந்தியத் தேசிய ராணுவத்தைக் கலைப்பதாக அறிவித்தார் மோகன் சிங். அடுத்த சில மாதங்கள் அங்கிருந்த இந்திய ராணுவ வீரர்களை ஒன்றிணைத்து வைக்கும் பொறுப்பை கவனித்துக்கொண்டார் ராஷ் பிகாரி போஸ்.

வீரர்களைக் கவனித்துக் கொள்ள ராணுவ அதிகாரிகளைக் கொண்ட ஒரு மேற்பார்வைக் குழுவும் அமைக்கப்பட்டது.

இந்தியாவிலிருந்து தப்பி 1941ஆம் வருடம் ஜெர்மனி சென்ற சுபாஷ் சந்திர போஸ், இந்தியாவைப் பிரிட்டிஷ் கட்டுப்பாட்டிலிருந்து விடுவிக்க ஜெர்மன் படைகளின் உதவியைக் கேட்டார். ஆனால், அச்சமயம் சோவியத் யூனியனுக்குப் படையெடுத்துச் சென்றிருந்த ஜெர்மன் படைகள் அங்கே சிக்கிச் சின்னாபின்னமாகிப் போயின. இதனால் போஸ் எதிர்பார்த்த உதவி அன்றைய ஜெர்மன் நாஜி அரசிடமிருந்து கிடைக்கவில்லை. போஸின் நடவடிக்கைகளை ஆரம்பம் முதலே கண்காணித்துக் கொண்டிருந்த ஜப்பான் உளவுத்துறை, மலேயாவிலிருந்த இந்திய ராணுவ வீரர்களுக்குத் தலைமையேற்க வருமாறு 1943ஆம் வருடத்தின் தொடக்கத்தில் அவருக்குச் செய்தி அனுப்பப்பட்டது. அதை ஏற்றுக்கொண்ட போஸ், ஜுலை மாதம் சிங்கப்பூர் சென்று இந்தியச் சுதந்திர லீக்கின் தலைமைப் பொறுப்பை ஏற்றார். பின், இரண்டாவது முறையாக போஸின் மேற்பார்வையில் இந்தியத் தேசிய ராணுவம் மீள் உருவாக்கம் பெற்றது.

இந்தியத் தேசிய ராணுவமும் ஜப்பான் ராணுவமும் ஒன்றிணைந்து பர்மா வழியாக இந்தியாவுக்குள் நுழைந்து பிரிட்டிஷ் ஆட்சியை அகற்றத் திட்டம் தீட்டப்பட்டது. தென்கிழக்காசியாவில் வசித்து வந்த ஆயிரக்கணக்கான இந்திய மக்கள் போஸின் ராணுவத்தில் இணைந்தனர். பின் சிங்கப்பூரிலிருந்தபடியே அங்கிருந்த இந்திய மக்களிடம் வானொலி ஒளிபரப்பு வாயிலாகப் பேசிய போஸ், மகாத்மா காந்தியை இந்தியாவின் தேசத்தந்தை என முதல் முறையாகக் குறிப்பிட்டு நடக்கவிருக்கும் சுதந்திரப்போருக்கு அவரது ஆசிகளை வழங்குமாறு கேட்டுக்கொண்டார். சிங்கப்பூரில் பயிற்சிப் பாசறைகள் உருவாக்கப்பட்டு, ராணுவத்தினருக்கும், ராணுவத்தில் சேர்ந்த பொதுமக்களுக்கும் பயிற்சி வழங்கப்பட்டது.

1943ஆம் வருடம் அக்டோபர் மாதத்தில் 'ஆசாத் ஹிந்த்' எனப்படும் சுதந்திர இந்தியாவின் தற்காலிக அரசாங்கத்தை அமைத்ததாக போஸ் அறிவித்தார். இதற்கு முன்பே ஜப்பானியப் படைகள் பர்மாவைக் கைப்பற்றியிருந்ததால், இந்தியப் படையெடுப்புக்குத் தோதாக ஆசாத் ஹிந்த் அரசின் தலைமையகம் ரங்கூனுக்கு மாற்றப்பட்டது. பிறகு ஜப்பான் படைகளும் இந்தியத் தேசிய ராணுவத்தின் படைகளும் பர்மாவை வந்தடைந்தன.

நடப்பதை எல்லாம் பொறுமையுடன் பார்த்துக்கொண்டிருந்தார் ஆங் சான். பர்மாவுக்குச் சுதந்திரம் பெற்றுத் தருவதாக வாக்குறுதி கொடுத்துவிட்டு இப்போது தங்கள் விருப்பத்திற்கேற்ப பர்மாவை ஜப்பானியர்கள் உபயோகப்படுத்துவது ஆங் சானைக் கொதிப்படைய வைத்தது. ஆனால் இந்த நிலையில் ஜப்பான் ராணுவத்தை எதிர்த்து அவரால் எதுவுமே செய்ய முடியாது. இருந்தாலும் வருங்காலத்தில் எடுக்க வேண்டிய நடவடிக்கைகள் குறித்துத் திரைமறைவில் பல ஆலோசனைகளை மேற்கொண்டிருந்தார்.

1944ஆம் வருடத் தொடக்கத்தில் பர்மாவுடன் எல்லையைக் கொண்டிருந்த இந்தியாவின் வடகிழக்குப் பகுதி வழியாக அன்றைய மணிப்பூர் சமஸ்தானத்திற்குள் நுழைந்தது ஜப்பான் - இந்தியத் தேசிய ராணுவம். இம்பால், கோஹிமா ஆகிய இரு பகுதிகளில் பிரிட்டிஷ் ராணுவத்துடன் கடுமையான மோதல் நடந்தது. இடைவிடாத மழை, பிரிட்டன் விமானப்படையின் வான்வழி தாக்குதல், உள்ளூர் பழங்குடியின மக்களின் எதிர்ப்பு, குறைந்து கொண்டே வந்த கையிருப்புகள் என ஜப்பான்- இந்தியத் தேசிய ராணுவம் கூட்டுப் படைகளைப் பல வழிகளிலும் பிரச்சனைகள் சூழ்ந்தது.

இறுதியில், முன்னேறி வந்த பிரிட்டன் படைகள் ஜப்பான்-இந்தியத் தேசிய ராணுவக் கூட்டுப்படைகளைத் தோற்கடித்தன. பல்லாயிரக்கணக்கான ஜப்பான் ராணுவ வீரர்கள் இத்தாக்குதலில் இறந்துபோயினர். மீதமிருந்தவர்களில் பலர் தாக்குதலிலிருந்து பின்வாங்கி பர்மாவுக்குத் திரும்பும் வழியில் செத்துமடிந்தனர். இந்திய ஆக்கிரமிப்பு, இரண்டாம் உலகப்போரில் ஜப்பான் ராணுவத்துக்கு மிகப்பெரும் இழப்பை ஏற்படுத்தியது.

இந்தியாவில் ஜப்பான்-இந்தியத் தேசிய ராணுவத்துக்கு ஏற்பட்ட தோல்வி, ஆங் சானுக்குக் கொஞ்சம் ஆசுவாசத்தை அளித்தது. இங்கு மட்டுமில்லாமல், இரண்டாம் உலகப் போருக்காக ஜப்பான் நாட்டுடன் கூட்டணி அமைத்திருந்த பிற பாசிச நாடுகளுக்கும் தோல்விகள் பரிசாகக் கிடைத்தன. போரை முன்வைத்து ஜெர்மனி நடத்திய வெறியாட்டங்கள் உலகைத் திகைக்க வைத்தன.

தனது தனிப்பட்ட அனுபவத்தால் பாசிசம் எப்படி எல்லாம் வேலை செய்யுமென முழுமையாகப் புரிந்துகொண்டார் ஆங்

சான். அந்த வருடத்தின் ஆகஸ்ட் மாதத்தில் 'பாசிசத்திற்கு எதிரான மக்களின் சுதந்திர லீக்' எனும் அமைப்பைத் தோற்றுவித்து, பர்மாவிலிருந்த பிற கட்சிகளுடன் இணைந்து தங்கள் மண்ணிலிருந்து ஜப்பானை வெளியேற்றத் தீவிரமான போராட்டங்களை முன்னெடுத்தார்.

இதுமட்டுமில்லாமல், அப்போது தென்கிழக்காசியாவில் ஜப்பான் படைகளை எதிர்த்துத் தீவிரமாகக் களமாடிக் கொண்டிருந்த நேச நாட்டுப்படைகளின் தலைமை தளபதி லூயிஸ் மௌண்ட்பேட்டனிடம் ஜப்பான் பிடியிலிருந்து பர்மாவை மீட்பதற்கான உதவியைக் கேட்டார் ஆங் சான். முன்பு, இதே ஆங் சான்தான் பிரிட்டிஷ் கட்டுப்பாட்டிலிருந்த பர்மாவை ஜப்பான் ஆக்கிரமிப்பதற்கான முழுக்காரணமாக இருந்தார். இந்தக் காரணத்துக்காகவே பிரிட்டிஷ் தரப்பு அதிகாரிகள் ஆங் சானின் கோரிக்கையை ஏற்க மறுத்துவிட்டனர். தான் எடுக்கும் தவறான முடிவுகளை ஒப்புக்கொள்ளும் பண்பு எல்லாத் தலைவர்களிடமும் இருப்பதில்லை. ஆனால் ஆங் சானிடம் இருந்தது. பிரிட்டிஷ் அதிகாரிகளிடம் தொடர்ந்து ஒரு பண்பட்ட தலைவனாகப் பேசி, சூழ்நிலையைப் பக்குவமாகப் புரியவைத்தார் ஆங் சான். இறுதியில் அவருக்கு உதவத் தளபதி மௌண்டபேட்டன் ஒப்புக்கொண்டார்.

1945ஆம் வருடத்தின் மார்ச் மாதத்தில் நேச நாடுகள் படை, ஜப்பான் பிடியிலிருந்து பர்மாவைத் திரும்ப மீட்கும் பொருட்டு யுத்தம் செய்தது. தனது பர்மியப் பாதுகாப்பு ராணுவத்தை, பர்மியத் தேசிய ராணுவம் எனப் பெயர் மாற்றி பிரிட்டிஷ் படைகளுக்கு உதவத் தயார்ப்படுத்தினார் ஆங் சான். இந்தப் பர்மியத் தேசிய ராணுவம் நேச நாடுகளின் கூட்டணிப் படையாக அறிவிக்கப்பட்டு, அவர்களுக்கு ஆயுத உதவிகள் வழங்கப்பட்டது. மே மாதத்தில் ரங்கூன் நகரம் கைப்பற்றப்பட்டு, பின் படிப்படியாக ஜப்பான் படைகள் துரத்தியடிக்கப்பட்டன. பின் பர்மா முழுவதும் மீண்டும் பிரிட்டிஷ் அரசின் கட்டுப்பாட்டுக்குள் வந்தது. வெற்றிகரமாக இதைச் செய்து முடித்தபோது ஆங் சானின் வயது வெறும் முப்பது மட்டுமே.

●

பர்மா நாடு பிரிட்டிஷ் கட்டுப்பாட்டிலிருந்து ஜப்பான் கைகளுக்குள் சென்று, பிறகு மீண்டும் பிரிட்டிஷ் கட்டுப்பாட்டுக்குள் திரும்பி வந்த இந்த இரண்டு வருடக்

காலத்தில் ஏற்கெனவே உருவாகியிருந்த பர்மர், பர்மர் அல்லாதோர் பிரச்னை முற்றிப்போய் முற்சந்திக்கு வந்திருந்தது. அதற்குக் காரணம் ஜப்பான் ஆக்கிரமிப்பின்போது பர்மர்-காரேன் மக்களிடையே நடந்த மோதல்.

காரேன் என்றறியப்படும் இனக்குழுவைச் சேர்ந்த மக்கள் பர்மா-தாய்லாந்து எல்லைப்பகுதியில் நெடுங்காலமாக வசித்து வந்தனர். பர்மாவில் பிரிட்டிஷ் ஆட்சி ஏற்பட்ட பிறகு அதிகம் பலனடைந்தது இந்த இனத்தைச் சேர்ந்த மக்கள்தாம். ஆங்கிலக் கல்வி, அரசுப் பணி, ராணுவம் எனப் பிரிட்டிஷ் ஆட்சியின் விளைவாக உருவான அனைத்துத் துறைகளின் வாய்ப்புகளையும் பிற இன மக்களை விடவும் அதிகமாகப் பற்றிக்கொண்டு முன்னேறினார்கள்.

ஆனால் இந்த முன்னேற்றம் கடலில் விழுந்த மழைத்துளிபோல. சில ஆயிரக்கணக்கிலான காரேன் மக்களுக்கு மட்டுமே இந்த வாய்ப்பு கிடைத்தது. மீதமிருந்த லட்சக்கணக்கான காரேன் மக்கள், பர்மா-தாய்லாந்து எல்லைப் பகுதிகளில் ஏழ்மையின் பிடியில் வாழ்ந்து கொண்டிருந்தனர். காரேன் மட்டுமல்ல, பர்மாவில் இருந்த அனைத்து இன மக்களின் நிலைமையும் இதுதான். சொல்லப்போனால் இவர்களையெல்லாம் ஒப்பிடும் போது பர்மர் இன மக்களின் நிலை எவ்வளவோ தேவலாம்.

ஆனால், இந்த உண்மை நிலவரத்தைப் பர்மர் மக்கள் புரிந்துகொள்ளவில்லை. அதிகாரமட்டத்திலிருந்து தாங்கள் புறக்கணிக்கப்பட்டிருந்தது அவர்களுக்குள் ஆத்திரம் என்ற அணையாத நெருப்பை மூட்டிப் பல வருடங்கள் ஆகியிருந்தது. அந்த நெருப்பு ஒரு கட்டத்தில் வெளியாக, ஆங் சான் ஒரு மறைமுகக் காரணமாக இருந்துவிட்டார்.

1941ஆம் வருடத்தில் ஜப்பானியப் படைகள் பர்மா ஆக்கிரமிப்புக்குத் தயாரானதும், பர்மா-தாய்லாந்து எல்லையில் வசித்து வந்த ஆயிரக்கணக்கான பர்மிய மக்களைக் கொண்டு பர்மிய விடுதலை ராணுவத்தை உருவாக்கியிருந்தார் ஆங் சான். இந்த ராணுவத்தில் இருந்தவர்களில் பெரும்பான்மையானோர் பர்மர் இனத்தைச் சேர்ந்தவர்கள். பிரிட்டிஷ் படைகளை எதிர்க்க இவர்களுக்கு ஜப்பான் தரப்பிலிருந்து ஆயுத உதவி அளிக்கப் பட்டது. ஆயுதங்கள் கிடைத்ததும் அதிகாரம் கிடைத்ததாக நினைத்த இவர்கள், அருகிலிருந்த காரேன் மக்கள் வசித்து வந்த பகுதிகளில் நுழைந்து, அவர்களைக் கடுமையாகத் தாக்கித்

தங்களின் பல வருட ஆதங்கத்தைத் தீர்த்துக்கொள்ள முயற்சித்தனர்.

ஜப்பான் படைகள் புகுந்து நிலைமையைக் கட்டுக்குள் கொண்டு வராவிட்டிருந்தால், நிலவரம் மேலும் மோசமாக மாறியிருக்கும். மேலும், அச்சமயம் பிரிட்டிஷ் ஆட்சியை அகற்றும் திட்டத்தைச் செயல்படுத்த வேண்டிய அவசியத்தால் இந்தப் பிரச்சனை உடனுக்குடன் முடிவுக்குக் கொண்டுவரப்பட்டது. ஆனால் காரேன் மக்களிடையே பர்மர்களின் இந்தத் தாக்குதல் அழுத்தந்திருத்தமாகப் பதிந்துபோனது.

அடுத்த ஒன்றிரெண்டு வருடங்களில் ஜப்பானியப் படைகள் வெளியேற்றப்பட்டு, மீண்டும் பர்மா பிரிட்டிஷ் கட்டுப்பாட்டுக்குள் சென்ற பிறகு, ஆங் சான் உருவாக்கிய இந்த ராணுவத்தின் நிலை கேள்விக்குள்ளானது. எனவே இதுகுறித்து பிரிட்டிஷ் ராணுவத் தளபதிகளைச் சந்தித்துப் பேசினார் ஆங் சான். அதே 1945ஆம் வருடத்தில் ஆங் சானின் ராணுவத்தில் பணியாற்றிய ஐயாயிரத்துக்கும் மேற்பட்ட வீரர்களைப் பர்மியப் பிரிட்டிஷ் ராணுவத்தில் இணைத்துக்கொள்ளும் வண்ணம் அன்றைய இலங்கையில் கண்டி ஒப்பந்தம் கையெழுத்தானது.

பர்மியச் சுதந்திரப் போராட்டத்தில் சின், கச்சின், காரேன் ஆகிய மக்களின் பங்களிப்பைப் பற்றி இந்நிகழ்வில் பெருமிதம் கொள்ளப் பேசிய ஆங் சான், ஜப்பான் ஆக்கிரமிப்பின்போது அதிகம் துன்புறுத்தலுக்கு ஆளாகிய காரேன் மக்களைப்பற்றி மேற்கோள் காட்டவும் தயங்கவில்லை. பர்மர் இன மக்களை ஒப்பிடும்போது பிற சிறுபான்மை இன மக்களின் வாழ்க்கைத்தரம் மிகவும் பின்தங்கியுள்ளதைப் பற்றி அக்கூட்டத்தில் உண்மை நிலவரத்தை உடைத்துப் பேசினார். இப்படிச் சிறுபான்மையின மக்களின் பிரச்சனை குறித்துப் பொதுவெளியில் பேசிய முதல் பர்மியத் தலைவரும் அவரே.

வெறும் பேச்சோடு மட்டும் நிறுத்திக் கொள்ளாமல், பர்மா-தாய்லாந்து எல்லைப் பகுதியில் அமைந்திருந்த காரேன் பகுதிகளுக்குச் சென்று அம்மக்களுக்கு நேரில் ஆறுதல் கூறினார். ஆங் சான், பர்மர் இனத்தைச் சார்ந்தவராக இருந்தாலும் காரேன் உட்படப் பிற சிறுபான்மை இன மக்கள் அவர் மீது மதிப்பும் மிகுந்த நம்பிக்கையும் வைத்திருந்தனர். ஆனால், ஆங் சான் மீதிருந்த நம்பிக்கை பிற பர்மர் தலைவர்களிடமோ, பர்மர் இன மக்களிடமோ இவர்களுக்கு இருக்கவில்லை. மேலும், காரேன்

மக்களுக்குப் பர்மர்களால் ஏற்பட்ட பிரச்சனைகளைக் கேள்விப்பட்ட பிறகு வடக்கு மற்றும் வடகிழக்குப் பகுதிகளில் வசித்து வந்த ஷான், சின், கச்சின் இன மக்களிடையே பதற்றம் உண்டானது. இந்தப் பதற்றத்துக்கு வலுவான காரணப் பின்னணியும் இருந்தது.

அன்றைய பர்மாவில் இருந்த மக்களில் ஏறத்தாழ 60 சதவிகிதத்துக்கும் மேல் பர்மர் இனத்தைச் சேர்ந்தவர்கள். இதுமட்டுமல்லாமல், காலனி பர்மாவின் பொருளாதாரத்தைத் தூக்கிப்பிடிக்கும் 90 சதவிதத்துக்கும் அதிகமான தொழில்கள் பர்மர் இன மக்கள் வசித்து வந்த மத்திய மற்றும் தெற்குப் பர்மாவில் இயங்கி வந்தது. தொழிலதிபர்கள், நிலச்சுவான்தார்கள், அரசியல் தலைவர்கள் எனப் பல பர்மர்கள் செல்வாக்காக இருந்தனர். இத்தனை வருட காலமாக ஆட்சி அதிகாரம் மட்டும்தான் அவர்களின் கைகளில் இல்லை.

நாளை பிரிட்டிஷ் அரசு பர்மாவுக்குச் சுதந்திரம் அளித்த பிறகு ஆட்சி அதிகாரம் முழுவதும் பர்மர்களின் கைகளுக்குள் சென்று விடும் அபாயம் இருந்தது. அத்துடன் எந்த ஒரு வளர்ச்சியும் இல்லாத பின்தங்கிய எல்லையோரப் பகுதிகளில் வசித்துக் கொண்டு நாளை பர்மர்களிடம் கையேந்தும் நிலை தங்களுக்கு ஏற்பட்டுவிடும் என்பதால் இந்தச் சிறுபான்மையின மக்களின் தலைவர்கள் அனைவரும் 1946ஆம் வருடத்தின் மார்ச் மாதத்தில் பாங்லாங் எனும் இடத்தில் ஒன்று கூடித் தங்களின் எதிர்காலம் குறித்து ஆலோசனை நடத்தினார்கள்.

அவர்களுடன் பேச்சுவார்த்தை நடத்தப் பர்மர் இனப் பிரதிநிதிகள் என்ற முறையில் முன்பு பிரதமராக இருந்த உ சாவ்வும், ஆங் சானின் நெருங்கிய நண்பரான உ நூ என்பவரும் பங்கேற்றனர்.

எல்லையோரப் பகுதிகளில் வசிக்கும் இனக்குழுக்களின் கருத்துகளைக் கேட்காமல் அப்பகுதிகளின் வருங்காலம் குறித்த எந்த ஒரு முடிவையும் பிரிட்டிஷ் அரசாங்கம் எடுக்காது என்று கூட்டத்துக்குக் கடிதம் அனுப்பியிருந்தார் அன்றைய பர்மாவுக்கான பிரிட்டிஷ் கவர்னர். இந்தக் கூட்டத்தில் கலந்து கொண்ட சிறுபான்மை இனங்களின் பிரதிநிதிகள் ஒவ்வொரு வரும் தங்கள் மக்களின் நிலை குறித்தும், வருங்காலத்தில் அமையப்போகும் சுதந்திரப் பர்மாவில் தங்களுக்கு இருக்கும் பின்னடைவுகள் குறித்தும் விளக்கமாகப் பேசினார்கள். இந்தக் கூட்டத்தில் எந்த ஒரு முடிவும் எடுக்கப்படவில்லை. ஆனால்

சிறுபான்மையின மக்களின் மனவோட்டத்தைப் பர்மர் இனத் தலைவர்கள் புரிந்துகொண்டனர்.

இந்தப் பாங்லாங் கூட்டத்துக்குப் பிறகு ஆங் சானும் பர்மர் இனத்தைச் சேர்ந்த பிற அரசியல் தலைவர்களும் சிறுபான்மை இன மக்களின் பிரதிநிதிகளை அடிக்கடிச் சந்தித்து, ஒருங்கிணைந்த பர்மாவில் அனைத்து இனத்தவருக்கும் ஏற்படும் நன்மைகள் குறித்து விளக்கி அவர்களின் மனதைக் கரைக்கும் வேலையில் ஈடுபட்டு வந்தனர். மறுபுறம், லண்டனிலும் பர்மாவிலும் இருந்த பிரிட்டிஷ் அரசுப் பிரதிநிதிகளிடம் தங்களுக்கு வேண்டிய தனி நாடு கோரிக்கை குறித்துத் தீவிரமாகப் பேச்சுவார்த்தையில் ஈடுபட்டுக்கொண்டிருந்தனர் சிறுபான்மையினத் தலைவர்கள். ஆனால், பிரிட்டிஷர் தரப்பில் அதற்கான ஆதரவு கிடைக்கவில்லை.

இப்படி எந்த ஒரு பேச்சுவார்த்தைக்கும் முடிவு எட்டப்படாமல் இருந்தபொழுது, திடீரெனச் செப்டெம்பர் மாதத்தில் பிரிட்டிஷ் காலனி பர்மாவின் பிரதமராகப் பொறுப்பேற்றுக் கொண்டார் ஆங் சான். அவரைவிட வயதிலும் அரசியலிலும் சுதந்திரப் போராட்டக் களத்திலும் அனுபவம் மிக்கப் பர்மியத் தலைவர்கள் பலர் இருந்தும் ஆங் சானுக்குப் பிரதமராகும் வாய்ப்பு அமைந்தது. இது அவரின் தலைமைப் பண்புக்குக் கிடைத்த வெகுமதி. இதன் மூலம் தங்களின் முழு ஆதரவு யாருக்கு என்பதையும் பிரிட்டிஷ் அரசு வெளிச்சம் போட்டுக் காட்டியது.

ஒருபுறம் சிறுபான்மையினத் தலைவர்களை வழிக்குக் கொண்டு வரும் வேலை நடந்துகொண்டிருந்தது, மறுபுறம் பிரதமர் என்ற முறையில் சுதந்திரத்துக்குத் தேவையான அடுத்த கட்ட நடவடிக்கைகளை மேற்கொண்டிருந்தார் ஆங் சான். நடப்பது எல்லாம் நன்மையில் முடியும் என்று அனைவரும் எண்ணிக் கொண்டிருந்தபோது பர்மாவின் சுதந்திரம் குறித்து பிரிட்டிஷ் அரசு வெளியிட்ட வெள்ளை அறிக்கையில் மேலும் மூன்று ஆண்டுகள் பிரிட்டிஷ் கட்டுப்பாட்டில் பர்மா இருக்கும் என அறிவிக்கப் பட்டது. ஆங் சான் உள்ளிட்ட பர்மியத் தலைவர்கள் அனைவரும் ஒரு சேர இந்த முடிவைக் கடுமையாக விமர்சித்தனர். பர்மாவுக்கு உடனடி சுதந்திரம் கோரி நாடு முழுதும் போராட்டத்தையும் தொடங்கினர்.

உடனே பர்மியச் சுதந்திரம் குறித்து விவாதிக்க ஆங் சான் லண்டனுக்கு அழைக்கப்பட்டார். லண்டனுக்குச் செல்லும் முன்

1947ஆம் வருடத்தின் தொடக்கத்தில் இந்தியா வந்தடைந்த ஆங் சான், நேருவின் இல்லத்தில் தங்கி, அவர் ஏற்பாடு செய்திருந்த நிகழ்ச்சிகளில் கலந்துகொண்டு உரையாற்றினார். அப்போது பாகிஸ்தான் எனும் நாடு உருவாகும் சூழ்நிலை கிட்டத்தட்ட கனிந்திருந்தது. எனவே வருங்காலத்தில் அண்டை நாடுகளின் தலைவர்களுடன் நட்பு பேணும் அவசியத்தை உணர்ந்து, முஸ்லீம் லீக் தலைவர்களான ஜின்னா, லியாகத் அலி கான் ஆகியோரையும் சந்தித்துப் பேசினார் ஆங் சான்.

பிறகு, லண்டனுக்குச் சென்று அப்போதைய பிரிட்டிஷ் பிரதமர் கிளெமென்ட் அட்லீயுடன் பர்மா சுதந்திரம் குறித்துப் பேச்சுவார்த்தை நடத்தினார். பேச்சுவார்த்தையின் இறுதியில் இருவருக்குமிடையே 'ஆங் சான்-அட்லீ ஒப்பந்தம்' கையெழுத்தானது. அடுத்த ஒரு வருடத்துக்குள் பர்மாவுக்குச் சுதந்திரம் அளிக்கப்பட்டுவிடும் என்பதே ஒப்பந்தத்தின் சாராம்சம்.

●

1947ஆம் வருடத்தின் பிப்ரவரி மாதத்தில் மீண்டும் சிறுபான்மையினத் தலைவர்கள் பாங்லாங்கில் இரண்டாம் முறையாகக் கூடினார்கள். இந்த முறை பிரிட்டிஷ் பர்மாவின் பிரதமர் என்ற முறையில் ஆங் சான் இக்கூட்டத்தில் பங்கேற்றார்.

சுதந்திர பர்மாவில் தங்களுக்கென தன்னாட்சி அதிகாரத்துடன் கூடிய தனி மாநிலங்களை அமைக்குமாறு தனித்தனியாகக் கோரிக்கையை எழுப்பினார்கள் சின், கச்சின், ஷான் ஆகிய இனங்களைச் சேர்ந்த பிரதிநிதிகள். பிரதமர் என்ற முறையில் ஆங் சான் அவர்களின் கோரிக்கைக்கு ஒப்புதல் தெரிவித்த பிறகு, அந்தந்த இனப்பிரதிநிதிகள் 'பாங்லாங் ஒப்பந்தத்தில்' கையெழுத்திட்டு, அமையவிருக்கும் பர்மிய ஒன்றியத்தில் சேர்வதற்குத் தங்களின் முழு ஒப்புதலைத் தெரிவித்தனர். இந்த பாங்லாங் ஒப்பந்தம்தான் சுதந்திர நாடாக 'பர்மா ஒன்றியம்' பிறக்கக் காரணமாய் இருந்த அடிப்படை ஆவணம்.

காரேன் இன மக்களின் பிரதிநிதிகள் பார்வையாளர்களாகப் பங்கேற்றாலும், கோரிக்கைகளையும் எழுப்பவில்லை, ஒப்பந்தத்திலும் கையெழுத்திடவில்லை.

வருங்காலச் சுதந்திர பர்மாவில் அனைத்து இனத்தவரின் பங்களிப்பும் எந்த அளவுக்கு அவசியம் என்பதைக் குறிப்பிட்டு ஆங் சான் ஆற்றிய உரை, தன் நாடு குறித்தும், அதன் மக்கள்

குறித்தும் ஒரு தேசத்தலைவனுக்கு இருந்த கனவை வெளிப்படுத்தியது. நம்மிடையே வேறுபாடுகள் இருக்கலாம். ஆனால், நாளை நமது நாட்டின் மீது வெளியிலிருந்து யார் தாக்குதல் நடத்தினாலும் நாம் ஒற்றுமையோடு போராட வேண்டும் என்று அழுத்தம் திருத்தமாகத் தெரிவித்தார்.

ஒருங்கிணைந்த பர்மா என்ற கனவை நிஜத்தில் உருவாக்கிய சிற்பி ஆங் சான். தனது அர்ப்பணிப்பு, உறுதி, தீரா உழைப்புடன் சுதந்திரப் போராட்டத்தில் முழுமூச்சுடன் ஈடுபட்டது மட்டு மல்லாமல் பல கூறுகளாய் துண்டாடப்பட்டிருக்க வேண்டிய ஒரு தேசத்தை ஒன்றுபட்ட ஒரே நாடாகக் காத்து, அதற்குச் சுதந்திரம் பெறவும் மிக முக்கியக் காரணமாக இருந்தவர். இந்தக் காரணங்களுக்காக இன்றளவும் அவர் 'தேசத் தந்தை' என்று மியான்மரில் கொண்டாடப்படுகிறார்.

தனிப்பட்ட முறையில் ஆங் சான் அளித்த உத்தரவாதங்கள் சிறுபான்மை இனக்குழுத் தலைவர்களைச் சம்மதிக்க வைத்திருந்தன. வார்த்தைகளால் பேசியது மட்டுமல்லாது, ஷான், சின் மற்றும் கச்சின் மக்களுக்குச் சுதந்திரத்திற்குப் பிறகு அளிக்கவிருக்கும் சலுகைகள், உரிமைகள் குறித்தும் ஒப்பந்தத்தில் குறிப்பிடப்பட்டிருந்தது. இது நிச்சயமாக கத்தி மீது நடக்கும் பணி என்று ஆங் சான் உணர்ந்திருந்தார். ஆனாலும் எந்த விலை கொடுத்தாவது பர்மாவை ஒருங்கிணைந்து வைத்திருக்க ஆங் சான் தயாராக இருந்தார். அதற்கு எடுத்துக்காட்டு இந்தப் பாங்லாங் ஒப்பந்தம். ஆனால், தன் மக்கள் சுதந்திரக் காற்றைச் சுவாசிப்பதைப் பார்க்கும் முன்பே ஆங் சான் படுகொலை செய்யப்பட்டார்.

பாங்லாங் ஒப்பந்தம் கையெழுத்தான பிறகு, 'அரசியலமைப்பு நிர்ணயச் சபையை' உருவாக்கும் முயற்சியில் ஈடுபட்டிருந்தார் ஆங் சான். அப்படி ஒரு நாளான ஜூலை 19, 1947 அன்று அரசு செயலகத்தில் அமைச்சரவைக் கூட்டத்தில் இருந்த ஆங் சானையும், அவரது அமைச்சரவை சகாக்கள் சிலரையும் துப்பாக்கிகளுடன் நுழைந்த நான்கு முகம் தெரியாத நபர்கள் சுட்டுக்கொன்றுவிட்டுத் தப்பி ஓடினர். ஆங் சான் சுட்டுக் கொல்லப்பட்டதுக்குப் பின்னணியில் இருந்தது இவர்கள்தான் என்று பலரின் மீது குற்றச்சாட்டு கிளம்பியது. இறுதியில் விசாரணை நடத்தப்பட்டு, முன்பு பிரதமராக இருந்த உ சாவ் தூக்கிலிடப்பட்டார். ஆனாலும், ஆங் சான் மரணத்துக்குப் பிறகு

அவருக்கு நெருக்கம் எனக் கருதப்பட்ட பலர் மர்மமான முறையில் கொலை செய்யப்பட்டனர்.

இறுதியாக ஜனவரி 4, 1948 அன்று தேசத் தந்தை இல்லாமலேயே புதிய தேசம் பிறந்தது. அன்றைய இந்தியப் பிரதமர் நேரு, பர்மிய விடுதலையின் சிற்பி ஆங் சான் என அவருக்குப் புகழாரம் சூட்டினார்.

பர்மியச் சுதந்திரப் போராட்டத்தில் ஆங் சானின் பங்களிப்பு அளப்பரியது. மிக இளவயதில் ஒற்றையாளாக நின்று, அவர் எடுத்த சில துணிச்சலான நடவடிக்கைகள் அந்தக் காலத்தில் பலரால் நினைத்துக்கூடப் பார்க்க முடியாத அளவுக்குக் கடினமானது.

நாட்டின் சுதந்திரம் மிக முக்கியமான ஒன்றுதான். ஆனால் தலைவன் பொறுப்பில் இருந்துகொண்டு நாட்டைச் சார்ந்து எடுக்கும் முடிவுகள் மக்களுக்கு எவ்விதப் பாதிப்புகளையும் ஏற்படுத்தாமல் இருக்க வேண்டியது மிக மிக அவசியம். அப்படி ஆங் சான் எடுத்த சில முடிவுகள் மக்களை நேரடியாகப் பாதித்தது. விளைவுகளை எண்ணிப்பார்க்காமல் அவசர கதியில் ஒரு தலைவன் செயல்பட்டால், நாட்டு மக்கள் எப்படியெல்லாம் பிரச்சனைக்கு ஆளாகுவார்கள் என்பதற்கு ஆங் சானின் செயல்பாடுகள் மிகச்சிறந்த வரலாற்று உதாரணம்.

தவறான முடிவுகளை எடுத்து நாட்டு மக்களுக்குச் சில பிரச்சனைகளை ஏற்படுத்தியிருந்தாலும், பர்மிய மக்கள் ஆங் சான் மீது அசைக்க முடியாத நம்பிக்கையை வைத்திருந்தனர். அந்த நம்பிக்கையை உண்மையாக்கும் வகையில் அவரது இறுதிக்காலச் செயல்பாடுகள் இருந்தது. இஸ்லாமியர் ஒருவர், ஷான், காரேன் ஆகிய இனங்களைச் சேர்ந்த இருவர் எனத் தனது அமைச்சரவையைப் பன்முகத்தன்மை கொண்டதாக அமைத்தார் ஆங் சான். சிறுபான்மை இன மக்கள் சுதந்திரத்துக்குப் பிறகு கேட்ட சம உரிமையைச் சுதந்திரத்துக்கு முன்பே தனது அமைச்சரவையில் அளித்தார்.

ஆங் சானின் இந்தக் குறுகிய கால வளர்ச்சி, கண்ணுக்குத் தெரியாத பல எதிரிகளை அவருக்கு உருவாக்கியிருந்தது. பல்கலைக் கழகத்தில் மாணவராக இருந்த காலம் தொட்டு நெருக்கமாக இருந்த பலர், ஒரு கட்டத்தில் அவரை விட்டு விலக ஆரம்பித்தனர். இந்த வளர்ச்சி ஒருநாள் தன்னைக் காவு வாங்கும் என ஓரளவு

யூகித்திருந்தார் ஆங் சான். ஆனால் அந்த முடிவு இவ்வளவு சீக்கிரம் வரும் என நிச்சயம் நினைத்திருக்கமாட்டார்.

தங்கள் தேசத்தந்தை ஆங் சானை மக்கள் நினைத்து ஏங்கும் காலம் மிக விரைவில் வந்தது. சுதந்திரத்துக்குச் சில காலம் கழித்துப் பலதரப்பட்ட பர்மிய மக்களும் ஒரு பொது எதிரியால் கடும் துன்புறுத்தலுக்கு ஆளாகினர். அந்தப் பொது எதிரி ஆங் சானுக்கு மிகவும் தெரிந்தவரும், நெருங்கிய நபரும் என்பது மட்டுமல்லாமல் ஆங் சான் உருவாக்கியிருந்த ஓர் அமைப்பை தன் கைக்குள் வைத்து பர்மாவின் தலையெழுத்தையே மாற்றி எழுதினார். இது பர்மாவின் வரலாற்றில் ஏற்பட்ட எதிர்பாராத் திருப்பம்.

ஆங் சானைக் கொன்றவர்கள் அதன் மூலம் தங்களுக்குத் தேவையான ஒன்றைப் பெறத் திட்டமிட்டிருக்கலாம். ஆனால் அம்மரணம் முடிவாக இல்லாமல் பல புதிய பிரச்சனைகளுக்குத் தொடக்கப்புள்ளியாக அமைந்தது.

11. முதல் கோணல் முற்றிலும் கோணல்

சுதந்திரப் பர்மாவின் மேய்ப்பராகக் கருதப்பட்ட ஆங் சான் இறந்த பிறகு, அவரின் பொறுப்புகளை ஏற்றுக்கொண்டு சுதந்திரத்துக் குண்டான அனைத்து வேலைகளையும் முன்னெடுத்துச் செய்தவர் உ நூ. ரங்கூன் பல்கலைக்கழகத்தில் படித்துக் கொண்டிருந்த சமயம் ஆங் சானுடன் சேர்ந்து பல்கலைக்கழக நிர்வாகத்தால் நீக்கப்பட்ட அதே உ நூ. அடுத்த சில மாதங்கள் கழித்து ஜனவரி 4, 1948 அன்று பிரிட்டிஷ் அரசிடமிருந்து சுதந்திரம் பெற்றுப் பர்மா ஒன்றியம் பிறந்தது. அதேநாள், சுதந்திர பர்மாவின் முதல் பிரதமராகப் பொறுப்பேற்றுக் கொண்டார் உ நூ.

ஆங் சான் இறப்புக்கும் சுதந்திரத்துக்கும் இடைப்பட்ட சில மாதங்களில் சுதந்திரப் பர்மாவுக்கான அரசியலமைப்புச் சட்டம் (Constitution) நிறைவேறியிருந்தது. ஆனால் பர்மாவில் அடுத்தடுத்து நடக்கப்போகும் பிரச்சனைகளுக்கு அந்த அரசியலமைப்புச் சட்டமே தொடக்கப்புள்ளியாக இருந்து விட்டது.

ஓர் அரசியலமைப்புச் சட்டத்தில் என்ன இருக்கும்?

ஒரு நாடு எப்படி எல்லாம் நிர்வகிக்கப்பட வேண்டும் என்ற அடிப்படை செயல்முறைத் திட்டம் அதில் இருக்கும். உதாரணமாக,

- குடியரசுத் தலைவர் மற்றும் பிரதமரைத் தேர்ந்தெடுக்கும் வழிகள்
- மத்திய நாடாளுமன்ற - மாநிலச் சட்டமன்ற உறுப்பினர்களைத் தேர்ந்தெடுக்கும் வழிமுறைகள், அவர்களின் பதவிக்காலம் மற்றும் பணிகள்.

- மத்திய-மாநில அரசுகளின் அதிகாரங்கள், அதிகார எல்லைகள் மற்றும் அவர்களுக்கிடையேயான உறவுகள்.
- மாநிலங்களின் எண்ணிக்கை.
- நீதித்துறையின் அதிகாரங்கள் மற்றும் பணிகள்.

என இப்படி அடுக்கிக்கொண்டே போகலாம். இதைச் சுருங்கச் சொன்னால், மக்களாட்சி நடக்கும் ஒரு ஜனநாயக நாட்டில், அதன் அரசு எப்படித் தேர்ந்தெடுக்கப்பட்டு எவ்வாறு செயல்படவேண்டும் என்ற அடிப்படையான விஷயங்கள் அந்நாட்டின் அரசியலமைப்புச் சட்டத்தில் இருக்கும். நாட்டு மக்களின் முன்னேற்றத்துக்காக அரசு மேற்கொள்ள வேண்டிய நடவடிக்கைகள் பற்றியும் அரசியலமைப்புச் சட்டத்தில் குறிப்பிடப்பட்டிருக்கும்.

உலகத்திலேயே மிகவும் விரிவான அரசியலமைப்புச் சட்டம் இந்தியாவுடையது. மிக நுணுக்கமான முறையில் ஓர் அரசின் அனைத்துப் படிநிலைகளின் செயல்பாடுகள் குறித்தும் விளக்கமாக அதில் உள்ளது.

உதாரணமாக, இந்திய அரசியலமைப்புச் சட்டத்தில் மாநில அரசுகளுக்கெனத் தனி அதிகாரங்கள் விரிவான முறையில் வழங்கப்பட்டுள்ளன. இதன்மூலம் அந்தந்த மாநில அரசுகள் தங்கள் மாநில மக்களின் முன்னேற்றத்துக்காகத் திட்டங்கள் வகுத்து, அவர்களின் நலம் காக்க முடியும். இதுமட்டுமல்லாமல் தாழ்த்தப்பட்ட, பழங்குடியின, சிறுபான்மையின மக்களின் நலனுக்காகவும் முன்னேற்றத்துக்காகவும் மத்திய அரசும், மாநில அரசுகளும் மேற்கொள்ள வேண்டிய பல்வேறு நடவடிக்கைகள் பற்றியும் இந்திய அரசியலமைப்புச் சட்டத்தில் குறிப்பிடப் பட்டுள்ளது.

நமது அரசியலமைப்புச் சட்டம் இப்படி விரிவான முறையில் உருவாக இரண்டு முக்கியக் காரணங்கள் இருந்தன. ஒன்று, பல்வேறு இன மக்களைக் கொண்ட நம் நாட்டின் பன்முகத்தன்மை. இரண்டு, காலனித்துவ ஆட்சியில் ஏற்பட்டக் கசப்பான அனுபவங்கள். இவை இரண்டையும் கருத்தில் கொண்டு வருங்கால இந்தியாவில் எவரும் எவர் மீதும் அதிகாரம் செலுத்தாமல், அனைத்துத் தரப்பு மக்களுக்கும் முன்னேற்றம் கிடைத்து ஒற்றுமையுடன் வாழ நமது அரசியலமைப்புச் சட்டத்தில் வழிவகை செய்யப்பட்டது.

இத்தனை நுணுக்கமாகப் பார்த்துப் பார்த்து உருவாக்கி யிருந்தாலும், இந்திய அரசியலமைப்புச் சட்டத்தில் சில பல குறைபாடுகள் இன்று வரை களையப்படாமல் உள்ளன என்பதும் உண்மை. நமது அண்டை நாடுகளைப் போலில்லாமல் அனைத்துத் தரப்பு மக்களும் ஒற்றுமையுடன் வாழ்ந்து, ஓரளவுக்கு முன்னேற்றமும் அடைந்து ஒரு ஜனநாயக நாடக 75 வருடங்களை நாம் பூர்த்தி செய்ததற்கு நமது அரசியலமைப்புச் சட்டம் மிக முக்கியமான காரணம். ஓட்டுரிமை, கட்டாய முதல் நிலைக் கல்வி, குடிமக்களுக்கான அடிப்படை உரிமைகள் என அதிகாரத்தை அனைத்துத் தரப்பு மக்களின் கைகளுக்கும் அரசியலமைப்புச் சட்டம் கொண்டு சேர்த்தது. ஆனால் பர்மாவிலோ ஒரு குறிப்பிட்ட இன மக்களின் கைகளுக்குள் அதிகாரம் சிக்கிக்கொண்டது.

பர்மாவின் அரசியலமைப்புச் சட்டத்தில் ஷான், கச்சின், காரேன் ஆகிய இன மக்களுக்கெனத் தனி மாநிலங்கள் அமைக்க ஒப்புதல் இருந்தது. ஆனால், மாநில அரசுகளுக்கான அதிகாரம் குறித்து எதுவும் குறிப்பிடப்படவில்லை. மேலும், அந்த மாநில அரசுகளின் மக்கள் பிரதிநிதிகளைத் தேர்தல் மூலம் தேர்ந்தெடுக்கப்படாமல் மத்திய அரசு மேலிருந்து நியமிக்கும் வண்ணம் ஏற்பாடு செய்யப்பட்டிருந்து. போனால் போகிறதென்று சின் மக்களுக்கென சிறப்பு அந்தஸ்தை உடைய பகுதி ஒன்று அறிவிக்கப்பட்டிருந்தது. மோன், ராக்ஹீன் இன மக்களுக்கு அதுகூட இல்லை. காலம்காலமாக நசுக்கப்பட்டு, பிரிட்டிஷ் ஆட்சியின்போது வளங்களைப் பறிகொடுத்து, ஏழ்மை நிலையை அடைந்த சிறுபான்மை இன மக்களின் முன்னேற்றத்துக்காக எந்த ஒரு தொலைநோக்குத் திட்டமும் அதில் இல்லை.

சுருக்கமாகக் கூறினால், பாங்லாங் கூட்டத்தில் சிறுபான்மையின மக்களுக்கு ஆங் சான் கொடுத்த உறுதிமொழிகள் அனைத்தையும் அவருக்குப் பிறகு பொறுப்பை எடுத்துக்கொண்ட, அவரது கட்சியைச் சேர்ந்த பர்மர் இனத் தலைவர்கள் சுலபமாக மறந்து போனார்கள். அதிகாரத்தை அனைத்து இன மக்களுக்கும் பிரித்துக் கொடுக்காமல், தங்கள் கைகளுக்குள் மட்டும் இருக்குமாறு பார்த்துக்கொண்டனர்.

அவ்வளவுத்தான், கொதித்து எழுந்தார்கள் சிறுபான்மைப் பழங்குடியின மக்கள். சுதந்திரத்துக்குப் பிறகு, எது நடக்கக்கூடாது என்று முன்பு அவர்கள் பயந்தார்களோ இப்போது அது

நடந்துவிட்டது. பெரும்பான்மை இனத்தைச் சேர்ந்தவராக இருந்தாலும் ஆங் சான் மீது அவர்களுக்கு நம்பிக்கை இருந்தது. எனவேதான் பர்மர்களால் சில கசப்பான சம்பவங்கள் நடந்திருந்தாலும் அனைத்தையும் மறந்து, அவர் கொடுத்த உத்திரவாதத்தை நம்பி பாங்லாங் ஒப்பந்தத்தில் கையெழுத்திட்டனர். அந்த ஒப்பந்தத்தை அவருக்குப்பின் அதிகாரத்துக்கு வந்தவர்கள் மீறிய பிறகு, இனி பொறுமையாக இருந்து எந்தப் பிரயோஜனமும் இல்லை என அடுத்தகட்ட நடவடிக்கைகளுக்குத் தயாராகினார்கள்.

அம்மக்களைப் பொறுத்தவரையில் முன்பு ஆங்கிலேயர்கள் அவர்களை அடக்கியாண்டார்கள். இப்போது பர்மர்கள் அடக்கியாள முயற்சிக்கிறார்கள். இந்த இரு தரப்புக்கும் பெரிய அளவு வித்தியாசங்கள் இல்லை. அவர்கள் வெளிநாட்டவர்கள், இவர்கள் உள்நாட்டவர்கள். பேச்சுவார்த்தை வழியே எட்டப் பட்ட முடிவுகள் மதிக்கப்படாமல் போனதால் இனி தங்களுக்கு வேண்டியதை ஆயுதப் போராட்ட வழியில் பெற முடிவெடுத்தனர்.

1948ஆம் வருடம் பிரிட்டிஷ் அரசு வெளியேறி பர்மா நாடு சுதந்திரம் பெற்ற நொடியில், இந்தச் சிறுபான்மைப் பழங்குடியின மக்கள் ஆயுதக் குழுக்களை உருவாக்கி, அதன் வழியே தங்களுக்கு வேண்டிய உரிமைகளைக் கோரிப் போராட ஆரம்பித்தனர்.

ஷான், கச்சின், சின், காரேன், மோன், நாகா, பலாவுங், மோங்லா, வா, ரோஹிங்கிய என நாட்டின் ஒவ்வொரு மூலையில் இருந்தும் ஒவ்வொரு இன மக்களும் தங்களுக்கான ஆயுதக்குழுக்களை உருவாக்கினார்கள். தத்தமது இனத்தவரின் பகுதிகளில் இந்த ஆயுதக்குழுக்கள் சுறுசுறுப்பாகச் செயல்பட்டன. ஆயுதங்களை எந்தியிருந்தாலும் கோரிக்கைகளை முன்னிறுத்தி முதலில் அறவழிப்போராட்டம், அது ஒடுக்கப்பட்டால் எதிர்த்தாக்குதல் எனத் தெளிவான திட்டங்களையும் வைத்திருந்தனர்.

அன்றைய காலகட்டத்தில் இவர்களின் கோரிக்கை சட்டப்பூர்வ முறையிலான கூட்டாட்சி மட்டுமே. அதிகாரம் ஓர் இன மக்களிடம் மட்டும் இல்லாமல் அனைத்து இன மக்களும் பயன்பெறும் வகையிலான அதிகாரப்பகிர்வு கோரிதான் இவர்கள் போராடினார்கள். அதிகாரப் பகிர்வு மூலம் அனைத்துத்தரப்பு மக்களுக்கும் வளர்ச்சி கிடைக்கும் என்பது அவர்களின் எண்ணமாக இருந்தது.

ஆனால், உ நூ தலைமையிலான பர்மிய அரசாங்கம் சிறுபான்மையின மக்களின் கோரிக்கைகளைப் பரிசீலிக்க மறுத்துவிட்டது. அவர்கள் கேட்டதைக் கொடுக்க வேண்டுமென்று நினைத்திருந்தால் அரசியலமைப்புச் சட்டத்தின் வழியாக முன்பே கொடுத்திருப்பார்கள். ஆனால் அப்படி ஓர் எண்ணம் எப்போதும் அவர்களுக்கு இருந்ததில்லை. எனவே, சிறுபான்மையின மக்களின் போராட்டங்கள் ராணுவத்தின் உதவியோடு நசுக்கப்பட்டன.

தங்கள் மக்களை ஒடுக்கிய பர்மிய ராணுவத்தை அவர்களின் ஆயுதக்குழுக்கள் எதிர்கொண்டன. சீனா, தாய்லாந்து வழியாக தங்களுக்கு வேண்டிய ஆயுதங்களை இந்தக் குழுக்கள் பெற்றுக் கொண்டன. ராணுவத்தை ஆயுதக்குழுக்களும், ஆயுதக்குழுக் களை ராணுவமும் மாற்றி மாற்றி தாக்குவது வாடிக்கையானது.

இந்தச் சிறுபான்மையின மக்களின் ஆயுதக்குழுக்கள் மட்டுமில்லாமல், அனுதினமும் அரசுக்கு எதிராகப் பல குழுக்கள் போராட்டங்களைத் தொடங்கி இருந்தன. பர்மியக் கம்யூனிஸ்ட் கட்சியைச் சேர்ந்தவர்கள், மாவோ தலைமையிலான கம்யூனிஸ்ட்களால் தோற்கடிக்கப்பட்டுச் சீனாவிலிருந்து வெளியேறி பர்மாவின் கிழக்குப் பகுதியை ஆக்கிரமித்திருந்த குவோமிண்டாங் படையினர், பர்மிய ராணுவத்திலிருந்து பிரிந்து சென்று அரசுக்கு எதிராகப் போராட்டம் நடத்திய சில பட்டாளங்கள் எனத் திரும்பிய பக்கமெல்லாம் எதிர்ப்பலைகளால் சூழப்பட்டிருந்தது உ நூவின் பர்மிய அரசு.

அரசுக்கு எதிரான இவர்கள் அனைவரையும் ராணுவம் கவனித்துக் கொண்டது. ஆனால், ராணுவத்தால் இவர்களை ஓரளவு கட்டுக்குள் கொண்டுவர முடிந்ததே ஒழிய முழுமையாக அழிக்க முடியவில்லை. எனவே ஒரு கட்டத்தில் ராணுவத்தின் உதவியில்லாமல் அரசாங்கத்தை நடத்த முடியாது என்ற சூழ்நிலை கொஞ்சம் கொஞ்சமாக உருவாகிக்கொண்டிருந்தது.

பிரதமர் நூ, பொருளாதாரத் திட்டமிடலுடன் கூடிய தொழில் துறையை மையமாகக் கொண்ட ஒரு மக்கள் நலன் அரசைக் கட்டமைப்பதில் தன் முழு கவனத்தைச் செலுத்தியிருந்தார். நூவின் அரசாங்கத்திலும் கட்சியிலும் பர்மர் இனத்தவர்கள் மட்டுமே பிரதானமாக இருந்தார்கள். அதிலும் பலர், நூவைப்போல பல வருடங்களாக அரசியலில் இருப்பவர்கள். அரசு நிர்வாகத்தை வழிநடத்துவதில் இருந்த நூவின் கவனம்,

இப்படி அரசிலும் கட்சியிலும் அங்கம் வகிக்கும் தனது சகாக்கள் மீது இல்லாமல் போனது. விளைவு 1958ஆம் வருடம் உட்கட்சிப் பூசல் காரணமாகப் பிரதமர் நூவின் கட்சி இரண்டாக உடைந்தது.

அரசைத் தொடர நாடாளுமன்றத்தில் பெரும்பான்மை இல்லாததால் தனது பிரதமர் பதவியை ராஜினாமா செய்தார் நூ. அப்போதைய ராணுவத் தலைமைத் தளபதி நீ வின், நூவின் ஆலோசனையின் பேரில் காபந்துப் பிரதமராக இரண்டு வருடங்கள் பதவியில் இருந்தார். 1960ஆம் வருடம் நடந்த பொதுத்தேர்தலில் தனிப்பெரும்பான்மையுடன் ஆட்சியைப் பிடித்து மீண்டும் பிரதமராகப் பதவியேற்றார் நூ. இரண்டு வருடங்கள் கழிந்த நிலையில், 1962ஆம் வருடம் அவரது பதவிக்கு மீண்டும் அச்சுறுத்தல் வந்தது. ஆனால் இந்த முறை ராணுவத்திடமிருந்து!

●

பிரதமர் நூ, ராணுவத் தளபதி நீ வின் இருவரும் ரங்கூன் பல்கலைக்கழகத்தில் ஆங் சானுக்கு சீனியர்கள். பல்கலைக்கழகப் படிப்புக்குப் பிறகு இவர்கள் மூவரும் 'நாம் பர்மா அமைப்பின்' முக்கிய உறுப்பினர்களாகப் பணியாற்றினார்கள். ஆங் சானுடன் ஹைனான் தீவுக்குச் சென்று முப்பது தோழர்களில் ஒருவராக ஜப்பான் ராணுவத்திடம் பயிற்சி எடுத்தார் நீ வின். இரண்டாம் உலகப்போர் சமயத்தில் ஆங் சான் தனிப்பட்ட முறையில் உருவாக்கிய பர்மியத் தேசிய ராணுவத்தில், நீ வின், அவருக்கு அடுத்த தலைமைப் பொறுப்பில் இருந்தார். இதற்கு நேரெதிராக அரசியலில் நுழைந்து, மக்கள் புரட்சிக் கட்சியில் தீவிரமாகச் செயல்பட்ட நூ, ஜப்பான் ஆக்கிரமிப்பின்போது அமைந்த பா மாவ் அரசாங்கத்தில் வெளியுறவு அமைச்சராகப் பணியாற்றினார்.

சுதந்திரத்துக்குப் பிறகு பர்மாவின் பிரதமராகப் பதவியேற்ற நூ, 1949ஆம் வருடம் அன்றைய ராணுவத் தளபதியாக இருந்த காரேன் இனத்தைச் சேர்ந்த ஒருவரை நீக்கிவிட்டு, புதிய தளபதியாகத் தனது பழைய நண்பர் நீ வின்னை நியமித்தார். பிரதமர் பணிகளில் மூழ்கியிருந்த நூவுக்குப் பக்கபலமாக இருந்து, பர்மிய அரசுக்குக் குடைச்சல் தந்து கொண்டிருந்த பலருக்கு ராணுவத் தளபதி என்ற முறையில் தக்கப் பதிலடி கொடுத்தார் நீ வின்.

1956ஆம் வருடம் பர்மிய ராணுவத்தில் நிர்வாக ரீதியிலான மாற்றங்கள் கொண்டுவரப்பட்டன. பர்மா நாட்டின்

முப்படைகளும் ஒரே தலைமையின் கீழ் கொண்டுவரப்பட்டு, அந்தப் பொறுப்பில் நீ வின் நியமிக்கப்பட்டார்.

பிரதமர் பதவி பறிபோனபோது தனக்குப் பதிலாகக் காபந்துப் பிரதமராகத் தளபதி நீ வின்னைப் பதவியேற்க வைத்தார் நூ. அந்த அளவுக்கு நீ வின் மீது அவர் நம்பிக்கை வைத்திருந்தார். ஆனால், அதிகாரம் என்பது ஒரு மனிதனை எந்த எல்லைக்கும் இட்டுச் செல்லும் என்பதை நூ தெரிந்திருக்கவில்லை. ராணுவத்தின் தலைமைப் பொறுப்பைவிட நாட்டின் தலைமைப் பொறுப்பு எவ்வளவு அதிகாரமிக்கது என்பதைக் காபந்துப் பிரதமராகப் பதவி வகித்த அந்த இரண்டு வருடங்களில் உணர்ந்து கொண்டார் நீ வின்.

1960ஆம் வருடம் நடந்த பொதுத் தேர்தலில் தனிப்பெரும் பான்மையுடன் வெற்றி பெற்று மீண்டும் பிரதமரானார் நூ. நீ வின்னோ ராணுவத்தின் தளபதியாக மட்டும் தன் பணியைத் தொடர்ந்தார். ஆனால், இந்த இரண்டு வருட காலப் பிரதமர் பதவி நீ வின் மனதை மாற்றியிருந்தது. ராணுவத் தலைமை, நாட்டின் தலைமை என இருபதவிகளின் அதிகாரங்களும் தன்னிடம் இருந்தால், பர்மாவின் சர்வவல்லமை படைத்த தலைவராக நிரந்தரமாக இருந்துவிடலாம் என்ற நினைப்பு அவருக்கு ஏற்பட்டது.

அவரது இந்த யோசனைக்கு வலுசேர்க்கும் விதமாக அச்சமயம் பர்மாவின் அண்டை நாடான பாகிஸ்தானில் (இன்றைய வங்காளதேசம், அப்போது கிழக்குப் பாகிஸ்தானாக இருந்தது) அதன் ராணுவத் தளபதி அயூப் கான், ராணுவத்தின் உதவியுடன் ஆட்சியைப் பிடித்து, அந்நாட்டின் இரண்டாவது ஜனாதிபதியாகப் பொறுப்பேற்றிருந்தார். அதேபோல நமக்கு உதவ இங்கு இவ்வளவு பெரிய படை உள்ளதே, சரி, ஆனதைப் பார்த்துவிடலாம் என்று அவராகவே முடிவெடுத்துக்கொண்டார். தெளிவாகத் திட்டமிட்டுத் திரைமறைவு வேலைகள் நடந்தது.

இறுதியாக 1962ஆம் வருடம் தனது ராணுவத்தின் உதவியுடன் பர்மாவின் ஆட்சியைக் கைப்பற்றினார் நீ வின். அரசியலமைப்புச் சட்டம் தற்காலிகமாக நிறுத்திவைக்கப்பட்டு, நாடாளுமன்றம் கலைக்கப்பட்டதாக அறிவிப்பு வெளியானது. முன்னாள் ஆட்சியாளர்களைக் கைது செய்யும் வழக்கமான நடவடிக்கைகள் நடந்தது மட்டுமல்லாமல், நீ வின்னை ரட்சகனாகக் காட்டிக் கொள்ளும் சம்பிரதாய வானொலிப் பேச்சும் ஒளிபரப்பாகியது.

நீ வின் இவ்வாறு அதிகாரத்தைத் தன் வசப்படுத்தி ஆட்சியைக் கைப்பற்றியிருந்தாலும், அதிபர், ஜனாதிபதி, பிரதமர் என எந்த ஓர் உச்ச பதவியையும் அவர் ஏற்கவில்லை. மாறாக, அரசை வழிநடத்த 'மத்தியப் புரட்சி சபை' என்ற குழுவை உருவாக்கினார். அதன் தலைவராக நீ வின்னும், உறுப்பினர்களாக 16 மூத்த ராணுவ அதிகாரிகளும் பொறுப்பேற்றனர். இந்தப் புரட்சி சபை, பர்மிய அரசின் மூளையாகச் செயல்பட்டது. நாட்டைச் சார்ந்து எடுக்கப்படும் அனைத்து முடிவுகளும் இந்தச் சபையின் ஒப்புதலுக்குப் பிறகே செயல்படுத்தப்பட்டது.

இந்த மத்தியப் புரட்சி சபை ஒரு விதத்தில் கொன்பாவுங் அரசின் 'ஹளுட்டாவ் சபையின்' மாதிரியாக இருந்தது. இந்தச் சபையை நீ வின் உருவாக்க 'அதிகாரப் பகிர்வு' மிக முக்கியக் காரணமாக இருந்தது. என்னதான் ராணுவத்தின் தலைமைப் பொறுப்பை வகித்தாலும், தனக்குக் கீழ் இருந்த பிற ராணுவ அதிகாரிகளின் ஒத்துழைப்புடன் மட்டுமே இந்த ராணுவ ஆட்சியை அமல்படுத்தியிருந்தார் நீ வின். எனவே, தனக்குக் கீழ் இருந்த அந்தப் பதினாறு மூத்த ராணுவ உயர் அதிகாரிகளுக்கும் அரசு நிர்வாகத்தில் சரி சமமான அதிகாரத்தைக் கொடுக்கவே இந்தச் சபை உருவாக்கப்பட்டது.

மேலும், இந்தப் பதினாறு பேருக்குக்கீழ் அடுத்தடுத்து இருந்த ராணுவ அதிகாரிகளுக்கு அவர்களின் படிநிலைக்கு ஏற்றபடி அரசாங்கத்தில் பதவிகள் வழங்கப்பட்டிருந்தன. அதிகாரத்தின் பலனை அனுபவிக்க ஆரம்பித்த ராணுவ அதிகாரிகள், ராணுவ ஆட்சியை முன்னெடுத்துச் செல்ல அனைத்து வித ஒத்துழைப்பையும் அளித்தனர்.

இந்தப் புரட்சி சபை, பர்மிய சோசியலிசத் திட்டக் கட்சி எனப் புதியதாக ஒரு கட்சியை உருவாக்கியது. ராணுவத்தின் முகமாகச் செயல்பட்ட இந்தக் கட்சியை உருவாக்கியதன் மூலம், பர்மாவில் ஒற்றைக் கட்சி ஆட்சி முறையை அமல்படுத்தினார் நீ வின். அதுவரை பர்மாவில் செயல்பட்டுக்கொண்டிருந்த அனைத்து அரசியல் கட்சிகளும் கலைக்கப்பட்டு, அவற்றைச் சார்ந்த முக்கிய நபர்கள் சிறையிலடைக்கப்பட்டனர்.

அன்றைய காலகட்டத்தில் அதிகம் புழங்கிய வார்த்தைகளில் மிக முக்கியமானது சோசியலிசம். இரண்டாம் உலகப்போருக்குப் பின் சுதந்திரமடைந்த சில நாடுகள் (இந்தியா உட்பட), சோசியலிசக் கொள்கையின் வழியே தங்கள் நாட்டின் பொருளாதாரத்தை

வழிநடத்திக் கொண்டிருந்தார்கள். சோசியலிசத்தைப் பற்றியும், அதைச் செயல்படுத்த வேண்டிய வழிமுறைகள் பற்றியும் முன்பின் அறிந்திராத நீ வின் அந்த வார்த்தையை மட்டும் கப்பெனப் பிடித்துக்கொண்டார்.

'பர்மிய வழியிலான சோசியலிசம்' எனும் புதிய கருத்தாக்கம் பர்மா நாட்டின் வளர்ச்சி மற்றும் பொருளாதாரக் கொள்கையாக அறிமுகப்படுத்தப்பட்டது. இந்தக் கொள்கையின் சாராம்சமாக அனைத்து உற்பத்தித் துறைகளும் அரசுடைமையாக்கினார் நீ வின். இனி நாட்டின் அனைத்து உற்பத்தி சார்ந்த தொழில்களையும் அரசே மேற்கொள்ளும் என அறிவிப்பு வெளியானது. எந்த விதப் பொருளாதாரக் கொள்கையாக இருந்தாலும், அது குறித்து முழுவதுமாக அறிந்திடாமலும், தகுந்த திட்டமிடல்கள் இல்லாமலும் வெறுமனே வார்த்தை ஜாலத்துக்காக மட்டும் செயல்படுத்தினால் தோல்வியே மிஞ்சும். பர்மாவிலும் அதுதான் நடந்தது.

வருடங்கள் செல்லச் செல்ல, நாட்டில் பணவீக்கம் அதிகரித்து, அத்தியாவசியப் பொருட்களின் விலைவாசி உச்சத்துக்குச் சென்றது. உற்பத்தித்துறை நசிவடைந்தது மட்டுமல்லாமல், கறுப்புச் சந்தை சர்வ சுதந்திரமாகப் புழங்கியது. ஒரு கட்டத்தில் பொருளாதாரக் கட்டமைப்பு வலுவிழந்து, வளர்ச்சி அதளபாதாளத்துக்குச் சென்றது. எங்கும் ஊழல், எதிலும் ஊழல் என 26 வருட கால நீ வின்னின் சர்வாதிகார ஆட்சியில் அரசு நிர்வாகம் முற்றிலுமாகச் சீர்கெட்டுப்போனது.

இந்தக் காலகட்டத்தில் பர்மாவின் ராணுவ அரசுக்குப் பக்கபலமாக இருந்து பல உதவிகளைச் செய்தது சீன அரசு. அவற்றில் பெரும்பாலான உதவிகள் பொருளாதாரரீதியில் இருந்தாலும், அது யானைப் பசிக்குச் சோளப்பொறி கொடுத்த கதையைப்போல்தான் இருந்தது.

ராணுவ ஆட்சி அமைந்த பிறகு, அரசாங்கத்திலும் அதன் கொள்கைகளிலும் பலவித புதிய மாற்றங்களைப் புகுத்திய நீ வின். ஒரே ஒரு விசயத்தில் மட்டும் பர்மிய அரசின் அதே பழைய நிலைப்பாட்டைத் தொடர்ந்தார். அது, சிறுபான்மையினப் பழங்குடி மக்களின் கூட்டாச்சிக் கோரிக்கைகளை முன்பு போலவே திட்டவட்டமாக நிராகரித்தது.

ஆட்சி அதிகாரம் முழுவதும் தனது கைகளுக்குள் வந்ததும் அனைத்துச் சிறுபான்மையின மக்களின் ஆயுதக் குழுக்களையும்

பிரிவினைவாத இயக்கங்களாக அறிவித்து, அவர்களுக்கெதிரான ராணுவ நடவடிக்கைகளை அதிகப்படுத்தினார். நிரந்தர முடிவு கட்டிவிடலாம் என்று எண்ணப்பட்ட ஆயுதக்குழுக்கள் திருப்பி அடிக்க ஆரம்பித்தார்கள். ஏற்கெனவே சீனா மற்றும் தாய்லாந்து வழியாக அவர்களுக்கு ஆயுத உதவிகள் கிடைத்தது.

மேலும் ஆயுதங்கள் வாங்கத் தேக்கு, அபின், கால்நடைகள் என எல்லைப்பகுதி கள்ளச்சந்தைகளில் விற்றுத் தங்களுக்குத் தேவையான பணவசதியை அவர்களே தயார் செய்து கொண்டார்கள். இதனால் ஒரு கட்டத்தில் ஆயுதக்குழுக்களின் பலமும், எண்ணிக்கையும் உயர ஆரம்பித்து, ராணுவத்துக்குப் பிரச்னை அதிகரித்தது. பேச்சுவார்த்தை மூலம் அணைக்கக் கூடிய நெருப்பை, அடக்குமுறை மூலம் மேலும் கொழுந்துவிட்டு எரியச்செய்தார் நீ வின்.

ராணுவத்துக்கும் ஆயுதக்குழுக்களுக்கும் இடையே நடந்த இந்தச் சண்டைகளில் அதிகம் பாதிக்கப்பட்டது அப்பாவிப் பொது மக்கள்தான். இதனால், லட்சக்கணக்கான மக்கள் நாட்டுக் குள்ளேயே புலம்பெயரும் நிலை உருவானது. சம உரிமைகோரி போராடிய சிறுபான்மை இன மக்களுக்கு எதிராகத் துளியும் இரக்கமற்ற முறையில் ராணுவம் மேற்கொண்ட நடவடிக்கை கள், அவர்களைப் பலவித இன்னல்களுக்கு ஆளாக்கியது.

வெவ்வேறு இனக்குழுக்கள் தங்களின் தனித்துவ அடையாளங் களுடன் இருப்பதால் தானே, தங்களுக்கென தன்னாட்சி அதிகாரம் வேண்டும் எனக் கேட்கிறார்கள். சரி, இனி பர்மா நாட்டு மக்களுக்கு ஒரே பர்மிய அடையாளம் மட்டுமே இருக்கும் என முடிவு செய்தார் நீ வின். அதன் முதல் படியாக அரசு அதிகாரம் மையப்படுத்தப்பட்டு, அனைத்துத் தொழில்களும் அரசுடைமை யாக்கப்பட்டன. அடுத்த படியாக, இனி பர்மிய மொழி வாயிலாக மட்டும்தான் கல்வி என்ற அறிவிப்பு வெளியாகி, பிற மொழிக்கல்விக் கூடங்கள் அனைத்தும் இழுத்து மூடப்பட்டன.

நீ வின் உருவாக்க நினைத்த இந்த ‘ஒரே பர்மிய அடையாளம்’ என்பது தங்களின் அடையாளங்களை அழித்து, பர்மர் இனத்தவரின் அடையாளங்களைத் தங்களின் மீது திணிக்கும் திட்டம் என இந்தச் சிறுபான்மையின மக்கள் அலறினார்கள். எவ்வளவு வேண்டுமானாலும் அலறிக்கொள்ளுங்கள், உங்கள் சத்தம் வெளியே யாருக்கும் கேக்காது எனக் குரூரமாகச் சிரித்தார் நீ வின்.

ராணுவ ஆட்சி அமலாகி, இத்தகைய நடவடிக்கைகளைச் செயல்படுத்துவதற்கு முன்பே, பிற நாட்டு மக்கள், அரசாங்கத் தூதுவர்கள், சர்வதேச ஊடகங்கள், கிறிஸ்துவ மிஷனரி ஊழியர்கள், தொழில்துறையினர் எனப் பர்மா நாட்டைச் சாராத சகலவிதமானவர்களையும் பர்மாவை விட்டு வெளியேற்றியிருந்தார் நீ வின்.

பிற நாடுகளைச் சேர்ந்தவர்கள் வெளியேற்றப்பட்டது மட்டுமல்லாமல், பத்திரிகைகள் தடைசெய்யப்பட்டு கருத்துரிமை அடியோடு நசுக்கப்பட்டது. இந்தக் காரணங்களால், ராணுவ ஆட்சி அமலான பிறகு பர்மாவில் என்ன நடக்கிறது என உலக நாடுகளுக்குத் தெரியவில்லை. நாட்டைச் சுற்றி, கண்ணுக்குத் தெரியாத அளவில் இப்படி ஒரு இரும்புத் திரையை அமைத்து, உலக அரங்கில் பர்மாவைத் தனிமைப்படுத்தினார் நீ வின். ராணுவ ஆட்சியை உலக நாடுகள் பல கண்டித்தன. சீனா மட்டும் பர்மிய ராணுவ ஆட்சியாளர்களுடன் நட்பு பாராட்டிக்கொண்டது.

உலகெங்கிலும் பல்வேறு காலகட்டங்களில் அதிகாரம் செய்த சர்வாதிகாரிகள் அனைவரிடமும் இருந்த ஒரு பொதுவான குணநலம், ‘கிறுக்குத்தனம்’. நீ வின்னிடமும் அது குறைவில்லாமல் இருந்தது. அதிலும், ஜோதிடத்தில் மிகுந்த நம்பிக்கையைக் கொண்டிருந்த நீ வின், அவருக்கு நல்லது நடக்க வேண்டும் என்று நாட்டில் செய்த தடாலடி மாற்றங்கள் கிறுக்குத்தனத்தின் உச்சம்.

அன்றைய பர்மாவில், முந்தைய பிரிட்டிஷ் நடைமுறையைப் பின்பற்றி சாலையின் இடதுபக்கத்தில் வாகனங்கள் ஒட்டப்பட்டன. ஜோதிடர்களின் அறிவுரைப்படி மக்கள் இனி வாகனங்களைச் சாலையின் வலதுபக்கத்தில் ஓட்ட வேண்டுமென அரசு உத்தரவிட்டது. உத்தரவு செயல்படுத்தப்பட்டதே ஒழிய, அதற்குத் தகுந்தவாறு நாட்டின் சாலைப் போக்குவரத்து வசதிகளில் எந்த மாற்றமும் செய்யப்படவில்லை. யாங்கூன் நகரத்தில், இப்போதும்கூட சாலையின் வலதுபுறம் செல்லும் வாகனங்களுக்கு அதற்கு நேரெதிர் இடது புறத்தில் போக்குவரத்து சிக்னல்கள் இருப்பதைக் காணலாம்.

இதேபோல அவருக்கு ராசியான எண் ஒன்பது என்ற காரணத்தால் 1987 ஆம் வருடம், அப்போது புழக்கத்தில் இருந்த பணத்தாள்களை மதிப்பிழப்பு செய்துவிட்டு, ஒன்பதாம் எண் கூட்டலில் வரும்படி, 9, 45, 90 ஆகிய எண்களில் புதிய

பணத்தாள்களை அறிமுகப்படுத்தினார். ஏற்கெனவே கடுமையான பொருளாதாரச் சிக்கல்களால் கடுமையாகப் பாதிக்கப்பட்டிருந்த மக்கள், அரசின் இந்தப் பணமதிப்பிழப்பு நடவடிக்கையால் மேலும் பாதிப்படைந்தனர். நீ வின் இவ்வாறு ஜோதிடத்தின் மீது கண்மூடித்தனமாக நம்பிக்கை வைத்ததற்கு ஒரு வலுவான காரணம் இருந்தது.

1974ஆம் வருடம் புதிய அரசியலமைப்புச் சட்டம் நடைமுறைக்கு வந்து, பர்மாவின் அதிபராகப் பொறுப்பேற்றுக்கொண்டார் நீ வின். மத்தியப் புரட்சி சபை கலைக்கப்பட்டு, மூத்த ராணுவ அதிகாரிகளுக்கு அமைச்சர் பதவிகள் தரப்பட்டன. வாழ்நாள் முழுவதும் இப்படி அதிபராகவே இருக்க நினைத்தவருக்கு 1981ஆம் வருடம் அந்தப் பதவியிலிருந்து ராஜினாமா செய்யும் நிலை உருவானது. வயது மூப்பு இதற்குக் காரணமாகக் கூறப்பட்டாலும் ராணுவத்தில் நீ வின்னுக்கு அடுத்த நிலையில் இருந்தவர்கள் தலையெடுக்க ஆரம்பித்தார்கள். பல வருடங்களாக ராணுவத்தின் தலைமைத் தளபதி, பர்மிய சோசியலிசத் திட்டக் கட்சியின் தலைவர், இப்போது அதிபர் என நாட்டின் அனைத்து முக்கிய பொறுப்புகளிலும் இருந்த நீ வின், இவற்றில் ஏதாவது ஒரு பதவியைத் தனக்கு அடுத்த நிலையில் இருந்தவருக்கு விட்டுக்குடுக்கும் நிலை உருவானது.

வேறு வழி இல்லாமல், 1981ஆம் வருடம் அதிபர் பதவியை ராஜினாமா செய்தார் நீ வின். ராணுவத்தில் நீ வின்னுக்கு அடுத்த இடத்தில் இருந்த சான் யூ என்பவர் பர்மாவின் புதிய அதிபராகப் பொறுப்பேற்றார். இந்தச் சம்பவத்துக்குப் பிறகு தன்னிடம் மீதம் இருந்த பதவிகள் எந்தக் காரணத்தைக் கொண்டும் தன் கையைவிட்டுப் போய்விடக்கூடாது எனப் பதற்றப்பட்ட நீ வின், ஏற்கெனவே நம்பிக்கொண்டிருந்த ஜோதிடத்தை முன்பைவிடப் பல மடங்கு அதிகமாக நம்ப ஆரம்பித்தார்.

முன்பு ஒரு முறை யாராவது தன்னைக் கொலை செய்து விடுவார்களோ என்று அஞ்சிய நீ வின், அப்படி நடக்காமல் இருக்க ஜோதிடர்கள் அறிவுரைப்படி கண்ணாடியில் தெரிந்த அவர் உருவத்தை அவரே சுட்டார். இதுபோல கேலிக்கூத்தாக நீ வின் அரங்கேற்றிய பல சம்பவங்கள் உண்டு. அதன் தொடர்ச்சியாகவே தனது பதவியைத் தக்க வைக்க, ஜோதிடர்கள் ஆலோசனையால் பணமதிப்பிழப்பு நடவடிக்கையை மேற்கொண்டார்.

ஏற்கெனவே சோசியலிசத்தின் பெயரில் பல வருடங்களாக நீ வின் அரசாங்கம் மேற்கொண்ட நடவடிக்கைகளின் விளைவாக 1980ஆம் தசாப்தத்தின் மத்தியில், நாட்டின் பொருளாதார நிலை எப்போது வேண்டுமானாலும் திவாலாகிவிடும் என்ற நிலையில் தத்தளித்துக் கொண்டிருந்தது. 1987ஆம் வருடம் மேற்கொள்ளப் பட்ட இந்தப் பணமதிப்பிழப்பு நடவடிக்கையால் ஏற்கெனவே சிக்கல்களைச் சந்தித்து வந்த மக்கள், மேலும் பல இன்னல்களுக்கு ஆளானார்கள்.

ராணுவ அரசாங்கத்தின் மேல் இத்தனை வருடமாக மக்கள் தேக்கிவைத்திருந்த கோபம் 1988ஆம் வருடம் போராட்டமாக வெடித்தது. '8888 எழுச்சி' என இன்றும் நினைவுகூரப்படும் இப்போராட்டம், மாணவர்களால் தொடங்கப்பட்டு, பொது மக்களால் முன்னெடுத்துச் செல்லப்பட்டது. வீதிக்கு வந்து போராடிய மக்களை ராணுவம் கடுமையாக ஒடுக்கியது. ராணுவத்தின் இந்த எதிர்வினை காரணமாக, ஏறத்தாழ ஆயிரக்கணக்கிலான மக்கள் உயிரிழந்தனர்.

பர்மாவின் தேசத்தந்தை ஆங் சான் மீது பர்மிய மக்களுக்கு இருந்த அபிமானம், அவர் உருவாக்கிய ராணுவத்தின் மீதும் இருந்தது. இதனால் இயல்பாகவே சுதந்திரத்துக்குப் பிறகு பர்மிய மக்களின் ஏகோபித்த ஆதரவு பர்மிய ராணுவத்துக்குக் கிடைத்தது. ராணுவத்தில் இணைந்து நாட்டுக்குச் சேவை செய்வது, பல இளைஞர்களின் கனவாக இருந்தது. ஆனால், ராணுவ ஆட்சி அமைந்த காலகட்டத்துக்குப் பிறகு ராணுவத்தின் மீது மக்களுக்கு இருந்த ஆதரவு மனப்பான்மை சிறிது சிறிதாக மாற ஆரம்பித்தது. 1988ஆம் வருடம், ராணுவ அரசுக்கு எதிரான மக்கள் எழுச்சிப் போராட்டத்தை ராணுவம் கடுமையாக ஒடுக்கியபோது, மக்களிடையே ராணுவத்தின் மீதான வெறுப்புணர்வு அதிகரிக்கத் தொடங்கியது.

மக்கள் போராட்டத்தால் 1987ஆம் வருடம் அறிமுகப்படுத்தப் பட்ட புதிய பணத்தாள்கள் திரும்பப் பெறப்பட்டுப் பழைய நடைமுறைப்படி பத்தாம் எண் கூட்டலில் உள்ள பணத்தாள்கள் அறிமுகப்படுத்தப்பட்டன. ஆனாலும் மக்கள் விடுவதாக இல்லை. போராட்டத்துக்கு எதிரான ராணுவத்தின் அடக்குமுறை அதிகரித்தபொழுதும்கூட மீண்டும் ஜனநாயக ஆட்சியைக் கொண்டுவரக் கோரி, மக்கள் களத்தில் நின்று போராடினார்கள்.

வேறு வழியில்லாமல், நீ வின் தனது கட்சியின் தலைமைப் பொறுப்பிலிருந்து ராஜினாமா செய்தார். பிறகு, அவரது கட்சியும் கலைக்கப்பட்டதாக அறிவிக்கப்பட்டது. இதற்குப் பின் பர்மாவில் மீண்டும் ஜனநாயகம் மலர்ந்தது என்று நினைத்தால் அது தவறு. நீ வின்னுக்கு பதில் வேறொரு ராணுவத் தளபதி ராணுவ ஆட்சியை முன்னெடுத்துச் சென்றார்.

இவ்வளவு பெரிய மக்கள் போராட்டம் நடந்து, ராணுவ சர்வாதிகாரி நீ வின் ராஜினாமா செய்த பிறகும் கூட, ராணுவ ஆட்சி முடிவுக்கு வராமல் இருந்ததில் பெரிய ஆச்சரியம் ஒன்றும் இல்லை. ஆனால், இத்தனைக் காலம் அமைதி காத்த மக்கள் திடீரென ராணுவ ஆட்சிக்கு எதிராகத் திமிறி எழுந்தது மிகப் பெரிய ஆச்சரியம். புதிய பணத்தாள்களை அறிமுகப்படுத்தியதால் ஏற்பட்ட பொருளாதாரப் பிரச்சனையால் மக்கள் போராட்டத்தை ஆரம்பித்தனர். ஆனால், 26 வருட காலம் நாட்டைத் தன் கண் அசைவில் வைத்திருந்த சர்வாதிகாரி நீ வின் ராஜினாமா செய்த பிறகும்கூட மீண்டும் ஜனநாயக ஆட்சி வேண்டி பொது மக்கள் முன்னெடுத்த போராட்டங்கள் மிகப் பெரிய அளவில் வீரியமடைந்ததற்குக் காரணம், ஒரே ஒரு நபரின் வருகை.

அந்த நபர், ஆங் சானின் மகள் ஆங் சான் சூச்சி!

12. ரத்தத்தின் ரத்தமே

1947ஆம் வருடம் ஆங் சான் படுகொலை செய்யப்பட்டபொழுது அவரது மகள் ஆங் சான் சூச்சிக்கு வெறும் இரண்டு வயது. இதனால், பால்யகாலம் முழுவதும் தனது தாய் கின் கி அரவணைப்பில்தான் சூச்சி வளர்ந்தார். ஆங் சான் இருந்த வரை அரசியல் அரிச்சுவடி அறிந்திடாத அவரது காதல் மனைவி, அவரது இறப்புக்குப் பிறகு அரசியலில் நுழைந்து, பிரதமர் நூ அரசாங்கத்தில் அமைச்சராகவும், வேறு சில அரசாங்கப் பதவிகளையும் வகித்தார்.

1960 முதல் 1967 வரையிலான ஏழு வருடங்கள் இந்தியாவுக்கான பர்மாவின் அரசுத் தூதராக கின் கி செயல்பட்டார். டெல்லி அக்பர் சாலையில் தற்போது இந்தியத் தேசியக் காங்கிரஸ் கட்சியின் தலைமை அலுவலகம் அமைந்துள்ள இதே கட்டடம்தான் அச்சமயம் கின் கி அவர்களுக்கு இந்திய அரசால் ஒதுக்கப்பட்டது. தனது முன்னாள் நண்பர் ஆங் சான் குடும்பத்துக்காகச் சகல வசதிகளையும் செய்து கொடுத்தார் அன்றைய இந்தியப் பிரதமர் நேரு.

புதிய இடம், அந்நிய மக்கள், தெரியாத மொழி என டெல்லியில் வசிக்க ஆரம்பித்த காலத்தில், தன்னைச் சுற்றியிருந்த அனைத்துமே சூச்சிக்கு ஒரு சிறு வியப்பை அளித்தது. அன்றைய டெல்லியில் புகழ் பெற்ற 'ஜீசஸ் மற்றும் மேரி கான்வென்டில்' தனது மேல்நிலைப் பள்ளிப்படிப்பைத் தொடர்ந்த சூச்சி, மாலை நேரங்களில் ஓர் இந்திய ஆசிரியரின் உதவியோடு தன் அறையில் இருந்த பியானோவை வாசிக்கக் கற்றுக்கொண்டார். இந்தப் பியானோ வாசிப்பு பல வருடங்கள் கழித்து தனது தனிமையைப்

போக்கப் பெருமளவு உதவப்போகிறது என்று அப்போது அவருக்கு நிச்சயமாகத் தெரிந்திருக்க வாய்ப்பில்லை.

பள்ளிப்படிப்பை முடிந்த கையோடு, லேடி ஸ்ரீ ராம் கல்லூரியில் அரசியல் இளங்கலைப் பட்டப்படிப்பில் சேர்ந்தார். ஒரு நாட்டு அரசியலில் ஜனநாயகம் மற்றும் பன்முகத்தன்மை ஆகியவற்றின் அவசியம் குறித்தும், அதைவிட முக்கியமாக மகாத்மா காந்தி குறித்தும், அவரது அகிம்சாவாத கருத்துகளான சர்வாதிகாரத்துக்கு எதிரான கீழ்ப்படியாமை மற்றும் ஒத்துழையாமை குறித்தும் ஆழமாகக் கற்றுணர்ந்தார் சூச்சி. பின்னாளில் மிகவும் பண்பட்ட ஒரு தலைவராக, பர்மாவில் நடந்த ராணுவ ஆட்சிக்கு எதிராக சூச்சி முன்னெடுத்த அகிம்சா முறைப் போராட்டங்களின் அடித்தளம் டெல்லியில் போடப்பட்டது.

டெல்லியில் கல்லூரிப் படிப்பை முடித்த பிறகு லண்டனின் ஆக்ஸ்போர்ட் பல்கலைக்கழகத்தில் ஒருங்கிணைந்த 'தத்துவம், அரசியல் மற்றும் பொருளாதாரம்' பட்டப்படிப்பில் 1967ஆம் வருடம் பட்டம் பெற்றார் சூச்சி. ஆக்ஸ்போர்ட் பல்கலைக்கழகத்தில் படித்த காலத்தில், அந்நாட்டைச் சேர்ந்த வரலாற்றாய்வாளர் மைக்கேல் அரிஸ் உடன் சூச்சிக்கு நட்பு ஏற்பட்டு, பின்னாளில் அது காதலாக மாறியது. ஆக்ஸ்போர்ட் பல்கலைக்கழகத்தில் பட்டம் பெற்றதற்குப் பிறகான அடுத்த மூன்று வருடங்கள் அமெரிக்காவின் நியூயார்க்கில் உள்ள ஐநா சபையின் தலைமையகத்தில் வேலை, இடையே நேரம் கிடைக்கும்போதேல்லாம் லண்டனிலிருந்த காதலருடன் கடிதப் போக்குவரத்து என்று நேரம் கழிந்தது.

ஐநா சபையில் வேலை பார்த்த அந்த மூன்று வருடங்களும் சர்வதேச அரசியல் மற்றும் அன்றைய உலக நாடுகளின் நிலை குறித்து நேரடியாக நிறைய விஷயங்களைத் தெரிந்து கொண்டார் சூச்சி. 1972ஆம் வருடம் தனது காதலர் மைக்கேல் அரிஸுடன் திருமணம் செய்துகொண்ட பிறகு, லண்டனில் வசிக்க ஆரம்பித்த சூச்சி, அங்கேயே தனது இரு மகன்களையும் பெற்றெடுத்தார். இடையே, லண்டன் பல்கலைக்கழகத்தில், பர்மிய இலக்கியத்தில் முதுகலைப் பட்டமும் பெற்றார்.

1988ஆம் வருடம் உடல்நலம் குன்றி சிகிச்சையில் இருந்த தனது தாயைப் பார்க்க, பல காலம் கழித்து பர்மா திரும்பினார் சூச்சி. அதேசமயத்தில் '8888 எழுச்சி' என்றழைக்கப்படும் ராணுவ

ஆட்சிக்கு எதிரான 'மக்கள் போராட்டம்' உச்சத்தில் இருந்தது. தனது நாட்டில் நடந்து வந்த ராணுவ ஆட்சியைப் பற்றியும் அதனால் மக்களுக்கு ஏற்பட்ட பிரச்சனைகள் பற்றியும் பல விசயங்களை சூச்சி தெரிந்து வைத்திருந்தாலும், அதுநாள் வரை அவர் பொது மக்களை நேரடியாகச் சந்தித்ததில்லை.

சிகிச்சை பெற்றுக் கொண்டிருந்த தனது தாய் கின் கியைச் சந்திக்க, யாங்கூன் நகரப் பொது மருத்துவமனைக்கு சூச்சி வந்திருந்த செய்தி, காட்டுத் தீ போல நகருக்குள் பரவியது. செய்தியைக் கேள்விப்பட்ட பொது மக்கள் தங்கள் தேசத்தந்தை ஆங் சானின் மகளைப் பார்க்க மருத்துவமனைக்கு வெளியே கூட ஆரம்பித்தார்கள். ஒரு கட்டத்தில் மக்கள் கூட்டம் கட்டுக்கடங்கா எண்ணிக்கையில் அங்கு திரண்டிருந்தது. தன்னைக் காண வந்த மக்களைச் சந்திக்க மருத்துவமனைக்கு வெளியே வந்த சூச்சியிடம், தங்கள் இன்னல்கள் அனைத்தையும் சொல்லி அம்மக்கள் கதறினார்கள். நொடிகூட தாமதிக்காமல், எந்த ஒரு பின் விளைவுகளைப் பற்றியும் யோசிக்காமல், அந்த இடத்திலேயே நின்று அங்கிருந்த மக்களிடம் நம்பிக்கை வார்த்தைகளைப் பேசினார் சூச்சி.

மருத்துவமனைக்கு வெளியே கூடியிருந்த பர்மிய மக்களில் பெரும்பான்மையானோர் ஆங் சானைப் பார்த்திடாத தலைமுறையைச் சேர்ந்தவர்கள். தங்கள் தேசத்தந்தை பற்றி வெறுமனே வாய் வார்த்தையில் மட்டுமே கேள்விப்பட்டு, அவர் மீது மிகப்பெரும் அபிமானத்தைக் கொண்டிருந்தவர்கள். இன்னும் சொல்லப்போனால் நடந்துகொண்டிருந்த சர்வாதிகார ஆட்சியிலிருந்து தங்களை மீட்க வரப்போகும் ரட்சகனை எதிர்பார்த்துப் பல வருடங்களாக் காத்திருந்தவர்கள் அவர்கள்.

அப்படி நம்பிக்கையுடன் காத்திருந்த மக்கள், தங்கள் சுதந்திர நாயகனின் மகள் வந்திருந்த செய்தியைக் கேட்டதுமே ஓடோடி வந்தார்கள். அம்மக்களின் நம்பிக்கை துளிகூட வீண்போகாதபடி, அவர்களைத் தேற்றும் விதமாக அற்புதமாக உரையாற்றியிருந்தார் சூச்சி. அதற்குப் பிறகு பல மடங்கு நம்பிக்கையுடன் அங்கிருந்து கலைந்து சென்றார்கள் பொதுமக்கள்.

அச்சமயம் மழை விட்டாலும் தூவானம் விடவில்லை என்ற சொலவடையைப்போல, ராணுவ சர்வாதிகாரி நீ வின்னும், அதிபர் சான் யூவும் ராஜினாமா செய்திருந்தாலும், நாடும் அரசாங்கமும் இன்னமும் ராணுவத்தின் பிடியில்தான் இருந்தது.

பொது மக்களும் ராணுவத்தின் கட்டுப்பாட்டை முற்றிலும் விலக்கி, ஜனநாயக ஆட்சியைக் கொண்டுவரக் கோரி போராடிக் கொண்டிருந்தார்கள். சூச்சியின் வருகையும், அவரது நம்பிக்கை வார்த்தைகளும் மக்கள் போராட்டத்தை மேலும் வீரியப்படுத்தியது.

யாங்கூன் மருத்துவமனைக்கு வெளியே நடந்த சம்பவத்துக்குப் பிறகு, அன்று ராணுவ ஆட்சிக்கு எதிராக இருந்த முக்கியஸ்தர்கள், அரசியல்வாதிகள், போராட்டத் தலைவர்கள், மாணவர்கள், இளைஞர்கள் எனப் பலர் சூச்சியைச் சந்திக்க ஆரம்பித்தார்கள். பின் ஆகஸ்ட் மாத இறுதியில், லட்சக்கணக்கான பொது மக்கள் கலந்து கொண்டப் பேரணியில் பங்கேற்று அவர்களிடம் உரையாற்றிய சூச்சி, ஜனநாயக அரசு கோரி ராணுவத்துக்கு அறைகூவல் விடுத்தார். ராணுவ ஆட்சியை விலக்கி, நாட்டில் மீண்டும் மக்களாட்சி மலர தான் முன்னெடுக்கவிருக்கும் போராட்டங்களை ஒருங்கிணைக்க வேண்டி, 'தேசிய ஜனநாயக லீக்' என்ற கட்சியைச் செப்டெம்பர் மாதத்தில் தொடங்கினார் சூச்சி.

அதே செப்டெம்பர் மாதம், ராணுவத்துக்குள் அதிகாரம் கைமாறி அன்றைய தலைமைத் தளபதி சாவ் மாவுங் புதிய சர்வாதிகாரியானார். அவரது தலைமையின் கீழ் சட்ட ஒழுங்கு மறுசீரமைப்பு சபை தோற்றுவிக்கப்பட்டு, அதன் உறுப்பினர்களாக மூத்த ராணுவ அதிகாரிகள் இணைந்து, அரசாங்க நிர்வாகத்தை வழிநடத்தினார்கள்.

1989ஆம் வருடத்தின் ஜூலை மாதத்தில் சூச்சி வீட்டுச் சிறை வைக்கப்பட்டார். பர்மாவை விட்டு வெளியேற ஒத்துக் கொண்டால் விடுவித்துவிடுகிறோம் என ராணுவத்தின் தரப்பிலிருந்து ஆசை வார்த்தை காட்டினார்கள். அதற்கு மறுப்பு தெரிவித்துவிட்டு, காந்திய வழி அகிம்சா போராட்டத்துக்குத் தன்னை தயார்ப்படுத்திக்கொண்டார் சூச்சி. இந்தக் காலகட்டத்தில் சூச்சியின் செல்வாக்கு இண்டு இடுக்கு எனப் பர்மா முழுவதும் பரவியது.

சூச்சியை வீட்டுச்சிறை வைத்து, மக்கள் போராட்டத்தை இரும்புக்கரம் கொண்டு ராணுவம் கட்டுக்குள் கொண்டு வந்திருந்தாலும், புதிய சர்வாதிகாரி சாவ் மாவுங் பல வித புதிய முன்னெடுப்புகளை மேற்கொண்டார்.

அருகில் இருந்த தென்கிழக்காசிய நாடுகளுடனான அரசுரீதியிலான உறவைகளைப் புதுப்பித்திருந்தார் சாவ் மாவுங்,

பர்மாவுக்குப் பல உதவிகள் அங்கிருந்து கிடைத்தன. மேலும், அமெரிக்கா மற்றும் ஐரோப்பிய நாடுகளிலிருந்த சில தனியார் நிறுவனங்கள், எரிவாயு மற்றும் கச்சா எண்ணெய் உற்பத்திக்காகப் பர்மாவில் முதலீடு செய்தன. ராணுவத்துக்கும் ஆயுதக் குழுக்களுக்கும் இடையே நடந்துகொண்டிருக்கும் தாக்குதல்களை நிறுத்தம் செய்ய, ஒரு புதிய செயல் திட்டத்தை வெளியிட்டது பர்மிய அரசு. திடீரென்று ஒரு நாள், நாட்டின் பெயர் 'மியான்மர்' என மாற்றம் செய்யப்படுவதாக அறிவிப்பு வெளியானது.

பிரிட்டிஷ் ஆட்சியாளர்கள்தான் பர்மா என்ற பெயரை அந்நாட்டுக்குச் சூட்டினார்கள். எனவே முந்தைய காலனித்துவ ஆட்சியின் சுவடுகளை அகற்றவும், பெரும்பான்மை பர்மர் சமூகத்தைக் குறிக்கும் வகையில் இல்லாமல் அனைத்துத் தரப்பு மக்களையும் அடையாளப்படுத்தும் விதமாகவும் மியான்மர் என்று நாட்டின் பெயரை மாற்றம் செய்வதாக ராணுவத்தின் தரப்பில் விளக்கம் கூறப்பட்டது. பர்மா, மியான்மர் என இந்த இரண்டும் ஒரே அர்த்தத்தைக் குறிக்கும் வெவ்வேறு சொற்கள் என்பதால் இந்தப் பெயர் மாற்றத்துக்கு மக்கள் தரப்பில் எந்த எதிர்வினையும் இல்லை.

அனைத்துக்கும் உச்சமாக 1990ஆம் வருடத்தின் தொடக்கத்தில், புதிய அரசியல் நிர்ணயச் சபை உறுப்பினர்களுக்கான தேர்தல் இந்த வருடத்தில் நடத்தப்படும் என்றும், அவ்வாறு தேர்ந்தெடுக்கப்படும் உறுப்பினர்கள் புதிய அரசியலமைப்புச் சட்டத்தை இயற்றுவார்கள் என்றும் தடாலடியாக அரசு அறிவித்தது. மேற்கண்ட வாக்கியத்தைக் கூர்ந்து கவனிக்க வேண்டும். இது நாடாளுமன்றத்துக்கான தேர்தல் கிடையாத., அரசியல் நிர்ணய சபைக்கான தேர்தல்.

எது எப்படியோ, 1960ஆம் வருடத்துக்குப் பிறகு நடக்கும் முதல் தேர்தல். மற்றதைப் பின்னால் பார்த்துக் கொள்ளலாம் என்று சூச்சியின் கட்சி உட்பட, பல கட்சிகள் கோதாவில் குதித்தன. மணமகன் இல்லாமல் கல்யாணமா? பர்மிய ராணுவத்தின் மறைமுகப் பிரதிநிதியாகத் தேசிய ஒற்றுமை கட்சியும் களத்தில் குதித்தது.

சூச்சியின் வருகை, சண்டை நிறுத்தம், தேர்தல் அறிவிப்பு ஆகியவை சிறுபான்மையின மக்களின் நம்பிக்கையை மீண்டும் துளிர்க்கச் செய்தது. தங்களைப் பிரதிநிதித்துவப்படுத்தும்

வகையில் சிறுபான்மையின மக்கள் நிறுவியிருந்த 19 கட்சிகள் இந்தத் தேர்தலில் போட்டியிட்டன. அதில் சில சூச்சியின் கட்சியுடன் கூட்டணி அமைத்திருந்தன.

மக்கள் போராட்டம், சர்வாதிகாரி நீ வின்னின் ராஜினாமா, சூச்சியின் அரசியல் நுழைவு, ஜனநாயகத்துக்கான புதிய முன்னெடுப்புகள் என மியான்மர் நாடு பல காலம் கழித்து மீண்டும் சர்வதேச அளவில் கவனம் பெற்றது.

1990ஆம் வருடத்தின் மே மாதத்தில் தேர்தல் நடந்தது. அரசியல் நிர்ணயச் சபையில் இருந்த 492 இடங்களில், 392 இடங்களை வென்று சூச்சியின் என்.எல்.டி கட்சி பெரும் வெற்றி பெற்றது. ராணுவத்தின் தேசிய ஒற்றுமை கட்சி வெறும் 10 இடங்கள் மட்டுமே வென்றிருந்தது. ஷான் மக்களின் தேசிய ஜனநாயக லீக் கட்சி கூட 23 இடங்களில் வெற்றி பெற்றிருந்தது. ஆனால் ராணுவத்தின் கட்சிக்கு மக்கள் அளித்த வெறும் 10 இடங்கள், ராணுவத்தின் மீது மக்களுக்கு இருந்த மனநிலையைத் தெளிவாகப் படம் பிடித்துக் காட்டியது.

தேர்தல் முடிவுகள் வெளியானதும் ராணுவ சர்வாதிகாரி சாவ் மாவுங், அரசியல் நிர்ணயச் சபை அமைக்கும் பணிகளை மேற்கொள்ளச் சூச்சிக்கு அழைப்பு விடுக்கத்தயாரானார். ஆனால், ராணுவத்துக்குள் சாவ் மாவுங் முடிவுக்குக் கடும் எதிர்ப்பு கிளம்பியது. அவருக்குக் அடுத்தடுத்த நிலையில் இருந்த பிற ராணுவத் தளபதிகள், புதிய அரசியலமைப்புச் சட்டம் நடைமுறைக்கு வந்து ஜனநாயக ஆட்சி அமைவதைத் துளியும் விரும்பவில்லை. மியான்மரில் மீண்டும் மக்களாட்சி அமையுமானால் இத்தனை வருட காலம் தாங்கள் அனைவரும் அனுபவித்து வந்த அதிகாரம் பறிபோகக்கூடும் என்ற பதற்றம் அவர்களிடம் இருந்தது.

சாவ் மாவுங்குக்கு ஆதரவாக ராணுவ உயர் அதிகாரிகள் மட்டத்தில் எவருமே இல்லை. இறுதியில், உடல்நிலை சரியில்லை என ஒப்புக்கு வெளியே காரணம் கூறப்பட்டு சாவ் மாவுங் பதவியிறக்கப்பட்டார். புதிய சர்வாதிகாரியாகத் தான் ஷுவே 1992ஆம் வருடம் பொறுப்பேற்றுக்கொண்டார். அதிகம் அலட்டிக்கொள்ள விரும்பாத ராணுவம், தேர்தல் முடிவுகள் செல்லாது என ஒரே அறிக்கையில் முடித்துவிட்டது.

சூச்சி உட்படப் பர்மிய அரசியல்வாதிகள் மட்டுமல்லாது, பொது மக்களும் கூட ராணுவத்தின் செயலை எதிர்த்துப் போராட்டத்தை

அறிவித்து, வீதியில் இறங்கினார்கள். போராடுகிறீர்களா சரி, நீங்கள் உங்கள் வேலையைப் பாருங்கள், நாங்கள் எங்கள் வேலையைப் பார்க்கிறோம் என ஒடுக்குமுறை, கைது நடவடிக்கைகள் என்று தனது வழக்கமானப் பாணியைக் கடைப்பிடித்தது ராணுவம். ஒரே நாளில் நாட்டின் சூழல் நான்கு வருடங்கள் பின்னோக்கிச் சென்றது.

பதவி இறக்கப்பட்ட தளபதி சாவ் மாவுங், பிற ராணுவ அதிகாரிகள் போலில்லாமல் நாட்டுக்குச் சிறிதாவது நன்மை நடக்க வேண்டும் என்று நினைத்து தனது குறுகிய ஆட்சிக்காலத்தில் பல நடவடிக்கைகளை மேற்கொண்டவர். அதில் குறிப்பிடத்தக்க விசயமாக, முன்பு நீ வின் ஆட்சியின்போது காட்சி ஊடகங்கள் மற்றும் பத்திரிகைகள் செயல்பாட்டுக்குத் தடையாக இருந்த கட்டுப்பாடுகளைத் தளர்த்தினார். இதனால் கடந்த 25 வருடங்களாகச் சிறுபான்மையின மக்களுக்கு எதிராகப் பர்மிய ராணுவம் நடத்திய அட்டூழியங்கள் அனைத்தும் ஒவ்வொன்றாக வெளிவந்து, சர்வதேச அளவில் ராணுவ அரசுக்கு எதிராகக் கடுமையான கண்டனங்கள் கிளம்பியது.

சிறுபான்மையின மக்களை ராணுவம் சம்பந்தப்பட்டப் பணிகளில் ஈடுபடுத்திக் கட்டாய உழைப்புச் சுரண்டலுக்கு ஆளாக்கியது, ஆயுதக்குழுக்களுக்கு எதிரான நடவடிக்கையில் அப்பாவி மக்களைக் கொத்துக் கொத்தாகக் கொன்றது, அந்த மக்கள் வாழ்ந்த கிராமங்களைத் தரைமட்டமாகி அவர்களை நாட்டுக்குள்ளேயே இடம் பெயரவைத்தது என ராணுவம் செய்த மனித உரிமை மீறல்கள் அனைத்தும் வெளிவந்து, சிறுபான்மையின மக்களுக்கு ஆதரவான குரல்கள் உலகின் அனைத்துத் திசைகளிலிருந்தும் எழுந்தது.

பல வருடங்களாக இவ்வாறு நடந்த அக்கிரமங்களுக்குத் தானும் ஒரு வகையில் காரணம் என்று நினைத்ததாலோ என்னவோ ஜனநாயகத்தை மீண்டும் மலர வைத்து, அதன் மூலம் நடந்த தவறுகளுக்குப் பிராயச்சித்தம் தேட நினைத்தார் சாவ் மாவுங். ஆனால் தலைக்கு மேல் வெள்ளம் போன கதையைப்போல அதிகாரச் சுகத்தை இத்தனைக் காலம் அனுபவித்திருந்த பர்மிய ராணுவத்தின் பிற தளபதிகள், அதை வீட்டுக்கொடுக்க எள்ளளவும் தயாராக இல்லை.

•

1992ஆம் வருடம் முப்படைகளின் தலைமைத்தளபதியாக மட்டுமல்லாமல், பிரதமராகவும் பொறுப்பேற்றிருந்தார்,

சர்வாதிகாரி தான் ஷுவே. பர்மிய அரசாங்கத்தை வழிநடத்த மீண்டும் அதே பழைய முறையில், மூத்த ராணுவ அதிகாரிகளைக் கொண்ட குழு அமைக்கப்பட்டது. இந்த முறை அமைதி மற்றும் வளர்ச்சிக்கான சபை என்று பெயரிடப்பட்ட அந்தக் குழுவின் தலைவராக அன்றைய தலைமைத்தளபதி தான் ஷுவேவும், உறுப்பினர்களாகப் பிற மூத்த ராணுவத் தளபதிகளும் செயல்பட்டனர். ஒவ்வொரு முறை புதிய சர்வாதிகாரி பொறுப்பேற்கும்போது உருவாக்கப்படும் இந்த ஆட்சிக் குழுக்களுக்கு இடையே பெயரளவு மட்டுமே வித்தியாசம் இருந்தது.

1991ஆம் வருடத்தின் உலக அமைதிக்கான நோபல் பரிசு வீட்டுச் சிறையில் இருந்த சூச்சிக்கு வழங்கப்படுவதாக அறிவிக்கப் பட்டது. ஜனநாயகத்துக்கும், மனித உரிமைகளுக்கும் அகிம்சா வழியில் போராடியதற்காக இந்த அமைதிக்கான நோபல் பரிசை வழங்கப்படுவதாக நார்வே நோபல் விருதுக் குழு அறிவித்தது. சூச்சியின் சார்பில், அவரது மகன்கள் இருவரும் நோபல் பரிசைப் பெற்றுக்கொண்டனர்.

1989 முதல் 2010 வரையிலான 21 வருடங்களில், 15 வருடங்கள் வீட்டுச் சிறையில் இருந்தார் சூச்சி. இவ்வாறு வீட்டுச்சிறையில் இருந்தாலும், அங்கிருந்தபடியே தனது என்.எல்.டி கட்சியின் பிற தலைவர்களைச் சந்தித்து, கட்சியின் செயல்பாடுகள், மக்கள் பணிகள், எதிர்காலப் போராட்டத் திட்டங்கள் குறித்து விவாதித்து, முக்கிய முடிவுகளை எடுத்துவந்தார். சூச்சியைச் சந்திக்கப் பிற நாட்டுத் தூதுவர்கள் மற்றும் பத்திரிகையாளர்களை அவ்வப்போது அனுமதித்தது ராணுவ அரசு. இந்தக் காலகட்டத்தில் பலமுறை உடல் நலிவடைந்து வீட்டிலேயே சிகிச்சைகள் எடுத்துக்கொண்ட சூச்சி, அவசியப்படும்போது மருத்துவமனையிலும் அனுமதிக்கப்பட்டார். இந்த நீண்ட கால வீட்டுச் சிறைவாசத்தால் சூசிக்குத் தனிப்பட்ட முறையில் பல இழப்புகள் ஏற்பட்டது.

1997ஆம் வருடம் புற்றுநோயின் பிடியில் போராடிக்கொண்டிருந்த சூச்சியின் கணவர் மைக்கேல் அரிஸ், தன் மனைவியைக் காணவேண்டி மியான்மருக்கு வர அனுமதி கோரினார். ஆனால் ராணுவ அரசு அவருக்கு அனுமதி மறுத்துவிட்டது. மியான்மருக்குள் நுழைய அரிஸை அனுமதிக்குமாறு அன்றைய ஐநா சபையின் பொதுச்செயலாளர் பான் கீ மூன் முதல் போப் இரண்டாம் ஜான் பால் வரை, பல உலகத்தலைவர்கள் குரல்

கொடுத்தனர். ஆனால், மியான்மர் ராணுவ அரசுத் தரப்பில் 'கேன்சர் நோய்க்குச் சிகிச்சை தருமளவுக்கு இங்கே மருத்துவ வசதிகள் இல்லை. சூச்சி விருப்பப்பட்டால், இங்கிலாந்து செல்லலாம்' என்று அறிவித்தது.

நாட்டை விட்டு வெளியேறினால் மீண்டும் திரும்பி வர அனுமதி கிடைக்காமல் போகலாம் என்று எண்ணிய சூச்சி, தன் கணவரைச் சந்திக்க இங்கிலாந்து செல்ல மறுத்துவிட்டார். இறுதியில், தனது காதல் மனைவியைச் சந்திக்காமல் 1999 ஆம் வருடம் மைக்கேல் அரிஸ் உயிரிழந்தார். 1989ஆம் வருடம் முதல்முறையாக சூச்சி கைது செய்யப்பட்டு வீட்டுச்சிறையில் வைக்கப்பட்டது முதல் 1997ஆம் வருடம் அவரது கணவர் இறக்கும் வரையில் மொத்தமே பத்து முறைதான் இருவரும் சந்தித்திருந்தனர்.

நினைவு தெரிவதற்கு முன்பே தந்தையை இழந்திருந்த சூச்சிக்கு, வாழ்க்கையில் கிடைத்த முதல் ஆண் துணை அவரது கணவர் அரிஸ். நாட்டு மக்களுக்காகப் போராடிய காரணத்தால் தனது கணவரின் இறுதி நாட்களில்கூட அவர் அருகே சூச்சி இருக்க முடியாமல் போனது தியாகத்தின் உச்சம்.

இவ்வாறு, மனரீதியாகவும் உடல்ரீதியாகவும் பாதிப்புகளை எதிர்கொண்ட சூச்சி, உளவியல் ரீதியாகவும் ராணுவ அரசால் அடிக்கடி தாக்குதலுக்கு ஆளானார். என்னதான் வீட்டுச் சிறையில் இருந்த சமயத்தில் அவ்வப்போது வெளியாட்களைச் சந்தித்து வந்தாலும், முழுநேரமும் ராணுவத்தின் கடுமையான கண்காணிப்பின் கீழ் இருந்து வந்தார் சூச்சி.

அவ்வப்போது வரும் சர்வதேச அழுத்தம் காரணமாகத் திடீரென்று ஒரு நாள் வீட்டுச்சிறையிலிருந்து சூச்சி விடுதலை செய்யப்படுவார். பிறகு பொதுவெளியில் பயணிக்கும்போது அல்லது தனது ஆதரவாளர்களைச் சந்திக்கும்போது, எங்கிருந்தோ வரும் கும்பல் ஒன்று, சூச்சியைத் தாக்காமல் அவரைச் சூழ்ந்திருப்பவர்களைத் திட்டமிட்டுத் தாக்கும்.

2003ஆம் வருடம், அப்படி ஒரு முறை மாண்டலேவுக்கு வடக்கே திபாயின் என்றொரு சிறு நகரத்தில் தனது கட்சியைச் சேர்ந்தவர்களைச் சூச்சி சந்திக்கச் சென்றபோது, அங்கு திடீரென்று தோன்றிய பெருங்கும்பல் தாக்கியதில் எழுபதுக்கும் மேற்பட்ட சூச்சியின் ஆதரவாளர்கள் மரணமடைந்தனர். அன்றைய நாளில், சூச்சி உயிர் தப்பித்ததே அரிதிலும் அரிதாக

நடந்த விஷயம். அப்படியாக அவர் உயிருக்குப் பல முறை குறிவைக்கப்பட்டுள்ளது.

இப்படி நடக்கும் தாக்குதல் சம்பவம் குறித்துக் காவல்துறையிடம் புகார் அளித்தாலும், அது கிடப்பில் போடப்பட்டு, புகாரின் மீது எந்த ஒரு மேல் நடவடிக்கையும் இருக்காது. இறுதியில், நடைபெற்ற தாக்குதல் சம்பவங்களுக்காகச் சூச்சி கைது செய்யப்பட்டு மீண்டும் வீட்டுச்சிறையில் அடைக்கப்படுவார்.

எங்களுக்குக் கட்டுப்பட்டு நடக்காவிட்டால் எந்த எல்லைக்கும் நாங்கள் செல்வோம் என அடிக்கடி இப்படித் திட்டமிட்டு பீதியைக் கிளப்பியது ராணுவம். இந்தக் காரணத்தினாலேயே பிற்பாடு அனுமதி கிடைத்தாலும், வெளியே எங்கும் செல்லாமல் நான்கு சுவருக்குள் முடங்கிப் போனார் சூச்சி. எதிராளியை நேரடியாகத் தாக்காமல், இப்படித் திட்டமிட்டு உளவியல் ரீதியாகத் தாக்குவதில், கைதேர்ந்து இருந்தார்கள் அன்றைய மியான்மர் நாட்டின் ராணுவ ஆட்சியாளர்கள்.

தேசத்தந்தையின் மகளும், சர்வதேச அளவில் ஆதரவைப் பெற்றிருந்த ஆங் சான் சூச்சியின் நிலையே இப்படி இருக்கும்போது, சாதாரண பொது மக்களின் நிலை எப்படி இருந்திருக்கும் என விவரிக்க வேண்டியதில்லை. எத்தனைக் காலம்தான் இப்படிச் சிக்கலில் உழன்றுகொண்டு இருப்பது, இந்தக் காட்டாட்சியில் இருந்து தங்களுக்கு விடிவு காலம் எப்போது பிறக்கப்போகிறதோ என மக்கள் வேதனைபட்டுக் கொண்டிருந்த சமயத்தில் சிறிது சிறிதாக நாட்டில் வெளிச்சம் பரவ ஆரம்பித்தது.

13. மாற்றம் முன்னேற்றம் ஏமாற்றம்

தான் ஷ்வே தலைமையிலான ராணுவ ஆட்சியில் ஒருபுறம் ஜனநாயகம் தலையெடுத்து விடாமல் இருக்க வேண்டிப் பல நடவடிக்கைகள் எடுக்கப்பட்டு வந்தாலும், மறுபுறம் ஆயுதக்குழுக்களுடனான பிரச்சனைக்குத் தீர்வு காணச் சில முயற்சிகள் முன்னெடுக்கப்பட்டன.

தொண்ணூறுகளின் இறுதி வருடங்களில் மியான்மரின் வடகிழக்குப் பகுதியில் செயல்பட்டு வந்த ஆயுதக்குழுக்களுக்கும் ராணுவத்துக்கும் இடையே சண்டை நிறுத்தம் கடைப்பிடிக்கப் பட்டு, அந்தப் பகுதியில் அமைதி நிலவியது. ஆனால், நாடு முழுவதும் இதே நிலைமை இல்லை. மியான்மரின் வடக்கு மற்றும் மேற்குப் பகுதிகளில் தொடர்ந்து சண்டை நடந்து வழக்கம்போல மக்களின் இயல்பு வாழ்க்கை பாதிப்புக்கு உள்ளானது.

இரண்டாயிரமாவது வருடத்தில், தான் ஷ்வே அரசு ஆயுதக் குழுக்களின் தலைவர்களைப் பேச்சுவார்த்தைக்கு அழைப்பு விடுத்தது. ஆயுதக்குழுக்களுக்கு எதிராக இத்தனை வருட காலம் கடுமையாக எதிர்வினை ஆற்றிக்கொண்டிருந்த ராணுவம், இப்போது ஒருபடி இறங்கி வந்து அவர்களைப் பேச்சு வார்த்தைக்கு அழைத்ததற்குக் காரணங்கள் இருந்தன.

நீ வின் ஆட்சியின்பொழுது பர்மாவில் நடந்த அக்கிரமங்கள் அனைத்தும் 1988ஆம் வருடத்துக்குப் பிறகு ஒவ்வொன்றாக வெளிவந்தது. இதனால் ராணுவ ஆட்சிக்கு எதிராக உலகளவில் கண்டனக்குரல்கள் எழுப்பப்பட்டன. முன்பு போல உலக

நாடுகளுடனான தொடர்பைத் துண்டித்துக்கொண்டு இனி தனித்திருக்க முடியாது என்று ராணுவத்துக்குப் புரிந்தது. இனி பர்மாவின் பொருளாதாரத்தை மேம்படுத்த நிச்சயம் அவர்களின் தயவு மிக அவசியம் என்றும் தெரிந்தது. எனவே, இத்தனை வருடகாலமாக உள்நாட்டில் ராணுவத்துக்கு எதிராகக் களமாடிக் கொண்டிருப்பவர்களை வழிக்குக் கொண்டு வந்துவிட்டால், அதை வைத்து உலக நாடுகளின் கண்டனங்களைச் சமாளித்து விடலாம் என்பது ஒரு காரணம்.

இதைத்தவிர ஆயுதக்குழுக்களைப் பேச்சுவார்த்தைக்கு அழைக்க வேறொரு முக்கியமான காரணமும் இருந்தது. அது, ஆயுதக் குழுக்களின் அபரிமிதமான வளர்ச்சி!

ஆரம்பக் காலத்தில் கூட்டாட்சி கோரிப் போராட ஆரம்பித்த ஆயுதக்குழுக்கள் சிலவற்றின் நோக்கம், வருடங்கள் செல்லச் செல்லத் தனி நாடு கேட்கும் அளவுக்கு மாற்றம் கண்டது. நோக்கங்கள் நிறைவேறத் தங்களின் பலத்தை உயர்த்துவது அவசியம் என்று நினைத்த சில ஆயுதக்குழுக்கள், பல சட்டவிரோத வழிகளை உபயோகித்து தத்தமது பகுதிகளில், பண பலத்திலும், படை பலத்திலும் ராணுவத்துக்குச் சவால்விடும் அளவுக்கு வளர்ச்சி கண்டன. அப்படிப் பலத்துடன் இருந்த ஆயுதக்குழுக்களின் கட்டுப்பாட்டில் இருந்த பகுதிகளில் ராணுவமோ, அரசாங்க இயந்திரமோ நுழைவது கடினமான விஷயமாக இருந்தது.

மீறி நுழைந்தாலும் ராணுவத்தின் தரப்புக்குச் சேதாரம் ஏற்பட்டது. எத்தனைக் காலம்தான் இப்படி நூற்றுக்கணக்கான ராணுவ வீரர்களை இழந்து கொண்டிருப்பது என ராணுவம் யோசித்தது. ராணுவம் என்பது எங்களைப் போன்ற ஆட்கள் அதிகாரத்தை அனுபவிக்கக் கட்டமைத்து வைத்திருக்கும் ஒரு கருவி. அந்தக் கருவியைக் காண்பித்து மிரட்டி, ஆட்சியை நடத்துவதை விட்டுவிட்டு எதற்கு அதைப் பலவீனப்படுத்துவது எனக் கொஞ்சம் சுயநலமாகவும் யோசித்தார் தான் ஷ‍ுவே.

நோக்கம் எப்படியாக இருந்தாலும், இப்படிச் சில காரணங்கள் ஆயுதக்குழுக்களைப் பேச்சுவார்த்தைக்கு அழைக்க ராணுவத்தை உந்தித்தள்ளியது. ஆனால் மறுபுறம், ஆயுதக்குழுக்களுக்கு உள்ளே ராணுவத்துக்கு எதிராகச் சண்டை நிறுத்தம் செய்து, பேச்சுவார்த்தையில் ஈடுபடுவதற்கு ஆதரவாகவும் எதிராகவும் இரு வேறு கருத்துகள் நிலவின.

அபின் செடிகளைப் பயிரிட்டு, அதை எல்லைதாண்டிக் கடத்துவது மூலம் தங்களுக்கான பணத்தேவையில் பெரும்பகுதியைப் பெற்று வந்த மியான்மர் ஆயுதக்குழுக்கள் மீது சர்வதேச அளவில் விமர்சனங்கள் எழுப்பப்பட்டு வந்தன. அதுமட்டுமல்லாமல், சட்டவிரோதமாகத் தேக்கு மற்றும் ஆயுதக் கடத்தல் மேற்கொண்டது, பெண்களையும் சிறுமிகளையும் கடத்தி விபசாரத்தில் ஈடுபடுத்தியது, அதீதப் போதைப் பொருட்கள் உபயோகத்தால் எய்ட்ஸ் நோய் அதிகரித்ததற்குக் காரணமாக இருந்தது எனப் பல குற்றச்சாட்டுகளுக்கு ஆளாகியிருந்தன ஆயுதக்குழுக்கள்.

எந்த நோக்கத்துக்காக ஆயுதம் ஏந்தினார்களோ, அந்த நோக்கத்தை அடையச் சமூகத்தைச் சீரழிக்கும் பணிகளை மேற்கொண்டது, ஆயுதக்குழுக்களுக்குள் இருந்த ஒரு தரப்பினருக்கு ஏற்கெனவே சங்கடங்களை ஏற்படுத்தியிருந்தது. இப்படிப்பட்ட சூழலில் ராணுவத்துடன் பேச்சுவார்த்தை நடத்துவது குறித்து எழுந்த முரண்பாட்டால் சில ஆயுதக்குழுக்கள் இரண்டாக உடைந்து, பிளவைச் சந்தித்தன.

ஒரு பக்கம் ராணுவம், மறுபக்கம் ஆயுதக்குழு என இருவருக்குமிடையே சிக்கிக்கொண்டு மிக நீண்ட காலமாகத் தங்களின் நிம்மதியைத் தொலைத்திருந்த சிறுபான்மையின மக்களுக்கு மாற்றம் தேவைப்பட்டது. அமைதி நிலவினால் ஒழிய மாற்றத்துக்கு வாய்ப்பில்லை. மக்களின் மனநிலையைப் புரிந்துகொண்ட ஆயுதக்குழுக்களின் தலைவர்கள் பலர், அமைதியை உண்டாக்கும் நோக்கில் ராணுவ அரசுடன் பேச்சுவார்த்தைக்கு உடன்பட்டனர். பேச்சுவார்த்தையும் நடந்தது.

ஆனால் பேச்சுவார்த்தையின் முடிவில் எந்த ஒரு சுமுக முடிவும் எட்டப்படவில்லை. ஏனென்றால், ராணுவ ஆட்சி நடக்கும் பன்முகத்தன்மை வாய்ந்த ஒரு நாட்டில் எவருக்கும் பாதகமில்லாமல், அனைத்துத் தரப்பினரின் உரிமைகளுக்கும் பங்கம் வராமல், அதே சமயம், எல்லோரும் ஒப்புக்கொள்ளும் வகையிலான ஒரு முடிவை, அதுவும் ஒரே ஒரு பேச்சுவார்த்தையின் மூலம் எடுப்பது நடைமுறையில் சாத்தியமற்ற விசயமாக இருந்தது.

தான் ஷுவேவுக்கு முன்பு நீ வின் அதிகாரத்தில் இருந்த 26 வருடங்கள், இப்படியெல்லாம் பேச்சுவார்த்தைகள்

நடந்ததில்லை. அப்போதெல்லாம், நாட்டின் வெவ்வேறு பகுதிகளில் ராணுவத்துக்கும் ஆயுதக்குழுக்களுக்கும் இடையே அடிக்கடி தாக்குதல்கள் நடந்து கொண்டிருக்கும். அந்தச் சமயத்தில் இப்படிப்பட்ட சண்டைகளால் மட்டுமல்லாமல், பொருளாதாரப் பிரச்சனைகளாலும் நாட்டு மக்கள் சிரமத்துடன் ஒவ்வொரு நாட்களையும் கழித்துக் கொண்டிருந்தனர்.

ஆனால், ராணுவமும் ஆயுதக்குழுக்களும் எந்த ஒரு பொருளாதாரப் பிரச்சனைகளிலும் சிக்கிக்கொள்ளாமல் ஒரு குறிப்பிட்ட வழியில் பணத்தைத் திரட்டி, தங்களின் செயல் பாட்டுக்கு எந்த ஒரு சிக்கலும் வராமல் பார்த்துக்கொண்டன.

அது, பர்மியச் சமூகத்தை மட்டுமல்லாமல் உலகத்தையும் சேர்த்தே சீரழித்த அபின் உற்பத்தி மற்றும் போதைப் பொருள் கடத்தல் மூலம் பெறப்பட்ட பணம்!

●

'தங்க முக்கோணம்' என்று அழைக்கப்படும் மியான்மர், லாவோஸ், கம்போடியா ஆகிய நாடுகளின் எல்லைகள் சங்கமிக்கும் பகுதி, சர்வதேச அளவில் போதைப்பொருட்கள் உற்பத்தி மற்றும் கடத்தலுக்குப் பெயர் போன ஓர் இடம். இரண்டாயிரமாவது வருடத்தில் தாலிபான்கள் கட்டுப் பாட்டிலிருந்த ஆப்கானிஸ்தான் அபின் உற்பத்தியில் முதலிடத்தைப் பிடிக்கும் வரையில், இந்தத் தங்க முக்கோணப் பகுதிதான் உலகின் மிகப்பெரிய அபின் உற்பத்தியாளராக இருந்தது. இந்தப் பகுதி இப்படி மாறியதற்கான பின்னணியில் இருந்தது பிரிட்டிஷ் கிழக்கிந்திய கம்பெனி.

பதினெட்டாம் நூற்றாண்டின் இறுதிகளில் அன்றைய பிரிட்டிஷ் இந்தியாவின் வங்காளப் பகுதியில் விளைவிக்கப்பட்ட அபினை, சீனாவில் விற்பனை செய்தது பிரிட்டிஷ் கிழக்கிந்திய கம்பெனி. உள்ளூர் சீன வியாபாரிகள் வெள்ளியைக் கொடுத்து கிழக்கிந்திய கம்பெனியிடமிருந்து அபின் வாங்கினார்கள். கிழக்கிந்திய கம்பெனியின் ஏகபோக வியாபார உரிமைகளைப் பிரிட்டிஷ் அரசு ரத்து செய்த பிறகு, தனியார் பிரிட்டிஷ் வியாபாரிகள் இந்தச் சீன அபின் வியாபாரத்தில் நுழைந்து அதில் கொள்ளை லாபம் பார்த்தார்கள்.

இதனால், சீன மக்களிடையே போதைப் பழக்கம் அதிகரித்தது. மேலும் அபின் வர்த்தகத்தால் பெருமளவு வெள்ளி அந்நியச்

செலவாணியாக வெளியே சென்றதால், சீனாவில் பொருளாதாரச் சுணக்கம் ஏற்பட்டது. இந்தக் காரணங்களுக்காகப் பலமுறை சீன அரசு அபின் பயன்பாடு மற்றும் இறக்குமதியைத் தடை செய்தாலும், சட்டவிரோதமாக அபின் கடத்தப்பட்டு, சீன மக்களிடையே அதன் புழக்கம் வருடா வருடம் அதிகரித்துக் கொண்டிருந்தது.

1839ஆம் வருடம், அன்றைய சீன குயிங் ராஜ்ஜியத்தின் கடலோர லியான்குவாங் மாகாணத்தின் ஆளுநர் லின், கான்டோன் நகரத்திலிருந்த சுமார் ஆயிரம் மெட்ரிக் டன் அளவிலான அபினைக் கைப்பற்றி அழித்தார். சீன அரசின் இந்த நடவடிக்கையைக் கண்டித்து 1840ஆம் வருடம், ஜூன் மாதத்தில், பிரிட்டிஷ் கடற்படை திங்ஹை துறைமுகத்தின் மீது தாக்குதலை ஆரம்பித்து முதல் அபின் போருக்கு பிள்ளையார் சுழி போட்டது. போரில் சீனாவுக்குப் படுதோல்வி. தோற்றதன் பலனாகப் பிரிட்டிஷ் வியாபாரிகளுக்குப் பல சலுகைகளை அளித்தது சீன அரசு. போதாக்குறைக்கு ஹாங்காங் தீவையும் தாரைவார்த்தது.

1856ஆம் வருடம் முதலாம் அபின் போரின் முடிவில் போடப்பட்ட ஒப்பந்தத்தைச் சீனா மதித்து நடக்கவில்லை என மீண்டும் ஒரு போர். இந்த இரண்டாவது அபின் போரில் வெற்றி பெற்ற பிரிட்டிஷ் தரப்பினர், அபின் இறக்குமதி செய்வதற்கான சட்டப்பூர்வ அனுமதியைச் சீன அரசிடமிருந்து பெற்றுக் கொண்டனர். இதற்குப் பிறகு மிகவும் வெளிப்படையாகச் சீனாவில் அபின் புழங்கியது. இந்தியா மட்டுமல்லாமல் பிற பிரிட்டிஷ் காலனிகளான எகிப்து, பாரசீகம் போன்ற நாடுகளிலிருந்தும் தங்கு தடையின்றிச் சீனாவுக்குள் அபின் இறக்குமதி செய்யப்பட்டது.

பிரிட்டிஷ் தரப்பிலிருந்து பல வகையான பொருட்களை இறக்குமதி செய்த காரணத்தால், சீனாவில் பாரம்பரியத் தொழில்கள் நசிவடைந்தன. ஒரு கட்டத்தில், அபின் இறக்குமதி செய்யப் போதுமான அளவு எங்களிடம் வெள்ளிக் கையிருப்பு இல்லை எனக் கையை விரித்தது சீன அரசு. சரி, இனி நீங்களே அபின் உற்பத்தி செய்யுங்கள், அதை வைத்து நாங்கள் வருமானம் பார்த்துக்கொள்கிறோம் என்று பிரிட்டிஷ் தரப்பில் யோசனை கூறப்பட்டது. இதனால் சீனாவில் அபின் உற்பத்தி தொடங்கி சில வருடங்களில் உலகளவிலான அபின் உற்பத்தியில் முதலிடம் பிடித்தது சீனா. படிப்படியாகப் பெருமளவு சீன மக்கள் அபின் பயன்பாட்டுக்கு அடிமையாகினார்கள்.

பிறகு பல வருடங்கள் கழித்துச் சீனாவில் மாவோ தலைமையிலான கம்யூனிச ஆட்சி அமைந்த பிறகு, போதைப் பொருள் ஒழிப்புக்காகப் பல நடவடிக்கைகள் எடுக்கப்பட்டது. போதைக்கு அடிமையான மக்களுக்கு மறுவாழ்வு சிகிச்சைகள் ஏற்பாடு செய்யப்பட்டு, அதற்குக் காரணமாக இருந்த அபின் வியாபாரிகள் பலர் தேடித்தேடித் தூக்கிலிடப்பட்டனர். மேலும், அபின் உற்பத்தி நடந்த பகுதிகளில் வேறு சில பயிர்கள் சாகுபடி செய்யப்பட்டன.

சீன அரசின் இந்த முயற்சிகளால் அபின் சாகுபடி, சீன யுன்னான் மாகாணத்திலிருந்து தெற்கு நோக்கி ஷான் மற்றும் கச்சின் பகுதிகளுக்குச் சென்றது. மலைப்பாங்கான பின்னணியில், கரடுமுரடான நிலப்பரப்பைக் கொண்ட இந்தப் பகுதிகளில் நெல் போன்ற உணவுப் பயிர்களைச் சாகுபடி செய்வது நடக்காத காரியம். ஆனால் இங்கே அபின் செடிகள் நன்றாக வளரும். ஏற்கெனவே இந்தப் பகுதிகளில் அபின் சாகுபடி நடந்திருந்தாலும், சீன அரசின் கடுமையான கெடுபிடிகளுக்குப் பிறகு பர்மாவில் அபின் உற்பத்தி உயர ஆரம்பித்தது.

அதுவும் சீன உள்நாட்டுப் போரில் கம்யூனிஸ்ட்களால் தோற்கடிக்கப்பட்டு, அங்கிருந்து வெளியேற்றப்பட்ட குவோமின்டாங் படையினர், ஷான் மற்றும் கச்சின் பகுதிகளில் வசித்து வந்த பழங்குடியின மக்களைக் கொண்டு அபின் சாகுபடியைப் பெருக்கினார்கள்.

குறிப்பிட்ட வளர்ச்சியை அடைந்த பிறகு அபின் செடிகளில் பால்போல ஒரு திரவம் சுரக்க ஆரம்பிக்கும். செடிகளில் சுரந்து, காற்றுபட்டவுடன் கெட்டியாகப் பிசின்போலக் காய்ந்தவுடன், அவை வழித்து எடுக்கப்பட்டு, அவ்வாறு சேகரிக்கப்பட்ட பிசின்கள் முதலில் சுத்திகரிக்கப்படும். பிறகு அதிலிருந்து வெவ்வேறு வகையான போதை வஸ்துக்கள் உருவாக்கப்படும்.

குவோமின்டாங் படையினர் மேற்பார்வையில் அபின் உற்பத்தி மேற்கொள்ளப்பட்டபொழுது பர்மா-தாய்லாந்து எல்லைப் பகுதியில் சுத்திகரிப்பு மையங்கள் அமைக்கப்பட்டன. அங்கு உருவான போதை வஸ்துக்கள், தாய்லாந்து வழியாக, சர்வதேசச் சந்தைகளுக்குக் கப்பல்கள் வழியாகக் கடத்தப்பட்டன. இவ்வாறு பர்மாவில் தயாரிக்கப்பட்ட போதைப் பொருட்கள், தரைவழியாக இந்தியாவின் வடகிழக்குப் பகுதியில் நுழைந்து அங்கு போதைக் கலாச்சாரம் உருவாக மிகமுக்கியக் காரணமாக இருந்தது.

பிறகு ஒரு கட்டத்தில் குவோமின்டாங் படையினர் பர்மாவிலிருந்து வெளியேற்றப்பட்டு விட்டாலும், அவர்களிடம் ராணுவப் பயிற்சி பெற்று, பின்னாளில் பர்மாவின் அபின் மன்னர் என்றழைக்கப்பட்ட குன் சா, சுமார் 20 வருடங்களுக்கு மேலாக மியான்மரிலிருந்து எல்லைதாண்டிய போதைப் பொருள் கடத்தலில் ஈடுபட்டு, அதற்கான உலகளாவியத் தொடர்புகளைக் கட்டமைத்து வைத்திருந்தார். மேலும், ஷான் பகுதியில் தனக்கென ஒரு ஆயுதக்குழுவையும் நடத்திவந்த இவரோடு பர்மிய ராணுவமும் ஆயுதக்குழுக்களும் மறைமுகக் கூட்டணி அமைத்து, இந்த எல்லைதாண்டிய போதைப் பொருட்கள் கடத்தலில் காசு பார்த்தனர்.

நீ வின் ஆட்சிக்காலத்தில் ஒருபுறம் பொருளாதாரச் சீர்கேடால் அரசுக்கென நிலையான வருமானம் கிடைக்க வழி இல்லாமல் போனது. மறுபுறம், எந்த ஒரு வெளிநாட்டு நிறுவனமும் தொழில் தொடங்கவும், முதலீடு செய்யவும் அனுமதிக்கப்படவில்லை. எனவே, போதைப் பொருள் கடத்தல் மூலம் பெறப்பட்ட பணம் ராணுவ அதிகாரிகளுக்கு லஞ்சமாக மட்டும் பயன்படாமல், அதை மூலதனமாக வைத்து நாட்டில் புதிய தொழில்களைத் தொடங்கி, உள்கட்டமைப்பு வசதிகளையும் மேற்கொண்டது ராணுவ அரசு.

1996ஆம் வருடம் குன் சாவின் போதைப்பொருள் கடத்தல் சாம்ராஜ்ஜியம் முடிவுக்குக் கொண்டுவரப்பட்டது. பிறகு, தொண்ணூறுகளின் இறுதி வருடங்களில் ஐநா சபையின் போதைப் பொருள் தடுப்புப் பிரிவு வழியாக அமெரிக்கா எடுத்த சில தீவிர நடவடிக்கைகளின் பலனாக மியான்மரில் அபின் உற்பத்தி பெருமளவில் குறைய ஆரம்பித்தது. குறைந்ததே தவிர, முழுவதுமாக முடிவுக்குக் கொண்டுவரப்படவில்லை.

பல காலமாக அபின் சாகுபடியில் ஈடுபட்டு வரும் ஷான் மற்றும் கச்சின் பகுதிகளைச் சேர்ந்த பழங்குடியின மக்களில் பெரும்பான்மையானோர் வறுமைக்கோட்டிற்குக் கீழ் இருப்பவர்கள். இதைவிட்டால், இவர்களின் வாழ்வாதாரத்துக்கு வேறு வழி இல்லை. மேலும், தங்களுக்கு வருமானத்தைப் பெற்றுத்தரும் முக்கிய வழி என்பதால் குன் சாவுக்குப் பிறகு, வடகிழக்கு மற்றும் வடக்குப் பகுதியில் செயல்பட்டு வந்த ஆயுதக்குழுக்கள் அபின் சாகுபடி மற்றும் போதைப்பொருள் கடத்தலை முன்னெடுத்துச் சென்றனர். உள்ளூர் அளவில் பர்மிய ராணுவமும் ஆயுதக்குழுக்கள் மேற்கொண்ட கடத்தல்களுக்குத்

துணைபோனது. பழையபடியே அங்கிருந்து ராணுவத்தின் பெருந்தலைகளுக்கு லஞ்சப் பணம் சென்றது.

ஆனால், நீ வின் ஆட்சியில் நடந்ததுபோலக் கடத்தல் பணத்தை வைத்து அரசாங்கத்தை நடத்தும் அவசியம் தான் ஷுவேவுக்கு ஏற்படவில்லை. தனக்கு முன்பு அதிகாரத்தில் இருந்த சாவ் மாவுங் வழியைப் பின்பற்றி, நாட்டின் பொருளாதாரத்தின் மீது அரசுக்கு இருந்த கட்டுப்பாட்டை மேலும் தளர்த்தினார். வெளியிலிருந்து தொழில் முதலீடுகள் வர ஆரம்பித்தன. இதனால் அரசுத் தரப்புக்கு வருவாய்ச் சிக்கல்கள் ஓரளவுக்குத் தீர்ந்தன. இருந்தாலும் மக்கள் பிரச்னை முழுவதுமாகத் தீர்ந்தபாடில்லை.

ராணுவ ஆட்சி காரணமாக மேற்குலக நாடுகள் மியான்மர் அரசு மீது பொருளாதாரத் தடைகள் விதித்திருந்தாலும், முடிந்த வரை பிற நாடுகளுடன் நட்புறவைப்பேணும் வித்தையை நன்றாகவே செயல்படுத்தினார் தான் ஷுவே. நீ வின் காலத்தில் இருந்ததைப்போல இனியும் வெளியுலகுடன் பாரா முகத்தைக் காட்டிக்கொண்டிருக்க முடியாது என்பதை உணர்ந்து, 1997ஆம் வருடம், ஆசியான் (ASEAN) என்றழைக்கப்பட்ட தென்கிழக்காசிய நாடுகள் கூட்டமைப்பில் உறுப்பினராக இணைந்து, அண்டை நாடுகளுடன் முதல் முறையாக அரசு ரீதியிலான உறவுகளை வளர்த்தெடுத்தார் ஷுவே.

பொது வெளியில் பெரும்பாலும் அதிகம் தலை காட்டிராத ஷுவே, அப்படி வெளியே வந்தபோதெல்லாம் ராணுவ சர்வாதிகாரி என்ற இலக்கணத்துக்கு ஏற்ப நடந்து கொள்வார். அதிகம் பேசமாட்டார். தேவைப்படும்போது அளவான புன்சிரிப்பு மட்டும் அவர் முகத்தில் எழும். தன்னைப் பற்றித் தனிப்பட்ட முறையில் எந்த ஒரு செய்தியும் வெளிவராமல் பார்த்துக்கொண்டார்.

சாவ் மாவுங் கழுத்தில் கத்தி வைத்து இந்தப் பதவிக்கு வந்திருந்ததால், தனது கழுத்தில் யாரும் கத்தி வைத்திடாத படி எடுத்து வைக்கும் ஒவ்வொரு அடியையும் சர்வ ஜாக்கிரதையுடன் எடுத்து வைத்தார். அதிகாரத்தை முழுவதுமாகத் தன் வசப்படுத்திக்கொள்ள ஊழலுக்கு எதிரான நடவடிக்கை என்ற பெயரில், தொண்ணூறுகளின் இறுதியில், தனக்கு ஒத்து வராத அல்லது வருங்காலத்தில் இவர்களால் சிக்கல் உண்டாகும் என்று கருதப்பட்ட ராணுவ உயரதிகாரிகள் அனைவரும் கொத்தோடு பதவி நீக்கப்பட்டு, கைதும் செய்யப்பட்டனர்.

2003ஆம் வருடம், ராணுவத்தில் தனக்கு அடுத்த இடத்தில் இருந்த கின் நியூண்ட் புதிய பிரதமராக வேண்டித் தனது பிரதமர் பதவியை ராஜினாமா செய்தார் தான் ஷ்வே. இந்தக் கின்னும் ஷ்வேவும் கூட்டணி அமைத்துதான் 1992ஆம் வருடம் சாவ் மாவுங்கைக் காலி செய்தனர். எனவே, தனது நீண்டகாலக் கூட்டாளியைத் திருப்திப்படுத்தும் வகையில் பிரதமர் பதவியை விட்டுக் கொடுத்தார் ஷ்வே. ஆனால் ஒரு வருடம் மட்டுமே கடந்திருந்த நிலையில் இருவருக்குமிடையே முட்டல் மோதல் அதிகரித்தது. திடீரென்று ஒரு நாள் கின் ஷ்வேவால் பதவி நீக்கம் செய்யப்பட்டு சிறையிலடைக்கப்பட்டார். வழக்கம்போல கின் செய்த ஊழல்கள் என ஒரு பட்டியலை வெளியிட்டு அவரது கைதுக்கு நியாயம் சேர்க்க முயற்சித்தார் ஷ்வே.

2005ஆம் வருடம், நய்பிடாவ் மியான்மரின் புதிய தலைநகராக அறிவிக்கப்பட்டது அச்சமயத்தில் கடும் விமர்சனத்தைக் கிளப்பியது. முன்பு தலைநகராக இருந்த துறைமுக நகரமான யாங்கூனில் மக்கள் தொகை நெருக்கம் கட்டுக்கடங்காத அளவு அதிகரித்துவிட்ட காரணத்தாலும், நாட்டின் அனைத்துப் பகுதிகளுக்கும் சுலபமாகச் சென்றடையும் நோக்கிலும், மத்தியப் பகுதியில் புதிய தலைநகராக நய்பிடாவ் உருவாக்கப்பட்டதாக அரசுத்தரப்பில் காரணம் கூறப்பட்டது. ஆனால் நய்பிடாவ் நகரம் பழைய தலைநகர் யாங்கூனிலிருந்து சுமார் 250 கிலோமீட்டர்கள் தொலைவில், அதற்கு முன்பு மக்கள் வாசம் அறிந்திடாத ஒரு தன்னந்தனியான மலைகள் சூழ்ந்திருந்த ஒரு பகுதியில் கட்டப்பட்டிருந்தது.

அரசு அலுவலகங்கள், அரசு அதிகாரிகள் குடியிருப்புகள், நாடாளுமன்றம், ராணுவத் தலைமையகம், குடியிருப்புகள் என நய்பிடாவிலிருந்த கட்டுமானங்கள் அனைத்தும் அரசாங்கத்தை மட்டுமே மையப்படுத்திக் கட்டப்பட்டிருந்தது. ஏறத்தாழ 25,000 கோடி செலவில் கட்டப்பட்டிருந்த புதிய தலைநகரில் பொது மக்களை முன்வைத்தோ, அவர்களின் வாழ்வாதாரத்துக்கு வழியும் செய்யும் வகையிலோ எந்த ஒரு கட்டுமானமும் இல்லாமல் போனது. இதுவே தலைநகருக்கு எதிராகப் பிரச்சனை கிளப்பப்பட்டதற்கான முக்கியக் காரணம்.

தொட்டத்துக்கெல்லாம் ஜோதிடர்கள் ஆலோசனைப்படி நடக்கும் நீ வின்னுக்குக் கொஞ்சமும் சளைத்தவரல்ல ஷ்வே. அரசு நிர்வாகத்துக்கான அனைத்து வசதிகளும் யாங்கூனில் இருந்தபோதும்கூட மக்கள் பிரச்சனைகளைப் பார்க்காமல்

இத்தனைப் பொருட்செலவிலான ஓர் அவசியமற்ற புதிய தலைநகரை அவர் ஜோதிடர்கள் ஆலோசனைப்படிதான் கட்டியிருப்பார் என அவருக்கு எதிராகக் கடுமையான கண்டனக்குரல் நாட்டில் எழும்பின.

புதிய தலைநகரால் மக்களிடம் ஏற்பட்ட கொந்தளிப்பு அடங்குவதற்குள் 2006ஆம் வருடத்தின் இறுதியில், தான் ஷ்வேவின் மகளுடைய செல்வச் செழிப்பான திருமண நிகழ்வின் 10 நிமிடக் காணொளி வெளியாகி நாட்டில் மீண்டும் அதிர்வலை கிளம்பியது. ராணுவத்தின் அடக்குமுறை, சர்வாதிகார ஆட்சி, ஊழல் என எதுவுமே பர்மிய மக்களுக்குப் புதிதல்ல. ஆனால், ஊழலின் பெயரில் பலரது பதவியைக் காவு வாங்கிய ஷ்வே, தற்போது இத்தனை ஆடம்பரமாகத் தனது மகளின் திருமணத்தை நடத்த இவ்வளவு பணம் எங்கிருந்து வந்தது என மக்களும் எதிர்க்கட்சிகளும் ஷ்வேவுக்கு எதிராகத் தொடுத்த கேள்விகள் எதற்கும் தகுந்த பதிலில்லை.

2007ஆம் வருடத்தின் தொடக்கத்தில் ஷ்வேவுக்கு உடல் நிலை மோசமானது. இதையடுத்து அவர் மேல் சிகிச்சைக்காகச் சிங்கப்பூர் சென்று வந்தார். அந்த வருடத்தின் பிற்பகுதியில் எரிவாயுவுக்கு அளித்துக்கொண்டிருந்த மானியத்தை அரசு திரும்பப்பெற்றதால் எரிவாயு விலை கிடுகிடுவென உயர்ந்தது. ஏற்கெனவே பொருளாதாரச் சிக்கல்களில் சிக்கியிருந்த மக்கள், இதனால் வீதிக்கு வந்து போராடினார்கள். மக்களுக்கு உதவியாகப் பௌத்தப் பிக்குகள் நேரடியாகக் களத்தில் இறங்கினார்கள்.

1962ஆம் வருடம் ராணுவ ஆட்சி அமைந்த பிறகு முழுவீச்சாகப் பௌத்தப் பிக்குகள் அரசுக்கு எதிராகப் போராட்டத்தில் இறங்கியது இதுவே முதல் முறை. எனவே பிக்குகளின் பங்களிப்பால் இந்தப் போராட்டம் சாஃப்ரான் புரட்சி என்று அழைக்கப்பட்டது. போராட்டத்தில் நடந்த ஒரு பேரணியின் போது, வீட்டுச்சிறையில் இருந்த சூச்சியைச் சந்தித்து ஆதரவு கோரினார்கள் பௌத்தப் பிக்குகள்.

மக்கள் போராட்டத்தை ஒடுக்க வழக்கம்போல தனது அடக்குமுறையை ஏவியது ராணுவம். ஆனால் இந்த முறை ராணுவத்திடம் அடிபணிய மக்கள் தயாராக இல்லை. போராட்டம் ஒரு பக்கம் நடந்து கொண்டிருந்தபொழுது 2008 ஆம் வருடத்தில் உலகளவில் ஏற்பட்ட பொருளாதார மந்த நிலை மியான்மர் மக்களைக் கடுமையாகப் பாதித்தது.

சர்வதேச அளவிலிருந்து ராணுவ ஆட்சிக்கு எதிராக வந்து கொண்டிருந்த தொடர் நெருக்கடிகள் ஒருபுறம், பௌத்தப் பிக்குகளுடன் இணைந்து மக்கள் முன்னெடுத்த போராட்டம் மறுபுறம், இவற்றுடன் நாட்டின் பொருளாதார நிலை மட்டு மல்லாமல் தனது உடல்நிலையும் சேர்ந்து மோசமாகச் சற்று நிதானத்துடன் யோசித்தார் ஷுவே. யோசனையின் முடிவில் தனது நம்பிக்கைக்குரிய ராணுவத் தளபதிகளுடன் ஆலோசனை நடத்திவிட்டு ராணுவ ஆட்சியை விலக்குவதாக அறிவித்துவிட்டார்.

ராணுவ ஆட்சியை விலக்க முடிவு செய்திருந்தாலும் இத்தனைத் தசாப்தங்களாக அனுபவித்த வந்த அதிகாரத்தை இழக்க ராணுவ அதிகாரிகள் விருப்பப்படவில்லை. எனவே, 2008ஆம் வருடம் எந்த அரசியல் கட்சிகளின் பங்களிப்பும் இல்லாமல் ராணுவமே ஒரு புதிய அரசியலமைப்புச் சட்டத்தை இயற்றியது. அதன் வழியாக இனி வரும் காலங்களில் அமையவிருந்த புதிய நாடாளுமன்றத்திலும் அரசாங்கத்திலும் பர்மிய ராணுவம் கோலோச்சுவதற்கான முன்னேற்பாடுகள் செய்யப்பட்டன.

முதலாவதாக, மியான்மர் நாடாளுமன்றத்தில் 25 சதவிகித இடங்கள் நிரந்தரமாக ராணுவ அதிகாரிகளுக்கு ஒதுக்கப்பட்டன. இரண்டாவதாக, அரசியலமைப்புச் சட்டத்தில் திருத்தம் மேற்கொள்ள 75 சதவிகித நாடாளுமன்ற உறுப்பினர்களின் ஒப்புதல் அவசியம். எனச் சொல்லப்பட்டது. இதனால், ஏற்கெனவே 25 சதவிகித இடங்களை வைத்திருந்த ராணுவத்தின் உதவி இல்லாமல் எந்த ஒரு திருத்தமும் மேற்கொள்ள முடியாது எனும் நிலை உருவானது. மூன்றாவதாக, உள்துறை, ராணுவத்துறை மற்றும் எல்லை மேலாண்மைத் துறை ஆகிய மூன்று துறைகளின் அமைச்சர்களையும் நியமிக்கும் அதிகாரம் பர்மிய ராணுவத்தின் தலைமைத் தளபதியிடம் கொடுக்கப்பட்டது.

இவ்வாறு, புதிய அரசியலமைப்புச் சட்டத்தின் மூலம் ஒரு வகையில் ஜனநாயகத்துக்கு வழி பிறந்தாலும், ராணுவத்துக்கான அதிகாரம் வலுவாக நிலைநாட்டப்பட்டது. மேலும், நாட்டின் சட்ட ஒழுங்கு மற்றும் பாதுகாப்புப் துறைகளில் கடுகளவுகூட ஜனநாயக அரசின் பங்களிப்பு இல்லாதவாறு பார்த்துக் கொள்ளப்பட்டது.

மே மாதத்தில் வாக்கெடுப்பு நடத்தப்பட்டு 93 சதவிகித மக்கள் புதிய அரசியலமைப்புச் சட்டத்துக்கு ஆதரவாக வாக்களித்ததாக அறிவித்தது ராணுவம்.

புதிய அரசியலமைப்புச் சட்டத்தின்கீழ் நாடாளுமன்ற உறுப்பினர்களைத் தேர்ந்தெடுக்கப் பொதுத்தேர்தல் நடக்கும் அறிவிப்பு, 2010 ஆம் வருடம் ஆகஸ்ட் மாதத்தில் வெளியானது. அரசியலமைப்புச் சட்டத்தில் ராணுவத்திற்கு அளிக்கப்பட்ட சலுகைகளையும் அதிகாரங்களையும் கண்டித்து ஆங் சாங் சூச்சியின் என்.எல்.டி கட்சி தேர்தலைப் புறக்கணிப்பதாக அறிவித்தது. அதே வருடத்தின் தொடக்கத்தில் ஓய்வு பெற்ற முன்னாள் ராணுவ அதிகாரிகளால் தொடங்கப்பட்ட ஐக்கிய ஒற்றுமை மற்றும் வளர்ச்சி கட்சி ராணுவத்தின் முகமாகப் பொதுத்தேர்தலில் போட்டியிட்டது.

பொதுத்தேர்தல் முடிந்த ஒரு வாரத்தில் வீட்டுக்காவலில் இருந்து சூச்சி விடுதலை செய்யப்பட்டார். தனது தண்டனைக்காலத்தில் நன்னடத்தையுடன் செயல்பட்டதால் சூச்சிக்குப் பொதுமன்னிப்பு அளித்து விடுதலை செய்வதாக அரசின் அதிகாரப்பூர்வச் செய்தித்தாளான மியான்மரின் புதிய ஒளியில் அறிவிப்பு வெளியானது. இத்தனை வருடங்களில் தனது பெயருக்கு ஏற்ற ஒரு செய்தியை அன்றுதான் வெளியிட்டிருக்கும் அந்தச் செய்தித்தாள்.

சூச்சியின் என்.எல்.டி கட்சி தேர்தலில் போட்டியிடாததால் ஐக்கிய ஒற்றுமை மற்றும் வளர்ச்சி கட்சிக்குப் பெருவெற்றி கிடைத்தது. தேர்தலில் பலவிதமான தில்லுமுல்லுகள் நடந்ததாகக் குற்றம்சாட்டினார் சூச்சி. இதற்குப் பதிலளிக்க வேண்டிய ராணுவமோ ஆட்சி மாற்றத்துக்கான பணிகளில் மும்முரமாக ஈடுபட்டிருந்தது.

மார்ச் 30, 2011 அன்று ஐக்கிய ஒற்றுமை மற்றும் வளர்ச்சி கட்சியைச் சேர்ந்த முன்னாள் ராணுவத் தளபதி உ தெய்ன் செயின் சுமார் 49 வருடங்களுக்குப் பிறகு மக்களால் தேர்ந்தெடுக்கப்பட்ட புதிய அதிபராகப் பொறுப்பேற்றுக்கொண்டார். அன்றுடன் அதிகாரப்பூர்வமாக ராணுவ ஆட்சி முடிவுக்கு வந்து, தான் வகித்த அனைத்துப் பொறுப்புகளிலிருந்து விலகினார் ஷ்வே. அவருக்குப் பிறகு, முப்படைகளின் புதிய தளபதியாக மின் ஆங் ஹ்ளைங் பொறுப்பேற்றார்.

பெயரளவுக்கு இருந்தாலும், மியான்மரின் ஜனநாயகம் உலக நாடுகளால் ஏற்றுக்கொள்ளப்பட்டது. புதிய ஆட்சி அமைந்த பின், பல நாட்டுத்தலைவர்கள் அரசு முறைப் பயணமாக மியான்மருக்கு வந்து தெய்ன் அரசுடன் உறவைப் புதுப்பித்தனர். அப்படி

மியான்மர் வந்த தலைவர்கள், ஜனாதிபதி மட்டுமல்லாமல் சூச்சியையும் மறக்காமல் சந்தித்தனர்.

2012ஆம் வருடம் நாடாளுமன்றத்தில் காலியாக இருந்த 45 இடங்களுக்கு நடந்த இடைத்தேர்தலில், சூச்சியும், அவரது கட்சியினரும் போட்டியிட்டு, 43 இடங்களை வென்றனர். மே மாதத்தில் புதிய எதிர்க்கட்சித் தலைவராகப் பொறுப்பேற்றார் சூச்சி. வெளிநாட்டில் சுற்றுப்பயணம் மேற்கொண்டு பிற நாட்டுத் தலைவர்களுடன் சந்திப்பு மற்றும் உள்நாட்டில் அரசியல் நடவடிக்கைகள் எனச் சூச்சிக்கு அடுத்த நான்காண்டுகள் இதே மாதிரியாகக் கழிந்தது.

2011ஆம் வருடம் பொதுத்தேர்தல் முடிவுகள் வெளியானபொழுது, ஐக்கிய ஒற்றுமை மற்றும் வளர்ச்சி கட்சியின் ஆட்சி ராணுவ ஆட்சியைப் போலவே இருக்கும் எனக் கணித்த, சில புகழ்பெற்ற சர்வதேச அரசியல் விமர்சகர்களின் யுகங்களையெல்லாம் தனது செயல்பாடுகளால் தவிடுபொடியாக்கினார் அதிபர் தெய்ன் செயின். அரசியல் கைதிகளுக்கு பொது மன்னிப்பளித்து விடுதலை செய்தது, கடுமையான தணிக்கை முறையைத் தளர்த்தி ஊடகங்கள் செயல்படச் சுதந்திரம் அளித்தது, வெளிநாடு முதலீடுகளை ஈர்க்கும் வண்ணம் பொருளாதாரக் கொள்கைகளை மாற்றியமைத்தது என எதிர்பார்த்ததைவிடவும் சொல்லிக் கொள்ளும்படியான நடவடிக்கைகளை மேற்கொண்டார், தெய்ன்.

மேலும், 2015ஆம் வருடம் அதிபரின் அழைப்பின் பெயரில் மியான்மர் அரசுடன் சமாதானப் பேச்சுவார்த்தைக்கு வந்தனர் சிறுபான்மை இனக்குழுக்களின் தலைவர்கள். பேச்சு வார்த்தையின் முடிவில், தங்களுக்குரிய உரிமைகள் கிடைத்தால் ஒருங்கிணைந்த அமைதி தவழும் மியான்மர் நாட்டைக் கட்டமைக்கப் புதிதாக அமைந்த அரசுடன் கைகோர்க்கத்தயார் என அறிவித்தனர். இதுமட்டுமல்லாமல், முக்கியமான எட்டு ஆயுதக்குழுக்கள் அரசுடன் சண்டை நிறுத்த ஒப்பந்தத்தில் கையெழுத்திட்டன.

ஜனநாயகத்தின் வாசனையை இதற்கு முன்பு அறிந்திடாத இரு தலைமுறை மக்கள் அதை ஓரளவு உணர்ந்து கொண்டிருந்த பொழுது 2015ஆம் வருடம் அடுத்த பொதுத் தேர்தலுக்கான அறிவிப்பு வெளியானது!

14. நதிமூலம் ரிஷிமூலம்

2015ஆம் வருடம் நாடாளுமன்றத்துக்கான பொதுத்தேர்தல் அறிவிப்பு வந்ததும், ஆளும் கட்சியான ஐக்கிய ஒற்றுமை மற்றும் வளர்ச்சி கட்சி மிகுந்த நம்பிக்கையுடன் தேர்தல் பணிகளில் ஈடுபட்டது. கடந்த 4 வருடங்களில் ராக்ஹீன் மாநிலத்தில் நடந்த கலவரத்தைத் தவிர, வேறு எந்த ஒரு பெரிய பிரச்சனையும் இல்லாமல் அரசுக்கு எதிரான மக்கள் போராட்டங்களையும் சந்திக்காமல், சுமுகமாக ஆட்சி நடைபெற்றதால், மீண்டும் மக்கள் தங்களுக்கு வாய்ப்பு அளிப்பார்கள் என்று நம்பினார் அதிபர் தெய்ன். முக்கியமாகப் பர்மிய ராணுவமும் அதே நம்பிக்கையில் இருந்தது.

கடந்த முறை தேர்தலில் போட்டியிடாமல் செய்த பெருந்தவறை மீண்டும் இந்தமுறை மேற்கொள்ள சூச்சி தயாராக இல்லை. மேலும், நான்கு வருடங்களாக நாட்டு மக்கள் தனக்கு அளித்த வரவேற்பை வைத்து இந்தத் தேர்தலில் தன் கட்சி ஆட்சி அமைக்கும் எனப் பலமாக நம்பினார் சூச்சி.

போட்டியில் தத்தமது இன மக்களைப் பிரதிநிதித்துவப்படுத்தும் வகையில், இனரீதியிலான மாநிலக் கட்சிகள் களத்தில் இருந்தன. உதாரணமாக, ஷான் தேசிய ஜனநாயக லீக், கச்சின் மாநில ஜனநாயகக் கட்சி போன்றவை இருந்தன.

பொதுத்தேர்தல் முடிவுகள் ஆங் சாங் சூச்சியின் தேசிய ஜனநாயக லீக் கட்சிக்குச் சாதகமாக வந்தது. அந்தக் கட்சி 255 இடங்களில் வெற்றி பெற்றிருந்தது. ஐக்கிய ஒற்றுமை மற்றும் வளர்ச்சிக் கட்சி வெறும் 30 இடங்களுடன் மண்ணைக்கவ்வியது. இதில்

குறிப்பிடத்தக்க விசயமாகச் சிறுபான்மையின மக்கள் வசிக்கும் பகுதிகளிலும் சூச்சியின் கட்சிக்கே வெற்றி கிடைத்தது. அனைத்துத் தரப்பு மக்களின் நம்பிக்கையையும் பெற்றிருந்தார் சூச்சி. ஆனால் அரசியலமைப்புச் சட்டத்தில் இருந்த ஒரு முக்கியமான விதியின் காரணமாக சூச்சி அதிபராகப் பதவி ஏற்க முடியவில்லை.

மியான்மர் நாட்டின் அதிபராகப் பதவியேற்கும் நபரின் வாழ்க்கைத்துணை மற்றும் குழந்தைகள் பிற நாட்டின் குடிமக்களாக இருக்கக்கூடாது என்பதே அந்த விதி. நாட்டின் உச்சப் பதவியில் அமரும் ஒரு நபர், வேறு நாட்டின் குடிமகனாக இருக்கக்கூடாது என்ற விதி இந்தியா உட்பட ஏறத்தாழ அனைத்து நாடுகளிலும் பின்பற்றப்படுகிறது. ஆனால், இந்த விதியைக் குடும்ப உறுப்பினர்களுக்கும் பொருந்துமாறு செய்தது பர்மிய ராணுவத்தின் சதி. 2008ஆம் வருடம் அரசியலமைப்புச் சட்டம் இயற்றப்பட்டபோது சூச்சியை இலக்காக வைத்து இந்த விதி சேர்க்கப்பட்டதில் எந்தச் சந்தேகமும் வேண்டாம்.

ராணுவத்தின் காழ்புணர்ச்சிக்குப் பலியானார் சூச்சி. அரசியலமைப்புச் சட்டம் தெளிவாகக் கூறிவிட்டதால் வேறு வழியில்லை. அதிபராகப் பதவியேற்காததுக்கு வருத்தம் கூறி பர்மிய மக்களுக்குக் கடிதம் எழுதினார் சூச்சி.

சூச்சியின் நீண்ட கால நம்பிக்கைக்குரியவரான ஹிதின் க்யாவ் புதிய ஜனாதிபதியாகப் பொறுப்பேற்றார். அரசு ஆலோசகர் என்ற மிக உயரிய பதவி உருவாக்கப்பட்டு அதில் சூச்சி அமரவைக்கப் பட்டார். இந்தப் பதவியின் வழியாக அனைத்து அரசு அதிகாரங்களும் சூச்சியிடம் இருந்தன.

அரசு ஆலோசகராக மட்டுமல்லாமல் வெளியுறவுத்துறை அமைச்சராகவும் இருந்த சூச்சி, சீனா, ஜப்பான் மற்றும் பல மேற்குல நாடுகளின் தலைவர்களைச் சந்தித்து, அவர்களுடனான மியான்மரின் அரசு உறவுகள் பலப்படப் பல நடவடிக்கைகள் மேற்கொண்டார். எனினும் உள்நாட்டில் சட்ட ஒழுங்கு மற்றும் பாதுகாப்பு ஆகிய துறைகளின் அனைத்து அதிகாரங்களும் ராணுவத்திடம் இருந்ததால் அவை சம்பந்தப்பட்ட விஷயங்களில் மட்டும் சூச்சியின் அரசால் எதுவும் செய்யமுடியவில்லை.

2017ஆம் வருடம் தனிப்பட்ட முறையில் சூச்சிக்கு மிகவும் சோதனையான வருடமாக அமைந்தது. அதுவரை சர்வதேச

அளவில் பல வருடங்களாக உச்சத்திலிருந்த சூச்சியின் பிம்பம் ஒரே ஒரு நிகழ்வால் சுக்குநூறாகச் சிதறியது. பல காலமாக சூச்சியைப் போற்றி வந்தவர்கள், மியான்மரில் நடந்த அந்தச் சம்பவத்துக்குப் பிறகு அவரைக் கடுமையாகத் தூற்ற ஆரம்பித்தனர். அது, ரோஹிங்கியா விவகாரம்!

●

'ரோஹிங்கியா' என்றறியப்படும் இஸ்லாமிய மார்க்கத்தைப் பின்பற்றும் மக்கள், மியான்மர் நாட்டின் தென்மேற்குப் பகுதியில் அமைந்துள்ள ராக்ஹீன் மாநிலத்தில் பல நூற்றாண்டுகளாக வசித்து வந்தனர்.

ராக்ஹீன் மாகாணம் அமைந்துள்ள அரக்கன் பகுதியானது, புவியியல்ரீதியாக வங்காளப் பகுதியுடன் இணைப்பைக் கொண்டுள்ளது. அரக்கன் பகுதியின் முதல் குடியேறிகள் பௌத்த மதத்தைப் பின்பற்றும் ராக்ஹீன் இன மக்கள். பிறகு, எட்டாம் நூற்றாண்டில் கிழக்கு நோக்கிக் கிளம்பிய அரேபியர்களில் ஒரு பகுதியினர் அரக்கன் பகுதியில் குடியேறி, சில நூற்றாண்டுகள் அங்கிருந்தபடியே கடல் வணிகத்தில் ஈடுபட்டனர்.

பதிமூன்றாம் நூற்றாண்டில் ராக்ஹீன் இனத்தவர்கள் லாவுங்கெட் ராஜ்ஜியத்தை அரக்கன் பகுதியில் நிறுவிய அதேவேளையில், அவர்களின் அண்டைப் பகுதியான வங்காளம், டெல்லி சுல்தானத்தின் கட்டுப்பாட்டுக்குச் சென்றது. இதனால் வங்காள மக்களிடம் இஸ்லாமிய மதம் பரவ ஆரம்பித்தது. லாவுங்கெட் ராஜ்ஜியத்தின் கடைசி மன்னர் மின் சாவ் மோன், அவா ராஜ்ஜியத்தின் படையெடுப்பால் தனது ஆட்சியை இழந்து, வங்காளப் பகுதிக்குத் தப்பிச்சென்று, அங்கு ஆட்சி செய்து கொண்டிருந்த அன்றைய சுல்தான் ஜலாலுதீன் முஹம்மது ஷாவின் படையில் இணைந்து படைத்தளபதியாக உயர்ந்தார்.

1429ஆம் வருடம் சுல்தானின் உதவியுடன் தனது ராஜ்ஜியத்தை மீண்டும் கைப்பற்றிய மின் சாவ், மராக் உ நகரிலிருந்து அரக்கன் பகுதியை ஆட்சி செய்தார். இப்படிப் பதினைந்தாம் நூற்றாண்டில் நிறுவப்பட்ட மராக் உ ராஜ்ஜியத்தின் ஆட்சியின்போது அதிகளவிலான இஸ்லாமிய மக்கள் அரக்கன் பகுதியில் குடியேற ஆரம்பித்தனர். அப்படிக் குடிபெயர்ந்த இஸ்லாமிய மக்களில் வங்காளிகளும் துருக்கியர்களும் அடக்கம்.

1784ஆம் வருடம் பர்மர்களின் கோன்பாவுங் ராஜ்ஜியம், மராக் உ ராஜ்ஜியத்தைப் போரில் வீழ்த்தி அரக்கன் பகுதியைத் தனது ஆட்சியின் கீழ் கொண்டு வந்தது. அதன் பிறகு, கொன்பாவுங் படைகளால் பல காலமாக அரக்கன் பகுதியில் வசித்து வந்த இஸ்லாமிய மக்கள் மீது வன்முறை கட்டவிழ்த்துவிடப்பட்டது. இதனால், ஆயிரக்கணக்கிலான இஸ்லாமிய மக்கள் எல்லைதாண்டி அப்போதைய பிரிட்டிஷ் கட்டுப்பாட்டில் இருந்த வங்காளப் பகுதிக்குள் தஞ்சம் புகுந்தனர்.

இந்த நிகழ்வு போரில் முடிந்தது. அப்படி, 1824ஆம் வருடம் நடந்த முதலாம் ஆங்கிலேய-பர்மியப் போரில் கோன்பாவுங் ராஜ்ஜியத்தைத் தோற்கடித்த பிரிட்டிஷ் படை, இந்த அரக்கன் பகுதி முழுவதையும் கைப்பற்றிக்கொண்டது. இதன் பிறகு, அப்போதைய வங்காள ராஜ்தானியிலிருந்து மீண்டும் இஸ்லாமிய மக்கள் பலர் பிழைப்புத் தேடி அரக்கன் பகுதியில் குடியேற ஆரம்பித்து, அங்கேயே நிரந்தரமாகத் தங்கினர்.

இரண்டாம் உலகப்போரின்பொழுது ஜப்பான் படையிடம் பர்மாவை இழந்தது பிரிட்டிஷ் அரசு. ஜப்பான் படையை விரட்டி, மீண்டும் பர்மாவைக் கைப்பற்ற ஆங் சானுடன் பிரிட்டிஷ் அரசு கைகோர்த்தது. ஜப்பான் படையிடமிருந்து பர்மாவை மீட்கும் முயற்சியில் தங்களுக்கு உதவி செய்தால் ஒரு தன்னாட்சிப் பிரதேசத்தை உருவாக்கித் தருவதாக அரக்கன் வாழ் இஸ்லாமிய மக்களிடம் வாக்குறுதி அளித்தது பிரிட்டிஷ் அரசு. இஸ்லாமிய மக்களின் உதவியுடன் அரக்கன் பகுதி மீண்டும் கைப்பற்றப்பட்டது. ஆனால், அவர்களுக்குக் கொடுத்த வாக்குறுதியை நிறைவேற்றாமல் 1948ஆம் வருடம் பர்மாவுக்குச் சுதந்திரம் அளித்தது பிரிட்டிஷ் அரசு.

அரக்கன் பகுதி வாழ் இஸ்லாமிய மக்களுக்கு 'ரோஹிங்கியா' என்ற பெயர் அந்தப் பகுதியைப் பிரிட்டிஷ் அரசு ஆக்கிரமித்ததற்குப் பிறகு சூட்டப்பட்டது என ஒரு கருத்தும், பிரிட்டிஷ் படைகளின் வருகைக்கு வெகு காலத்துக்கு முன்பே ரோஹிங்கியா என்று அரக்கன் வாழ் இஸ்லாமிய மக்கள் அறியப்பட்டனர் எனவும் இரு வேறு கருத்துக்கள் நிலவுகின்றன.

இதில் உண்மை எதுவாக இருந்தாலும், நூற்றாண்டுகளாக அரக்கன் பகுதியில் வசித்து வந்த அரேபியர்கள், வங்காளிகள், துருக்கியர்கள் என வெவ்வேறு இனங்களைச் சேர்ந்த இஸ்லாமிய மார்க்கத்தை பின்பற்றிய மக்கள் அனைவருக்கும் காலப்போக்கில்

ரோஹிங்கியா என்ற பொது அடையாளம் உருவானது. இம்மக்கள் வங்காள மொழியிலிருந்த உருவான ரோஹிங்கிய மொழியைப் பேசினார்கள். மேலும் வங்காளக் கலாச்சாரத்தின் தாக்கமும் இவர்களிடம் மிகுந்து இருந்தது.

பிரிட்டிஷ் அரசிடமிருந்து சுதந்திரம் பெறுவதற்கு ஒரு வருடத்துக்கு முன் இயற்றப்பட்ட அரசியலமைப்புச் சட்டத்தில் பர்மாவில் வசித்து வந்த பிற சிறுபான்மையின மக்களைப்போல ரோஹிங்கிய மக்களுக்கும் எந்தவிதச் சலுகையும் அளிக்கப்படவில்லை. அதிலும், 1962ஆம் வருடம் பர்மிய ராணுவம் ஆட்சி அதிகாரத்தைக் கைப்பற்றிய பிறகு, ரோஹிங்கிய மக்களுக்குக் போதாத நேரம் ஆரம்பித்தது என்று கூறும் வகையில் எந்த ஒரு காரணமும் இல்லாமல், தினமும் ரோஹிங்கிய மக்கள் குறிவைத்துத் தாக்கப்படுவது வாடிக்கையானது. இந்தத் தாக்குதல் ராணுவத் தரப்பிலிருந்து மட்டுமல்லாமல், ராக்ஹீன் மக்கள் தரப்பிலிருந்தும் நடத்தப்பட்டது.

ராக்ஹீன் இன மக்களும், இஸ்லாமிய மக்களும் பல நூற்றாண்டுகளாகவே அரக்கன் பகுதியில் ஒன்றாக வசித்து வந்தாலும், பிரிட்டிஷ் ஆட்சியின்பொழுது ராக்ஹீன்களுக்கு ரோஹிங்கியாக்கள் மீது ஒவ்வாமை உருவானது. நாளடைவில் இந்த ஒவ்வாமை அதிகரித்து, ஒரு கட்டத்தில் நாடு சுதந்திரம் பெற்றதும் ரோஹிங்கிய மக்களை அரக்கன் பகுதியை விட்டு வெளியேறுமாறு நிர்ப்பந்திக்க ஆரம்பித்தனர் ராக்ஹீன் இன மக்கள்.

இங்கே ரோஹிங்கியாக்கள் என எவரும் இருந்ததில்லை. ரோஹிங்கியா என்ற பெயரில் வசித்து வரும் இஸ்லாமிய மக்கள் அனைவரும் பிரிட்டிஷ் ஆட்சியின்போது வங்காளப் பகுதியிலிருந்து இங்கே பிழைப்பு தேடி வந்தவர்கள் என குற்றம்சாட்டப்பட்டன. இதுமட்டுமல்லாமல், 1972ஆம் வருடம் வங்கதேச விடுதலைப் போர் நடந்தபோதும்கூட வங்காள இஸ்லாமியர்கள் சட்டவிரோதமாக அரக்கன் பகுதியில் குடிபெயர்ந்தனர் என்பது ராக்ஹீன்களின் குற்றச்சாட்டு. மேலும், ரோஹிங்கியாக்கள் தீவிரவாதிகள் எனவும் அவர்கள் திட்டமிட்டு மதமாற்றத்தில் ஈடுபடுவதாகவும் ராக்ஹீன்கள் புகார் தெரிவித்தனர்.

ஆனால், உண்மை நிலவரப்படி ரோஹிங்கியாக்கள் மதமாற்றத்தில் ஈடுபட்டதை நிரூபிக்க எந்த ஓர் ஆதாரமும்

இல்லை. ரோஹிங்கியா என்ற அடையாளப் பெயர் உருவாகி ஒரு நூற்றாண்டுக் காலம் மட்டுமே ஆகியிருக்கலாம், ஆனால் பதினைந்தாம் நூற்றாண்டு முதல் வங்காளப் பகுதியைச் சேர்ந்த இஸ்லாமிய மக்கள் அரக்கன் பகுதியில் வசித்து வந்த உண்மை நிலவரத்தை ராக்ஹீன்கள் வசதியாக மறந்துவிட்டிருந்தனர்.

இவ்வாறு, ரோஹிங்கியாக்கள் அரக்கன் பகுதியில் வசிப்பதற்கு எதிர்ப்பு தெரிவித்த ராக்ஹீன் இன மக்கள், பௌத்த மதத்தைப் பின்பற்றுபவர்கள். கொன்பாவுங் ராஜ்ஜியம் அரக்கன் பகுதியைக் கைப்பற்றிய காலம் தொட்டு பர்மார்களுக்கும், ராக்ஹீன்களுக்கும் ஆகாது. ஆனால், ரோஹிங்கிய எதிர்ப்புப் புள்ளியில் பர்மார்களும், ராக்ஹீன்களும் ஒன்றிணைந்தனர். அதற்கு ரோஹிங்கியாக்கள் வங்காளப்பகுதியைச் சேர்ந்தவர்கள் என்பது காரணமாகக் கூறப்பட்டாலும், அதைவிட முக்கியமான காரணமாக இருந்தது அவர்களது மதம்.

ராக்ஹீன்களின் கருத்தை வழிமொழிந்து அன்றைய பர்மார் பெரும்பான்மை ராணுவ அரசாங்கம், ரோஹிங்கிய மக்களைப் பர்மாவை விட்டு வெளியேற்றும் நடவடிக்கைகளில் ஈடுபட்டது. அதில் முதற்கட்ட நடவடிக்கையாக 1978 வருடம் ஆபரேஷன் 'டிராகன் கிங்' என்கிற பெயரில் நடைபெற்ற ஒரு நடவடிக்கை. அன்றைய ராணுவ அரசு ராக்ஹீன் மாநிலத்தில் குடிமக்கள் கணக்கீட்டை ஆரம்பித்தது. கிராம வாரியாக நடந்த இந்தக் கணக்கீட்டில் ரோஹிங்கிய மக்கள் வெளிநாட்டினர் என்று பதிவு செய்யப்பட்டனர். இந்தக் கணக்கீட்டின்போது ராணுவத்தால் கடுமையான துன்புறுத்தலுக்கு ஆளாகினர் ரோஹிங்கிய மக்கள்.

ராணுவத்தின் துன்புறுத்தலில் இருந்து தப்பிக்க, ஆயிரக்கணக்கிலான ரோஹிங்கிய மக்கள் அன்றைய வங்கதேச நாட்டுக்குள் எல்லைதாண்டிச் சென்றனர். இதன் பிறகு, ராணுவ அரசால் 1982ஆம் வருடம் குடியுரிமைச் சட்டம் அறிமுகப்படுத்தப்பட்டது. ரோஹிங்கிய மக்களை மட்டும் தவிர்த்து விட்டு அன்று வரை பர்மாவில் வசித்து வந்த ஏனைய 135 இனக்குழுக்கள் குடிமக்களாக அங்கீகாரம் பெற்றனர்.

அடுத்த வருடம் வெளியிடப்பட்ட மக்கள் தொகை கணக்கெடுப்பின்படி, ராக்ஹீன் மாநிலத்தின் மொத்த மக்கள் தொகையில் 67 சதவிகிதத்தினர் ராக்ஹீன் இனத்தினர் என்றும், 28 சதவிகிதத்தினர் வங்கதேச மக்கள் எனவும் குறிப்பிடப் பட்டிருந்தது. சந்தேகமே வேண்டாம், வங்கதேச மக்கள் எனக்

குறிப்பிட்டிருந்தது ரோஹிங்கிய மக்களைத்தான். இதன்மூலம், ரோஹிங்கியாக்களை வந்தேறிகள் என்று முத்திரை குத்திய ராணுவ அரசு, அவர்களைத் திரும்ப அழைத்துக்கொள்ளுமாறு வங்கதேச அரசுக்குக் கோரிக்கை விடுத்தது. வங்கதேச அரசாங்கம் இந்தக் கோரிக்கையை நிராகரிக்கவே, ஒரே இரவில் ரோஹிங்கிய மக்கள் தேசமற்றவர்களாக மாறிப்போனார்கள். ஆனாலும், ராக்ஹீன் மாநிலத்தில் தங்களால் முடிந்த வேலைகளைச் செய்துகொண்டு, அங்கேயே வசித்து வந்தனர்.

ராணுவ ஆட்சியில் ஒரே பர்மிய அடையாளம் என்ற முன்னெடுப்பால் ஷான், சின், கச்சின் எனப் பர்மர் அல்லாத சிறுபான்மையின மக்களுக்கு ஏற்பட்டது போலவே ரோஹிங்கியாக்களுக்கும் பிரச்சனை ஏற்பட்டது. ஆனால், பிற சிறுபான்மையின மக்களைப்போல் இல்லாமல் நாட்டை விட்டு அவர்களாகவே வெளியேறும் அளவுக்கு உடல்ரீதியாகவும், மனரீதியாகவும் ரோஹிங்கிய மக்கள் பாதிப்புக்குள்ளாக்கப் பட்டனர்.

தொண்ணூறுகளின் தொடக்கத்தில் தான் ஷுவே அதிகாரத்துக்கு வந்ததும், கட்டாயத்தின் பெயரில் கூலியின்றி உழைத்தது, தகுந்த காரணமின்றிக் கைது செய்யப்பட்டுச் சித்திரவதைக்கு ஆட்பட்டது, சட்டத்துக்குப் புறம்பாகக் கொல்லப்பட்டது எனப் பர்மிய ராணுவத்தால் பலவிதமான துன்புறுத்தலுக்கு ரோஹிங்கிய மக்கள் ஆளாகினார்கள். மேலும், இதைப்போன்ற ராணுவத்தின் செயல்களால் பீதியடைந்து, ஏறத்தாழ இரண்டு லட்சத்துக்கும் மேற்பட்ட ரோஹிங்கிய மக்கள் மியான்மரை விட்டு வெளியேறி, வங்கதேசத்துக்குள் அகதிகளாகத் தஞ்சம் புகுந்தனர். இவ்வளவு எண்ணிக்கையில் பர்மாவை விட்டு ரோஹிங்கியாக்கள் வெளியேறியது இதுவே முதல்முறை.

ராணுவத்தால் நடத்தப்படும் வன்முறை இவ்வாறு இருக்க, மறுபக்கம், அரசாங்கத்தால் ரோஹிங்கிய மக்களுக்குக் குடியுரிமை அளிக்கப்படாததால் குடிமக்களுக்கே உண்டான அனைத்து உரிமைகளும் மறுக்கப்பட்டன. குழந்தைகளை அரசுப்பள்ளி களில் சேர்க்கமுடியாது, நாட்டின் பிற பகுதிகளுக்கு வேலை தேடிச் செல்ல முடியாது, திருமணங்களைப் பதிவு செய்ய முடியாது என இப்படி எண்ணற்ற 'முடியாது' என்ற வார்த்தை மட்டும் அவர்களுக்கு மிகச் சுலபமாகக் கிடைத்தது.

சில காலம் கழித்து 1997 ஆம் வருடத்தில், மேலும் பல்லாயிரக்கணக்கான ரோஹிங்கிய மக்கள் வங்கதேசத்துக்கு

அகதிகளாகச் சென்றனர். பொருளாதார இன்னல்களால், வாழ்வாதாரத்துக்கு வழி இல்லாமல் எல்லை தாண்டி அகதிகளாக வந்ததாக வங்கதேச அரசு காரணம் கூறியது. ஆனால் உண்மையில், ராணுவத்தின் துன்புறுத்தல் காரணமாக வாழ்வாதாரத்துக்கு வேறு வழியில்லாமல் உயிரைக் கையில் பிடித்துக்கொண்டு அகதிகளாக எல்லைதாண்டிச் சென்றனர். இதை வெறுமனே பொருளாதாரக் கண்ணோட்டத்தில் பார்க்காமல், மனித உரிமை மீறல் பிரச்சினையாகப் பார்க்கப்பட வேண்டுமெனச் சர்வதேச அமைப்பான 'அம்னெஸ்டி' தனது அறிக்கையில் குறிப்பிட்டது.

இரண்டாயிரமாவது வருடத்துக்குப் பிறகு, ராணுவ அரசுக்கு ஏற்பட்ட பலவிதப் பிரச்சனைகளால் சொல்லிக்கொள்ளும்படி இல்லையென்றாலும், தொண்ணூறுகளைக் காட்டிலும் ஓரளவுக்கு அமைதியாகக் காலத்தைக் கழித்தனர் ரோஹிங்கிய மக்கள்.

2011ஆம் வருடம் ராணுவ ஆட்சி விலக்கப்பட்டு, ஏதோ ஒரு வகையில் ஜனநாயக ஆட்சி அமைந்ததால் தங்களுக்கு விடிவுகாலம் பிறக்கும் என ரோஹிங்கியாக்கள் நிச்சயம் நினைக்கவில்லை. ஆனால், பெரிதாக எந்த ஒரு பிரச்னையும் நடக்காமல் இருந்தால் அதுவே போதும் என்ற எண்ணம் மட்டும் அவர்களிடம் இருந்தது. இந்த எண்ணத்தைத் தவிடுபொடி ஆக்கியது 2012ஆம் வருடம் ராக்ஹீன் மாநிலத்தில் நடந்த கலவரம்.

2012ஆம் வருடம் ஜூன் மாதத்தில், 27 வயதான ராக்ஹீன் பெண்மணி ஒருவர் பாலியன் வன்புணர்வு செய்யப்பட்டுக் கொலை செய்யப்பட்டார். இதற்குக் காரணமெனக் கருதப்பட்ட மூன்று ரோஹிங்கிய ஆண்கள் கைது செய்யப்பட்டு, சிறையில் அடைக்கப்பட்டனர். கைதுக்கு அடுத்த நாள், நடந்த கொலைக்குப் பழிவாங்கும் நோக்கில் பேருந்தில் பயணித்துக் கொண்டிருந்த இருந்த 10 ரோஹிங்கியாக்களை ராக்ஹீன் கும்பல் ஒன்று உயிர் போகும் அளவுக்குக் கொடூரமாகத் தாக்கியது.

விஷயம் உடனடியாகப் பரவி, ராக்ஹீன் மாநிலத்தில் ரோஹிங்கியாக்களுக்கும் ராக்ஹீன்களுக்கும் இடையே மோதல் வெடித்தது. மோதல், கலவரமாக மாறி, இருதரப்பிலும் நூற்றுக்கணக்கான மக்கள் உயிரிழந்தனர். பொதுச் சொத்துகள், வீடுகள், கடைகள் எனப் பல இடங்கள் தீக்கிரையாக்கின. கலவரத்தால் பயந்துபோன ஊரகப் பகுதிகளைச் சேர்ந்த

ஆயிரக்கணக்கான ரோஹிங்கிய மக்கள், பாதுகாப்புக்காக ராக்ஹீன் ராக்ஹீன் மாநிலத்தின் தலைநகரான சிட்வே நகரில் தஞ்சமடைந்தனர். இதுமட்டுமல்லாமல் நூற்றுக்கணக்கான ரோஹிங்கிய மக்கள், சிறு சிறு படகுகளில் மலேசியா, தாய்லாந்து உள்ளிட்ட நாடுகளுக்குத் தப்பிச் செல்ல முயற்சி செய்து அதில் உயிரிழந்தனர்.

அவசரநிலையைப் பிரகடனப்படுத்தி, மாநிலத்தின் நிர்வாகத்தைக் கையிலெடுத்த ராணுவம், கலவரத்தைக் கட்டுக்குள் கொண்டுவந்தது. சிட்டவே நகரத்தில் தஞ்சம் அடைந்திருந்த ரோஹிங்கிய மக்கள், கலவரத்துக்குப் பிறகு வெளியேற்றப்பட்டு நகரத்துக்கு வெளியே முகாம்களில் தங்கவைக்கப்பட்டனர். அந்த முகாம்களைத் திறந்த வெளிச்சிறை என்று கூறினால் மிகப்பொருத்தமாக இருக்கும்.

இப்படி மந்தை ஆடுகளைப்போல் முகாம்களில் அடைக்கப் பட்டிருந்த மக்களுக்கு, உணவு மற்றும் பிற உதவிகளைத் தொண்டு நிறுவனங்கள் வழங்கின. அப்படித் தொண்டு நிறுவனங்கள் ஏற்பாட்டில் உணவு எடுத்துச் செல்லும் வாகனங்கள், அடிக்கடி ராக்ஹீன் கும்பல்களால் சிறைபிடிக்கப் பட்டன. பசித்தாவது, ரோஹிங்கியாக்கள் உணவு தேடி வேறு நாட்டுக்குச் செல்லட்டும், ஆனால் இங்கு இருக்கக்கூடாது என்பது அவர்களின் எண்ணமாக இருந்தது. மனிதம் முழுவதுமாக முடிவுக்கு வந்த நொடி அது.

இந்தக் கலவரத்தால் பல்லாயிரக்கணக்கான ரோஹிங்கிய மக்கள் உள்நாட்டிலேயே அகதிகளாக மாறிப்போனார்கள். மேலும், கலவரத்தின்பொழுது ராணுவத்தின் இலக்காக ரோஹிங்கியாக் கள் மட்டுமே இருந்தார்கள். அவர்களுக்கு எதிராகத் தாக்குதல், கைது, துப்பாக்கிச் சூடு என வன்முறையைக் கட்டவிழ்த்திருந்தது ராணுவம்.

நாட்டில் ராணுவ ஆட்சி விலக்கப்பட்டு, அச்சமயம் ஓராண்டு கழிந்திருந்தது. அதிபர் என்ற முறையில் தனது நடவடிக்கைகளால் சர்வதேச அளவில் கவனம் பெற்றிருந்தார் தெய்ன் செயின். ஆனால், இந்தக் கலவரத்துக்குப் பிறகு நாட்டின் அனைத்துத் தரப்பு மக்களுக்கும் தான் அதிபர் என்பதை மறந்து ரோஹிங்கிய மக்களை மியான்மருக்கு வெளியே வேறு எங்காவது குடியமர்த்திவிடலாம் என்று ஐநா சபையிடம் யோசனை தெரிவித்தார். இந்த யோசனையை ஐநா சபை நிராகரித்தது வேறு கதை. ஆனால்,

நடுநிலையுடன் செயல்பட வேண்டிய உயரிய பொறுப்பில் இருந்துகொண்டு பிரச்சனையை எப்படி மேலும் பூதாகரமாக்கலாம் என்று ஒரு சார்புடன் செயல்பட்டார் அதிபர்.

சரி, அதிபர்தான் துளியும் கருணை இல்லாமல், சர்வாதிகாரப் பர்மிய ராணுவத்தின் முன்னாள் அதிகாரியாக இன்றும் நடந்து கொள்கிறார் என்று பார்த்தால், அமைதியையும் அன்பையும் போதித்த புத்தரின் வழியைப் பின்பற்றும் பௌத்தப் பிக்குகள், அதிபருக்கும் ஒருபடி மேலே சென்று ரோஹிங்கியாக்களுடன் வியாபாரம், பணப்பரிவர்த்தனை என யாரும் எவ்விதத் தொடர்பும் வைத்துக்கொள்ளக்கூடாது எனத் தெருவுக்குத் தெரு பிரசாரம் மேற்கொண்டு எரிகிற நெருப்பில் எண்ணெய்யை ஊற்றினார்கள்.

ராக்ஹீன் மாநிலத்தில் நடந்த இந்தச் சம்பவத்தின் தொடர்ச்சியாக 2013ஆம் வருடத்தில் வேறு சில மாநிலங்களிலும் இஸ்லாமிய மக்களுக்கெதிராக அரசு மற்றும் ராணுவத்தின் ஆசியுடன் கலவரங்கள் நடந்தேறின. நூல் பிடித்ததுபோல அடுத்தடுத்து நடந்த நிகழ்வுகளால் சர்வதேச அளவில் மியான்மர் அரசை நோக்கி கண்டனக்கணைகள் தொடுக்கப்பட்டன. இதனால், ரோஹிங்கிய மக்கள் விஷயத்தில் மேலும் எந்த ஒரு புதுப்பிரச்சனையும் நடக்காமல் பார்த்துக்கொண்டது அரசாங்கம்.

அடுத்து என்ன நிலைக்கு ஆளாவோம் என்று ஒவ்வொரு நாளையும் பயத்தில் கழித்துக்கொண்டிருந்த ரோஹிங்கிய மக்களின் தலையில், இடியை இறக்கியது அவர்களின் ஓட்டுரிமை முடிவுக்கு வருகிறது என்ற அறிவிப்பு.

குடிமக்களாக இல்லாவிட்டாலும், கடைசியாக நடந்த 2010 பொதுத்தேர்தலில், ரோஹிங்கிய மக்கள் ஓட்டுப்போட அனுமதிக்கப்பட்டிருந்தனர். ராக்ஹீன் மாநிலத்தில் நடந்த பிரச்சனைகளுக்குப் பிறகு, 2014ஆம் வருடம், ரோஹிங்கியாக் களுக்கு அரசுத் தரப்பிலிருந்து அடையாள அட்டை வழங்கப் பட்டது. அடையாள அட்டையில் இனம் என்ற தலைப்பில் 'வங்காளி' என்று குறிப்பிடப்பட்டிருந்ததால் அவற்றை வாங்க மறுத்த ரோஹிங்கிய மக்களிடம், அது வலுக்கட்டாயமாகத் திணிக்கப்பட்டது. அந்த வருடத்தின் இறுதியில், ரோஹிங்கியாக் களுக்குக் குடியுரிமை வழங்குமாறு ஐநா சபை மியான்மர் அரசை வலியுறுத்தியது.

குடியுரிமை வழங்க மனம் இல்லாததால், அதற்கு மாற்றாக அடையாள அட்டை வைத்திருக்கும் ரோஹிங்கிய மக்களுக்கு வரும் தேர்தலில் ஓட்டுரிமை உண்டு என அறிவித்தார் அதிபர் தெய்ன். இந்த அறிவிப்பை எதிர்த்து, குடிமக்களுக்கு மட்டுமே ஓட்டுரிமை இருக்க வேண்டும் எனப் போராட ஆரம்பித்தனர் ராக்ஹீன் இன மக்கள். அவர்களுக்கு ஆதரவாகப் பௌத்தப் பிக்குகள் களத்தில் இறங்கவும், எதற்கு வம்பு என நினைத்து, வழங்கப்பட்ட அடையாள அட்டைகள் 2015ஆம் வருடம் மார்ச் மாதத்துடன் காலாவதி ஆகிவிடும் என்று மறு அறிவிப்பை வெளியிட்டார் அதிபர். இந்த அறிவிப்பு மூலம் ரோஹிங்கியாக்களுக்கு ஓட்டுரிமை இல்லை எனத் தெளிவுபடுத்தியது அரசு.

எஞ்சியிருந்த கடைசி உரிமையையும் பறிகொடுத்த பிறகு, தங்களின் எதிர்காலம் இருளடைந்து விட்டதாக எண்ணி வேதனைப்பட்டனர் ரோஹிங்கிய மக்கள். ஆனால், 2015ஆம் வருடம் நடந்த பொதுத்தேர்தல் முடிவுகள் அம்மக்களுக்கு ஒரு மெல்லிய அளவிலான வெளிச்சத்தைக் காட்டியது.

15. முள் கிரீடம்

2015ஆம் வருடம் சூச்சியின் கட்சி ஆட்சிக்கு வந்த பிறகு தங்களின் நிலை ஓரளவுக்காவது மாறும் என்று எதிர்பார்ப்பு ரோஹிங்கிய மக்களிடம் இருந்தது. நம்பிக்கை என்பது பல வருடங்களுக்கு முன்பே கரைந்துவிட்டிருந்தாலும், அவர்களிடம் மீதமிருந்த சிறு எதிர்பார்ப்பு அடுத்தடுத்து நடந்த சம்பவங்களால் முற்றிலுமாகத் தகர்ந்துபோனது.

2016ஆம் வருடம் அக்டோபர் மாதத்தில் அடையாளம் தெரியாத கிளர்ச்சியாளர்கள் சிலர் மியான்மர்-வங்கதேச எல்லையில் இருந்த மியான்மர் ராணுவ முகாம் மீது தாக்குதல் நடத்திச் சில வீரர்களைக் கொன்றனர். அதுமட்டுமில்லாமல் அங்கிருந்த ஆயுதங்கள் மற்றும் வெடிமருந்துகளைக் களவாடிச் சென்றனர். நடந்த சம்பவத்துக்கு அரக்கன் ரோஹிங்கிய இரட்சிப்புப் படை என்ற ரோஹிங்கிய கிளர்ச்சியாளர்கள் குழு பொறுப்பேற்றது.

கிளர்ச்சியாளர்கள் செய்த செயலுக்குப் பழி வாங்க நினைத்த மியான்மர் ராணுவம், அப்பாவி ரோஹிங்கிய மக்களைக் குறிவைத்துத் தாக்கியது. தாக்குதலில் பலர் கொல்லப்பட்டது மட்டுமல்லாமல், நூற்றுக்கணக்கானோர் கைதும் செய்யப்பட்டனர்.

சமயம் பார்த்துக் களத்தில் இறங்கிய ராக்ஹீன் வன்முறைக் கும்பல்கள், கூட்டுக் வன்கொடுமை, கொலை, கொள்ளை என ரோஹிங்கிய மக்களுக்குப் பலவிதங்களிலும் துன்புறுத்தலை ஏற்படுத்தியது. நடந்த அனைத்து வன்முறைகளுக்கும் ராணுவம் துணை நின்றது. ரோஹிங்கிய மக்களிடம் பீதி பரவி ஒரு

கட்டத்தில் உயிர்பிழைத்தால் போதும் என ஆயிரக்கணக்கான ரோஹிங்கிய மக்கள் எல்லையைக் கடந்து வங்கதேசத்துக்குள் நுழைய ஆரம்பித்தனர்..

கூட்டு வன்கொடுமை, ஆயிரக்கணக்கான மக்களைச் சட்டவிரோதமாகக் கொன்றது, பல கிராமங்களைத் தீக்கிரையாக்கியது என மியான்மர் ராணுவம் கொடுஞ் செயல்களில் ஈடுபட்டதாக 2017ஆம் வருடத்தின் தொடக்கத்தில் ஐநா சபை குற்றம்சாட்டியது. இதற்குப் பதிலளித்த மியான்மர் அரசு, இறந்துபோன மக்களின் எண்ணிக்கை வெறும் நூறுக்கும் குறைவாகத்தான் இருக்கும் எனவும், கூட்டு வன்கொடுமை நடக்கவில்லை எனவும், ராணுவ வீரர்கள் தனிப்பட்ட முறையில் பாலியல் வன்கொடுமை செய்திருக்கலாம் என மிகச்சாதாரணமாக விளக்கமளித்தது.

இதன்பிறகு, ராக்ஹீன் மாநிலத்தில் பணியாற்றும் ராணுவ வீரர்களின் எண்ணிக்கை பல மடங்கு உயர்த்தப்பட்டது. கிளர்ச்சியாளர்களின் முகாம்களைத் தேடித்தேடித் தாக்குதல் நடத்திய ராணுவம், பலரைக் கொன்றது. வெவ்வேறு இடங்களில் கிளர்ச்சியாளர்களுக்கும் ராணுவத்துக்கும் இடையே அடிக்கடி துப்பாக்கிச்சூடு நடந்து, இருதரப்பிலும் பலர் மரணமடைந்தனர். கிளர்ச்சியாளர்களின் நடவடிக்கை அமைதியைக் குலைக்கும் செயலாக உள்ளது எனக் கண்டனங்களைத் தெரிவித்தார் சூச்சி.

அதே வருடத்தின் ஆகஸ்ட், செப்டெம்பர் மாதங்களில் ரோஹிங்கிய மக்களுக்கெதிராகக் கொலைவெறி தாக்குதல் நடத்தியது மியான்மர் ராணுவம். இதைக் கிளர்ச்சியாளர்களுக்கு எதிரான நடவடிக்கை எனக் கூறிக்கொண்டே அப்பாவிப் பொதுமக்களைக் கொத்துக் கொத்தாகக் கொன்று குவித்தது ராணுவம் இந்தத் தாக்குதல்கள் மூலம் ரோஹிங்கிய மக்களிடையே பீதியை உருவாக்கி, அவர்களாகவே மியான்மரை விட்டு வெளியேறுமாறு திட்டமிட்டுச் செயல்படுகிறது ராணுவம் எனச் சர்வதேச மனித உரிமை அமைப்புகள் குற்றம் சாட்டின.

இந்தக் குற்றச்சாட்டை உண்மையாக்கும் வகையில் வங்கதேசத்துக்குத் தப்பிச்சென்ற ரோஹிங்கிய மக்களின் எண்ணிக்கை முதலில் ஆயிரக்கணக்கில் ஆரம்பித்து, இறுதியில் லட்சத்தைத் தொட்டது. ராணுவம் நடத்திய கடும் தாக்குதல்களின் விளைவாக அந்த வருடத்தின் இறுதியில் சுமார் ஏழு லட்சத்துக்கும் அதிகமான ரோஹிங்கிய மக்கள் எல்லை தாண்டி அகதிகளாக

வங்கதேசத்துக்குள் நுழைந்தனர். ரோஹிங்கியாக்கள் மட்டுமல்லாமல், ராக்ஹீனில் வசித்து வந்த இந்துக்களில் ஒரு பகுதியினரும்கூட அகதிகளாகச் சென்றிருந்தனர்.

ரோஹிங்கியாக்கள் நாட்டைவிட்டு வெளியேறுவதைத்தான் இத்தனை வருடங்களாக எதிர்பார்த்திருந்தது பர்மர் பெரும் பான்மைவாத ராணுவம். ஆனால், நடப்பதை வேடிக்கை பார்க்காமல் உயிரைக் கையில் பிடித்துக்கொண்டு வங்கதேசத்திற்குத் தப்பிச்செல்ல முயற்சித்த மக்கள் பலரைக் கைதுசெய்து, அவர்களுக்கு மரண தண்டனை நிறைவேற்றப் பட்டது. மேலும், எல்லைதாண்டித் தப்பிச்சென்று கொண்டிருந்த மக்கள் பலர், ராணுவத்தால் சுடப்பட்டுக் கொல்லப்பட்டனர். குரூரத்தின் உச்சம் எப்படி இருக்கும் என்று இத்தனை வருட காலத்தில் ரோஹிங்கிய மக்கள் உணர்ந்தது அந்த நேரத்தில்தான்.

செப்டெம்பர் மாதத்தில், ஒரு பக்கம் ராணுவத்தின் கொடுஞ் செயல்களால் ரோஹிங்கியாக்கள் இவ்வாறு நாட்டை விட்டு வெளியேறிக்கொண்டிருக்க, மறுபுறம் கிளர்ச்சியாளர்களுக்கு எதிரான ராணுவத்தின் நடவடிக்கைகள் முடிவுக்கு வந்து விட்டதாகக் களத்தில் என்ன நடக்கிறதென்று தெரியாததுபோல சூச்சி பேட்டியளித்தார்.

அதேமாதம், 'ஹியூமன் ரைட்ஸ் வாட்ச்' என்ற சர்வதேச தன்னார்வ அமைப்பு, ராக்ஹீன் மாநிலத்தில் உள்ள கிராமங்களின் செயற்கைக்கோள் புகைப்படங்களை வெளியிட்டது. அதில், பல கிராமங்களில் ஒரு பக்கத்திலிருந்த ரோஹிங்கிய மக்களின் வசிப்பிடங்கள் முற்றிலும் எரிந்துபோன நிலையிலும், மற்றொரு பக்கத்தில் இருந்த ராக்ஹீன் மக்களின் வசிப்பிடங்கள் சகஜமான நிலையிலும் காணப்பட்டன.

இதனைத் தொடர்ந்து சர்வதேச அளவிலிருந்து மியான்மர் அரசுக்கும், ராணுவத்துக்கும் எதிராக மிகக் கடுமையான கண்டனக்குரல்கள் வரப்பெற்றன. ஐநா சபையின் பொதுச் செயலாளர் அன்டோனியோ குடெரெஸ், உலகிலேயே பாகுபாடு காட்டப்பட்டு, துன்புறுத்தலுக்கும் ஆளான சமூகங்களில் மிக முக்கியமானவர்கள் ரோஹிங்கிய மக்கள் என்று குறிப்பிட்டார். அனைத்துவிதக் குற்றச்சாட்டுகளையும் மறுத்த ராணுவம், ராக்ஹீன் மாநிலத்தின் ராணுவத் தளபதியை மாற்றியது.

மேலும், நாட்டைவிட்டு வெளியேறிய ரோஹிங்கிய மக்களைப் பகுதி பகுதியாகத் திரும்ப அழைத்துக்கொள்ளச் சம்மதித்தது

மியான்மர் அரசு. அதன்படி, முதல் கட்டமாக மூவாயிரத்துச் சொச்ச ரோஹிங்கிய மக்கள் வங்கதேசத்திலிருந்து திரும்பி வர ஒப்புதல் அளித்து, அதற்கான நடவடிக்கைகள் மேற்கொள்ளப் பட்டன. அவர்களின் மறுவாழ்வுக்காக அரக்கன் மாநிலத்தில் செய்யப்பட்டுள்ள ஏற்பாடுகளைக் காண்பிக்கச் சர்வதேச ஊடகங்கள் பெருமளவில் அழைக்கப்பட்டிருந்தது.

இவ்வாறு தங்களின் பரந்த மனதை உலகுக்குக் காண்பிக்க மியான்மர் அரசு காத்திருந்த சமயத்தில், வெளியேறிய ரோஹிங்கிய மக்கள் யாரும் திட்டமிட்டபடி மியான்மருக்குத் திரும்பவில்லை. இதற்குப் பயம் அன்றி வேறு என்ன காரணம் இருக்க முடியும்? ஆனால் இப்படி ரோஹிங்கியாக்கள் திரும்பி வராதத்திற்கு மியான்மர் தரப்பிலிருந்து வங்கதேச அரசைக் குற்றம்சாட்டினார்கள். மியான்மர் திரும்ப ரோஹிங்கியாக்கள் யாரும் விருப்பப்படவில்லை எனப் பொட்டில் அடித்ததைப் போலக் குற்றச்சாட்டுக்குப் பதில் கூறியது வங்கதேச அரசு.

இதுமட்டுமல்லாமல் கலவரங்களில் தீக்கிரையாக்கப்பட்ட ரோஹிங்கிய கிராமங்களில் அரசாங்க கட்டடங்கள், காவல்துறை அலுவலகங்கள், ராணுவ தளங்கள், அகதிகள் முகாம்கள் ஆகியவை புதிதாகக் கட்டப்பட்டுள்ளதற்குச் சான்றாக செயற்கை கொள் புகைப்படங்கள் மீண்டும் வெளியாகி மியான்மர் அரசுக்குத் தர்மசங்கடத்தை ஏற்படுத்தியது. மேலும், அவ்வாறு ரோஹிங்கிய மக்கள் காலிசெய்த பல கிராமங்களில் ராக்ஹீன் மக்கள் புதிதாகக் குடிவைக்கப்பட்டுள்ளதாக அச்சமயம் ஆதாரத்துடன் குற்றம்சாட்டியது அம்னெஸ்டி அமைப்பு.

ரோஹிங்கிய கிராமங்களை ஆக்கிரமித்திருந்த ராக்ஹீன் மக்கள், ரோஹிங்கியாக்கள் திரும்ப அழைத்து வரப்படும் நிகழ்ச்சிக்கு எதிர்ப்பு தெரிவித்துப் போராட்டம் நடத்தினார்கள். நிகழ்வைப் படம்பிடிக்கக் கூடியிருந்த சர்வதேச ஊடகங்களிடம் இனி ஒருபோதும் ரோஹிங்கியாக்களுடன் ஒன்றாக வசிக்க முடியாது என நரம்பு புடைக்கப் பேட்டியளித்தனர். ரோஹிங்கியாக்களுக்கு எதிராக ராணுவம் மேற்கொண்ட தாக்குதல் நடவடிக்கை களுக்கும், பௌத்தப் பிக்குகள் மேற்கொண்ட வெறுப்புப் பிரச்சாரங்களுக்கும் கைமேல் பலன் கிடைத்திருந்தது ராக்ஹீன் மக்களின் பேட்டிகள் மூலம் தெள்ளத் தெளிவானது.

ரோஹிங்கியாக்கள் மீது ராக்ஹீன் மக்களுக்கு ஏற்பட்டிருந்த வெறுப்பு, இன்றோ நேற்றோ உருவானது அல்ல. ஆனால்,

ராக்ஹீன் மக்களின் உள்ளுக்குள் பல காலமாய் கனன்று கொண்டிருந்த வெறுப்பைத் தங்களின் தேவைக்கேற்ப தூண்டி விட்டு, கடந்த காலப் பிரிட்டிஷ் ஆட்சியாளர்கள் முதல் நேற்றிருந்த ராணுவ ஆட்சியாளர்கள் வரை அதில் குளிர்காய்ந்திருந்தனர். அப்படிப்பட்ட ஒன்றுதான் ராக்ஹீன்-ரோஹிங்கியா கலவரத்தை முன்வைத்து ரோஹிங்கியாக்களை அவர்களாகவே நாட்டை விட்டு, ராணுவம் வெளியேற வைத்த சம்பவம்.

இவ்வாறு லட்சக்கணக்கான ரோஹிங்கிய மக்கள் வெளியேறி, அதற்குச் சர்வதேச அளவிலான கண்டனங்களைச் சந்தித்து, அவற்றுக்கெல்லாம் பதிலளிக்கத் திணறிக்கொண்டிருந்த போதும்கூட உள்ளூரில் 2019, 2020 ஆகிய வருடங்களில் கிளர்ச்சியாளர்கள் குழுவுடன் மோதிக்கொண்டிருந்தது மியான்மர் ராணுவம். ரோஹிங்கிய மக்களின் உரிமைகளுக்காகப் போராடுவதாகக் கிளர்ச்சியாளர்கள் சொல்லிக்கொண்டாலும், 2016ஆம் வருடத்திலிருந்து நடந்த அனைத்துப் பிரச்சனை களுக்கும் மூல காரணம் அவர்கள் மட்டுமே என்பது ரோஹிங்கிய மக்கள் முக்கியக் குற்றச்சாட்டாக உள்ளது.

அகீகுஅ கிளர்ச்சியாளர்கள் மட்டுமல்லாமல், ராக்ஹீன் மாநிலத்தில் அரக்கன் படை என்று மேலும் ஒரு கிளர்ச்சியாளர் குழு உள்ளது. அரக்கன் பகுதி வாழ் பூர்வீக மக்களின் உரிமைகளையும், சுதந்திர வாழ்க்கையையும் மீட்டெடுப்பதே இவர்களின் நோக்கம். ரோஹிங்கிய மக்களுக்கெதிராக மியான்மர் ராணுவத்தைப்போலப் பலவிதங்களில் இவர்களும் மனித உரிமை மீறல்களில் ஈடுபட்டுள்ளனர்.

இவ்வாறு நடந்த மனித உரிமை மீறல்களை முன்வைத்து ஐநா மனித உரிமை கவுன்சிலுக்கு வந்த கோரிக்கைகளின் பெயரில், மியான்மர் நாட்டில் நடந்த ரோஹிங்கிய இனப்படுகொலையை விசாரிக்க, உண்மையைக் கண்டறியும் புலனாய்வாளர்கள் குழு ஒன்று 2018ஆம் வருடம் அமைக்கப்பட்டது. குழுவின் அறிக்கையில், மியான்மர் ராணுவம் திட்டமிட்டு இன அழிப்பில் ஈடுபட்டதாகவும், அதற்கு உடந்தையாகப் பல்வேறு வகையில் மியான்மர் அரசு இருந்ததாகவும் குற்றம்சாட்டப்பட்டது.

இவ்வாறு திட்டமிட்டு நடந்த இன அழிப்பு நடவடிக்கைக்கு மூளையாகச் செயல்பட்ட ராணுவத் தளபதிகளின் பெயர்களை அறிக்கையில் குறிப்பிட்டு, அவர்கள் அனைவரையும் சர்வதேச

அளவிலான விசாரணைக்கு உட்படுத்த வேண்டுமென ஆலோசனை தெரிவிக்கப்பட்டிருந்தது. மேலும், மியான்மர் நாட்டுக்குச் சென்று உண்மையான களநிலவரத்தை நேரில் பார்வையிட மூன்று முறை கோரிக்கை விடுத்தும், மியான்மர் அரசு எதற்கும் பதிலளிக்கவில்லை எனவும் அறிக்கையில் குறிப்பிட்டிருந்தது.

அதேவருடம், மியான்மர் அரசு ராக்ஹீன் மாநிலத்தில் நடந்த பிரச்னைகளை விசாரிக்க இரண்டு பர்மியர், இரண்டு வெளிநாட்டவர் என நான்கு பேர் கொண்ட குழுவை அமைத்தது. இந்தக் குழு என்ன கூறியிருக்கும் எனத் தனியாக விளக்கத் தேவையில்லை. பர்மிய ராணுவம் திட்டமிட்டு இன அழிப்பில் ஈடுபட்டுள்ளது என்ற குற்றச்சாட்டை நிரூபிக்க எந்த ஆதாரமும் இல்லை என்று அறிக்கை அளித்தனர் இக்குழுவினர்.

மியான்மரில் நடந்தது ரோஹிங்கிய இனப்படுகொலை என்று ஐநா சபை அமைத்த குழுவின் குற்றச்சாட்டு உலகமெங்கியிலும் விவாதங்களை ஏற்படுத்திக்கொண்டிருக்க, மறுபுறம் ரோஹிங்கிய மக்களுக்கு எதிராக இனப்படுகொலை நடக்கவில்லை என விளக்கமளித்துக் கொண்டிருந்தது மியான்மர் அரசு. அச்சமயம், இனப்படுகொலை உடன்படிக்கையை முன்வைத்து சர்வதேச நீதிமன்றத்தில் மியான்மர் அரசு மீது வழக்குத்தொடுத்தது ஒரு சின்னஞ்சிறிய ஆப்பிரிக்க நாடு.

•

முதலில் இனப்படுகொலை என்றால் என்ன?

குற்றச்செயல்கள் பலவகைகளில் இருந்தாலும் அவற்றுள் உச்சமாகக் கருதப்படுவது, 'Genocide' என்று ஆங்கிலத்தில் அழைக்கப்படும் ‘இனப்படுகொலை’ அல்லது ’இன அழிப்பு’. ஒரு குறிப்பிட்ட இன மக்களை மொத்தமாகவோ அல்லது அவர்களுள் ஒரு பகுதியினரையோ திட்டமிட்டு, பல்வேறு முறைகளில் கொத்துக் கொத்தாகப் படுகொலை செய்வதே இனப்படுகொலை எனப்படும்.

இரண்டாம் உலகப்போர் நடந்துகொண்டிருந்த வேளையில் ஹிட்லரின் நாஜிப் படை யூதர்களைப் பல்வேறு வழிமுறைகளில் கொன்றது இனப்படுகொலையின் ஆகச்சிறந்த உதாரணம். வரலாற்றில், அதற்கு முன்பு பலமுறை இனப்படுகொலைகள் நடந்திருந்தாலும், நாஜிக்களின் யூத நடவடிக்கைகளுக்குப்

பிறகுதான் இனப்படுகொலை என்பது எப்படி இருக்கும் என நவீன உலகம் புரிந்து கொண்டது.

இனப்படுகொலை என்றால் எப்படி இருக்கும் என்பதற்குண்டான வரையறைகளை உருவாக்கி, அதைக் குற்றச்செயல் என அறிவித்து, இனப்படுகொலையை நிரந்தரமாகத் தடை செய்யும் வண்ணம் 1948ஆம் வருடம் ஐநா சபையின்கீழ், 'இனப்படு கொலையைத் தடுப்பது மற்றும் தண்டிப்பது தொடர்பான உடன்படிக்கை' கையெழுத்திடப்பட்டு அமல்படுத்தப்பட்டது. இந்த உடன்படிக்கையை ஏற்றுக்கொள்ளும் நாடுகள், தங்கள் நாட்டில் இனப்படுகொலையை அதிகாரப்பூர்வமாகத் தடை செய்து, அவை நடக்கா வண்ணம் நடவடிக்கைகள் மேற்கொள்ள வேண்டும் என்பதும் மிக முக்கியமான சாராம்சம். 2022 வரை இந்தியா உட்படச் சுமார் 152 உலக நாடுகள் இந்த உடன்படிக்கையை ஏற்றுக்கொண்டுள்ளன.

இனப்படுகொலை உடன்படிக்கையின்கீழ் இனப்படுகொலை சம்பந்தப்பட்ட வழக்குகள், ஐநா சபையின் அமைப்புகளில் ஒன்றான சர்வதேச நீதிமன்றத்தில் விசாரிக்கப்பட்டு, தீர்ப்பளிக்கப்படும். மேலும், இனப்படுகொலை சம்பந்தப்பட்ட வழக்குகளை விசாரிக்கச் சிறப்புத் தீர்ப்பாயங்கள் அமைத்திட ஐநாவின் பாதுகாப்புச் சபைக்கு முழு அதிகாரம் உள்ளது.

1994ஆம் வருடம் ருவாண்டா நாட்டில் நடந்த உள்நாட்டுப் போரின்பொழுது பெரும்பான்மை ஹுட்டு இனத்தைச் சேர்ந்த கிளர்ச்சியாளர்கள், சிறுபான்மை டுட்சி இன மக்களைத் திட்டமிட்டுப் படுகொலை செய்தனர். ஏறத்தாழ ஐந்து முதல் ஆறு லட்சம் வரையிலான டுட்சிக்கள் இவ்வாறு மரணமடைந்ததற்குக் காரணமாக அன்றைய டாபா நகரத்தின் மேயர் ஜீன் பால் அகேயெசு இருந்தார். இந்த இனப்படுகொலை குறித்து விசாரித்த சிறப்புச் சர்வதேசத் தீர்ப்பாயம், அகேயெசுவுக்கு ஆயுள் தண்டனை விதித்தது. இனப்படுகொலை உடன்படிக்கையின்கீழ் தண்டனை அளிக்கப்பட்ட முதல் வழக்கு இதுதான்.

கடைசியாக, 2018ஆம் வருடம் கம்போடிய சர்வாதிகாரி பால் பாட் 1970களின் இறுதியில் மேற்கொண்ட இனப்படுகொலையில் முக்கியப் பங்கு வகித்த நுயொன் ச்சே, கியூ சம்பான் ஆகிய இருவருக்கும் இனப்படுகொலை உடன்படிக்கையின்கீழ் ஆயுள் தண்டனை விதிக்கப்பட்டது.

மேலே குறிப்பிட்ட உதாரணங்களைப்போல மேற்கு ஆப்பிரிக்காவின் கடலோரத்தில் அமைந்துள்ள நாடான காம்பியா, 2019ஆம் வருடம் இனப்படுகொலையில் ஈடுபட்டதாகக் கூறி மியான்மர் அரசு மீது சர்வதேச நீதிமன்றத்தில் வழக்குத் தொடுத்தது.

'2016ஆம் வருடத்திலிருந்து தங்கள் நாட்டின் ரோஹிங்கிய மக்கள் மீது தாக்குதல், வன்கொடுமை, கொலை ஆகியவற்றை நிகழ்த்தி, இனப்படுகொலையில் ஈடுபட்டு வரும் மியான்மர் ராணுவத்தின் செயல் உடனடியாகத் தடுத்து நிறுத்தப்பட வேண்டும். மியான்மர் அரசின் ரோஹிங்கிய மக்களுக்கு எதிரான நடவடிக்கைகள் அனைத்தும் இனப்படுகொலை உடன்படிக்கையை மீறுவதாக உள்ளது' எனத் தனது மனுவில் கூறியிருந்தது காம்பியா.

2019ஆம் வருடத்தின் இறுதியில் சர்வதேச நீதிமன்றத்தில் நடந்த இவ்வழக்கு குறித்து விசாரணையில், மியான்மர் அரசு சார்பாக அரசு ஆலோசகர் சூச்சி நேரில் ஆஜராகி விளக்கம் அளித்தார்.

மியான்மரின் ஆட்சிப் பொறுப்பில் சூச்சி இருந்த சமயத்தில்தான் இத்தனை வன்முறைகளும் ரோஹிங்கிய மக்களுக்கெதிராக நிகழ்த்தப்பட்டிருந்தன. ரோஹிங்கியாக்கள் மீதான மனித உரிமை மீறல்கள் குறித்துச் சூச்சியின் மீது பலவித விமர்சனங்கள் எழுப்பப்பட்டிருந்தாலும், ராணுவத்தின் தலைதான் இதில் அதிகம் உருண்டது. ஏனென்றால், மியான்மரில் மக்களாட்சி நடைபெற்றாலும் ராணுவத்துக்கெனக் குறிப்பிடத்தக்க அதிகாரங்கள் உள்ளது என்ற உண்மை உலக நாடுகளுக்குத் தெரியும்.

ஆனால், 2018 ஆம் வருடம் ராணுவத்தைச் சேர்ந்த தனது அமைச்சரவைச் சகாக்களுக்குச் சூச்சி அளித்த நன்னடத்தைச் சான்று அவருக்கு எதிராகக் கடுமையான கண்டனக்குரல்கள் எழும்பக் காரணமாக இருந்தன. ராணுவத்திற்கெனத் தனி அதிகாரங்கள் இருந்தாலும், அதிபருக்கு நிகரான பொறுப்பில் இருந்து கொண்டு பிரச்சனை உச்சத்தில் இருந்தபொழுது எதுவும் செய்யாமல் மௌனம் காத்ததற்காகச் சூச்சி பதவி விலக வேண்டும் என அவருக்கு எதிராகச் சர்வதேச அளவில் பலர் குரல் கொடுத்தனர். இதே குரல்கள்தான் முன்பு ஒரு காலத்தில் சூச்சியைப் போற்றிப்புகழ்ந்திருந்தன.

சூச்சிக்கு அளிக்கப்பட்ட அமைதிக்கான நோபல் விருதைத் திரும்பப் பெற வேண்டும் என்றுகூடப் பலர் கோரிக்கை

வைத்தனர். ஆனால், விருதை வழங்க மட்டுமே தங்களுக்கு அதிகாரம் உள்ளது. அதைத் திரும்பப்பெற எந்த அதிகாரமும் இல்லை என நோபல் அமைப்பு விளக்கமளித்தது.

இவ்வாறு, ரோஹிங்கியாக்கள் விவகாரத்தில் சூச்சி மீது பலவிதமான குற்றச்சாட்டுகள் எழுந்து கொண்டிருந்தவேளையில், காம்பியா தொடுத்த வழக்கில், மியான்மரின் நிலையை விளக்கச் சர்வதேச நீதிமன்றத்தின் முன்பு சூச்சி ஆஜரானார்.

'இந்த நீதிமன்றத்துக்கு முன், மியான்மர் மீது காம்பியா வைத்த குற்றச்சாட்டுகள் உண்மைக்குப் புறம்பானதாக மட்டுமல்லாமல், இந்த நீதிமன்றத்தையும் தவறாக வழிநடத்தக்கூடியது. ராக்ஹீன் மாநிலத்தில் உள்ள சூழ்நிலையை வார்த்தைகள் வழியே புரியவைப்பது மிகக் கடினமான விசயம்.

இப்பிரச்னை அகீகுஅ எனப்படும் தீவிரவாத அமைப்பால் தொடங்கப்பட்ட ஓர் உள்நாட்டு ஆயுத மோதல். இந்த மோதலை மையமாக வைத்துத் திட்டமிட்டு இனப்படுகொலை அரங்கேற்றப் பட்டது எனும் வாதத்தை ஏற்றுக்கொள்ள முடியாது.

ராக்ஹீன் மாநிலத்தில் அடுத்தடுத்து நடந்த சம்பவங்கள் காரணமாக அப்பாவி ரோஹிங்கிய மக்கள் பலர் பாதிக்கப்பட்டு அவர்கள் பெருமளவில் வங்கதேசத்தில் தஞ்சம் அடைந்தனர் என்பது நிச்சயம் வேதனைக்குரிய விசயம்.

ராணுவத்தைச் சேர்ந்த சில குறிப்பிட்ட நபர்கள் தவறிழைத்திருப்பார்கள் என்ற கருத்தை மறுக்கவில்லை. எனினும், மியான்மரின் அரசியலமைப்புச் சட்டத்தின் கீழ், தனி ராணுவ நீதிமன்றங்கள் உள்ளன. ராக்ஹீனில் தவறிழைத்த ராணுவ வீரர்கள் மீதான குற்றச்சாட்டுகள் குறித்து அங்கு விசாரித்து உரிய நடவடிக்கை எடுக்கப்படும். மனித உரிமைமீறல்கள் எங்கு நடந்தாலும் அதைப் பொறுத்துக்கொள்ள முடியாது'

மேற்கூறிய வகையில் ரோஹிங்கியாக்கள் விவகாரத்தில் ராக்ஹீனில் நடந்த விசயங்கள் குறித்து விவரித்து, எதற்காக இந்தப் பிரச்சனையை இனப்படுகொலை என்று அழைக்கக்கூடாது என நீதிமன்றத்துக்கு முன் விளக்கிய சூச்சி, அரக்கன் பகுதியில் நடக்கும் பிரச்சனைகளுக்குப் பின்னணியாக இருக்கும் பல வரலாற்றுச் சம்பவங்களை மேற்கோளிட்டார்.

மக்களால் தேர்ந்தெடுக்கப்பட்ட அரசுக்கும் ராணுவத்துக்கும் இடையே ஒருங்கிணைப்பு ஏற்படுத்த மேற்கொள்ளப்படும்

முயற்சிகள் குறித்தும், ஜனநாயகத்தை வலுப்படுத்த நாடாளுமன்றத்தில் எடுக்கப்பட்டு வரும் நடவடிக்கைகள் குறித்தும் விவரித்த சூச்சி, போதிய முகாந்திரங்கள் இல்லாத இந்த வழக்கைத் தள்ளுபடி செய்யுமாறு நீதிமன்றத்தைக் கேட்டுக்கொண்டார்.

முதலில், சர்வதேச நீதிமன்றத்தில் மியான்மருக்கு எதிராகத் தொடுக்கப்பட்ட இந்த வழக்கு குறித்த விசாரணையில் சூச்சியே நேரடியாக ஆஜராக உள்ளார் என்பது தலைப்புச் செய்தி ஆனது. ரோஹிங்கியாக்களுக்கு எதிரான நடவடிக்கைகளை அவர் நிச்சயம் நியாயப்படுத்திதான் பேசுவார் என்று சர்வதேச அரசியல் விமர்சகர்கள் கற்பூரம் அடிக்காத குறையாகச் சத்தியம் செய்தனர். இவ்வாறு ஆஜராகி நடந்த தவறுகளை நியாயப்படுத்துவதன் மூலம் உள்ளூரில் தனது அரசியல் செல்வாக்கையும் வாக்கு வங்கியையும் உயர்த்த நினைக்கிறார் சூச்சி என அவர் மீது பழியும் சுமத்தப்பட்டது.

ரோஹிங்கிய மக்களுக்கு எதிரான ராணுவத்தின் நடவடிக்கை களைத் தானாக வந்து நியாயப்படுத்தும் விதமாக இருந்தது சூச்சியின் பேச்சு எனப் பல தரப்பிலிருந்தும் கண்டனக்குரல்கள் எழுந்தன. அது ஓரளவுக்கு உண்மைதான். ஆனால், சூச்சியின் முழுமையான உரை குறித்து எவரும் கருத்து சொல்லவில்லை. ராணுவ நடவடிக்கைகளின் அவசியம் குறித்து அவர் பேசிய விசயங்கள் மட்டும் சர்வதேச ஊடகங்களால் பெரிது படுத்தப்பட்டது.

ஆனால் மறைமுகமாக, ராணுவத்துக்கும் மக்களால் தேர்ந்தெடுக்கப்பட்ட அரசுக்கும் இடையே இருக்கும் அதிகார மோதல் குறித்தும், அரசாங்க இயந்திரத்தில் ராணுவத்துக்கு இருக்கும் செல்வாக்கு குறித்தும் அவர் குறிப்பிடப்பட்ட சில விசயங்கள் கவனிக்கப்படவேயில்லை. மிக நீண்ட காலமாகச் சர்வாதிகார ஆட்சியின் கீழ் இருந்த ஒரு நாட்டில், புதிதாக அமைந்த ஒரு ஜனநாயக அரசுக்கு இருக்கும் இயலாமைகள் அவரது பேச்சில் தெள்ளத் தெளிவாக வெளிப்பட்டன.

மேலும், சர்வதேச நீதிமன்றத்தில் நடக்கும் இதைப் போன்ற வழக்குகளில் ஒரு நாட்டின் தூதர் வந்து விளக்கம் அளித்தால் அதுவே போதுமானது. ஆனால், மியான்மர் நாட்டின் அதிபருக்கு நிகரான பதவியில் இருந்த சூச்சி, தனது ஆட்சிக்காலத்தில் நடந்த சம்பவம் என்பதால் அதற்குப் பொறுப்பேற்றுத் தன்னிலை

விளக்கம் கொடுக்க நினைத்து இவ்வாறு நேரில் ஆஜராகி விளக்கமளித்திருக்கலாம்.

காரணம் எதுவாக இருந்தாலும், இந்த வாய்ப்பைப் பயன்படுத்தித் தனது நிலையையும் இயலாமையையும் வெளிப்படுத்தினார் சூச்சி. ஆனால் வெளி உலகில் அது சரியாகப் புரிந்து கொள்ளப்படவில்லை. அவ்வாறு புரிந்துகொள்ளப்படாமல் போவதற்கான வாய்ப்புகளே அதிகம். ஏனென்றால் பிரச்னையின் தாக்கம் அப்படிப்பட்டது.

2020ஆம் வருடத்தின் தொடக்கத்தில் ரோஹிங்கிய மக்களைப் பாதுகாக்கும் விதமாக நடவடிக்கைகளை மேற்கொண்டு, நான்கு மாதங்களில் அறிக்கை அளிக்குமாறு உலக நீதிமன்றம் மியான்மர் அரசுக்கு உத்தரவிட்டது. இந்த விஷயத்தில் மேற்கொண்டு முன்னேற்றங்கள் ஏற்படும் முன்பு, கோவிட் பெருந்தொற்றின் முதலாம் அலை உலகை நிலைகுலைய வைத்தது. உலக நாடுகளுக்கு அதைச் சமாளித்து, அதனால் ஏற்பட்ட பிரச்சனைகளைச் சீர்செய்யவே நேரம் சரியாக இருந்தது. ஓரளவுக்கு இயல்பு நிலை திரும்பிக்கொண்டிருந்த வேளையில், மியான்மரின் ஆட்சியைத் திரும்பவும் ராணுவம் கைப்பற்ற, ஒரே நாளில் அனைத்தும் தலைகீழானது.

காம்பியா தொடுத்த வழக்கு விசாரணை அளவில் இன்னமும் உலக நீதிமன்றத்தில் நிலுவையில் உள்ளது.

16. விடாது கருப்பு

ராணுவத்தைத் தாண்டி ரோஹிங்கிய மக்களுக்கு உதவ சூச்சி நினைத்திருந்தாலும்கூட சொந்தக் கட்சியினர் மத்தியிலும் அதற்கு நிச்சயம் எதிர்ப்பு எழுந்திருக்கும். சூச்சியின் என்.எல்.டி கட்சி, மியான்மர் அரசு, மியான்மர் ராணுவம், என அனைத்திலும் நீக்கமற நிறைந்திருந்து அதிகாரத்தைத் தங்கள் கைப்பிடிக்குள் வைத்திருந்தனர் பர்மர் இனத்தவர்கள். ராணுவத்துக்கும் சூச்சியின் கட்சியினருக்கும் இடையே பிரச்சனையாக இருந்தது 'ஜனநாயகம்' மட்டுமே. மற்றபடி ரோஹிங்கியா எதிர்ப்பை இரு தரப்பினருமே உயர்த்திப் பிடித்தனர்.

ரோஹிங்கிய மக்களுக்கெதிராக நிகழ்த்தப்பட்ட அட்டூழியங்கள் அனைத்திலும் ராணுவத்துக்குப் பக்க பலமாக மியான்மர் அரசு எந்திரத்தின் பரிபூரண ஆதரவு இருந்தது. சூச்சியே நினைத்தாலும் இதைத் தடுத்திருக்க முடியாது. அதனால்தான் இனப்படுகொலை விவகாரத்தில் ராணுவத்துடன் மியான்மர் அரசும் சேர்ந்து குற்றச்சாட்டுகளுக்கு ஆளானது.

ரோஹிங்கியாக்களை நாட்டை விட்டு வெளியேற வைத்திருந்த பர்மர்களையும் உள்ளூர் ராக்ஹீன்களையும் தவிர மியான்மரில் எஞ்சியிருந்த பிற சிறுபான்மையினப் பழங்குடி மக்கள் தங்களின் பிரச்சனைகளைத் தீர்க்கவே உதவி தேவை என்ற நிலையில் வாழ்ந்து வந்தனர். இவ்வாறு ரோஹிங்கிய மக்களுக்கு உள்நாட்டின் எந்தத் திசையிலிருந்தும் ஆதரவுக் கரம் நீளவில்லை. இறுதியில், நாட்டை விட்டு வெளியேறும் சூழ்நிலைக்குத் தள்ளப்பட்டனர். இதன் காரணமாகச் சர்வதேச நீதிமன்றத்தில் வழக்குத் தொடுக்கப்பட்டு, அதற்காக சூச்சி அங்கு வாசித்த

உரைக்கு உலக அளவில் கண்டனங்கள் எழுந்திருந்தாலும் உள்ளூரில் அவரது செல்வாக்குக்கு எந்தப் பாதிப்பும் ஏற்படவில்லை. சொல்லப்போனால், முன்பைவிட பல மடங்கு உயர்ந்திருந்தது.

முந்தைய தெய்ன் அரசு ஆயுதக்குழுக்களுடன் இணைந்து கையெழுத்திட்ட சண்டை நிறுத்த ஒப்பந்தத்தில் மேலும் இரு ஆயுதக்குழுக்கள் சூச்சியின் ஆட்சிக் காலத்தில் புதிதாக இணைந்தன. பிரிட்டிஷ் ஆட்சியின்பொழுது இயற்றப்பட்ட சட்டங்களைக் கொண்டு நூற்றுக்கணக்கான பத்திரிக்கையாளர்கள் மீதும், தன்னார்வலர்கள் மீதும் வழக்கு தொடர்ந்து சர்வாதிகாரத் தொனியில் நடந்து கொண்டது சூச்சி தலைமையிலான அரசு நிர்வாகம். ஆனால், ரோஹிங்கிய விவகாரத்தையும் கோவிட் பெருந்தொற்றின் முதலாவது அலையையும் ஓரளவு திறம்படச் சமாளித்த காரணத்தால் மியான்மர் மக்களிடையே சூச்சி செல்வாக்கு உச்சத்தில் இருந்தது. அந்தச் சமயம் அடுத்த பொதுத்தேர்தலுக்கான அறிவிப்பு 2020ஆம் வருடம் வெளியானது.

ரோஹிங்கியாக்களுக்கு எதிராக எடுக்கப்பட்ட நடவடிக்கைகள், தங்களின் மறைமுகப் பிரதிநிதியான ஐக்கிய ஒற்றுமை மற்றும் வளர்ச்சி கட்சிக்கு மக்களிடம் இழந்திருந்த செல்வாக்கை மீட்டெடுக்க உதவும் என நினைத்தது மியான்மர் ராணுவம். ஏனென்றால், ராணுவம் நடத்திய வன்முறை வெறியாட்டங்களுக்குப் பெரும்பாலான பர்மர் இன மக்களின் ஆதரவு இருந்தது. மியான்மரின் மக்கள் தொகையில் 68 சதவிகிதமாக இருக்கும் இவர்களின் ஓட்டுகள் கிடைத்தால் அது மட்டுமே போதும், நிச்சயமாக ஆட்சியைப் பிடித்துவிடலாம் என்று அந்தக் கட்சியும் ராணுவமும் நம்பிக்கையுடன் இருந்தனர். மேலும், பெருமளவு நிதியுதவிகளை அள்ளிக்கொடுத்து பௌத்தச் சங்கங்களின் ஆதரவையும் பெற முயன்றது ராணுவம். மீண்டும் சூச்சி ஆட்சியைப் பிடித்துவிடக்கூடாது எனப் பிரசாரங்களை முடுக்கிவிட்டனர். மறுபக்கம், சூச்சியின் முகத்தை மட்டும் முன்னிறுத்தித் தேர்தல் வேலைகளில் சுற்றிச் சுழன்றனர் என்.எல்.டி கட்சியினர்.

தேர்தல் நடந்து முடிந்து நவம்பர் மாதம் முடிவுகள் வெளியாகின. ஐக்கிய ஒற்றுமை மற்றும் வளர்ச்சி கட்சிக்கு மீண்டும் இந்தத் தேர்தலில் படுதோல்வி பரிசாகக் கிடைத்திருந்தது. சூச்சியின் என்.எல்.டி கட்சியோ முந்தைய தேர்தலில் வெற்றி பெற்றிருந்த

இடங்களைக் காட்டிலும் அதிக இடங்களைக் கைப்பற்றி யிருந்தது. ஐந்து வருடங்களாகக் காத்திருந்தும் ஐக்கிய ஒற்றுமை மற்றும் வளர்ச்சி கட்சிக்கு வாய்ப்பு கிடைக்காததை எண்ணி உள்ளுக்குள் பொருமினார் மியான்மரின் ராணுவத் தலைமைத் தளபதி மின் ஆங் ஹளைங். ஆனால் அவர் அதிக நேரத்தை எடுத்துக்கொள்ளவில்லை.

நாட்டில் ஊழல் பல்கிப் பெருகிவிட்டது எனவும், நடந்து முடிந்த தேர்தலில் முறைகேடுகள் நடந்திருக்கிறது எனவும் குறிப்பிட்டு 2021ஆம் வருடம் பிப்ரவரி 1ஆம் தேதி அன்று ராணுவ ஆட்சியை அமல்படுத்தப்படுவதாக அறிவிப்பு வெளியானது. இதற்குப் பிறகு வழக்கமான கைது நடவடிக்கைகள் அரங்கேறின. சூச்சியும் அவரது கட்சியின் முக்கியஸ்தர்களும் கைது செய்யப்பட்டுச் சிறையிலடைக்கப்பட்டனர்.

ஜனநாயகப் பாதையில் மீண்டும் திரும்பிக் கிட்டத்தட்ட பத்து வருடங்கள் மக்களாட்சி நடைபெற்றிருந்தாலும், நினைத்த மாத்திரம் நாட்டின் ஆட்சி அதிகாரத்தைக் கைப்பற்ற ராணுவத்தால் எப்படி முடிந்தது?

இதற்கான பதிலைத் தெரிந்து கொள்ள, பல தசாப்தங்கள் பின்னோக்கிச் செல்ல வேண்டும்.

●

மியான்மர் ராணுவம் என்பது ஒரு நாட்டுக்குள் அமைந்திருக்கும் இன்னொரு குட்டி நாடு. காலனி ஆட்சி இறுதிக் கட்டத்தை நெருங்கிக்கொண்டிருந்த வேளையில், பர்மிய மக்களைக் கொண்ட பர்மிய ராணுவம் உருவாக ஆங் சான் மிக முக்கியக்காரணமாக இருந்தாலும், சுதந்திரத்துக்குப் பிறகான முதல் 40 வருடங்கள் பர்மிய ராணுவ அமைப்பைப் பார்த்துப் பார்த்துக் கட்டமைத்த பெருமைக்குச் சொந்தக்காரர் அன்றைய ராணுவத் தலைமைத்தளபதியும், சர்வாதிகாரியுமான நீ வின்.

நீ வின் உருவாகியிருந்த ராணுவ அமைப்பானது, அதிகாரப் பகிர்வு என்ற முறையை மையமாக வைத்து செயல்பட்டது. ராணுவத்தின் தலைமைப் பொறுப்பில் அதன் வெளிமுகமாக நீ வின் பதவி வகித்தாலும், பிற மூத்த தளபதிகளுக்கும் ஆட்சி அதிகாரத்தில் பங்கு கொடுக்கப்பட்டது. ராணுவத் தளபதிகளுக்கிடையே இப்படி ஒரு அதிகாரப் பகிர்வு முறையைச் செயல்படுத்தி ஆட்சியைப் பிடித்தார் நீ வின்.

இதனால்தான் 1988ஆம் வருடம் மக்கள் போராட்டம் உச்சம் அடைந்து, நீ வின் பதவியிறங்கிய போதும்கூட ராணுவ அமைப்பு எந்த ஒரு தடையுமின்றி செயல்பட்டு அடுத்த தலைமைப் பொறுப்புக்கு சாவ் மாவுங் வந்தார். அதே, சாவ் மாவுங் ஜனநாயக அரசிடம் ஆட்சியை ஒப்படைக்கத் தயாரானபொழுது அவரைப் பதவியிலிருந்து தூக்கிவிட்டு அடுத்த இடத்தில் இருந்த தான் ஷிவே தலைமைப் பொறுப்புக்கு வந்தார். என்ன செய்தாவது அதிகாரத்தைக் கையில் வைத்திருக்க வேண்டிய அளவுக்கு அதிகாரப் போதை ராணுவத் தளபதிகளை எந்த எல்லைக்கும் செல்ல வைத்த காலம் அது. இதே தான் ஷுவே, ராணுவ ஆட்சியை முடிவுக்குக் கொண்டு வந்து மக்களாட்சிக்கு வழிவிடலாம் என்று நினைத்தபொழுது அதற்குப் பிற ராணுவத் தளபதிகள் தடையாக இருப்பார்கள் என்பதைத் தெளிவாக உணர்ந்திருந்தார்.

எனவே, மீண்டும் மக்களாட்சியை அமல்படுத்துவதற்குண்டான விலையாக அரசியலமைப்புச் சட்டத்தின் வழியாகவே நாடாளுமன்றம் மற்றும் மாநிலச் சட்டமன்றங்களில் ராணுவ அதிகாரிகளுக்கு இடஒதுக்கீடு, பாதுகாப்பு, எல்லை மேலாண்மை மற்றும் உள்துறை ஆகியவற்றுக்கு ராணுவத்தைச் சேர்ந்த அமைச்சர்கள், ஜனநாயக அரசை சாராமல் ராணுவம் தன்னாட்சியுடன் செயல்பட நிதிந் சுதந்திரம் எனப் பல சலுகைகள் மியான்மர் ராணுவத்துக்கு அளிக்கப்பட்டன.

இப்படி ஜனநாயக ஆட்சி அமைந்த பிறகும்கூட சலுகைகள், அதிகாரம் என அனுபவித்துக்கொண்டு எல்லாம் சரியாகச் சென்றுகொண்டிருக்கிறது எனத் தலைமைத் தளபதி ஹளைங் நினைத்துக்கொண்டிருந்த வேளையில், 2015ஆம் வருடம் சூச்சி ஆட்சிப்பொறுப்புக்கு வந்தார். பொறுப்புக்கு வந்ததும் ராணுவத்தின் அஸ்திவாரத்தை ஆட்டம் காண வைக்கும் அளவுக்குச் சில முன்னெடுப்புகளை மேற்கொண்டார்.

2017ஆம் வருடம் ஊழலற்ற அரசு நிர்வாகத்தைக் கட்டமைக்க வேண்டி சூச்சியின் அரசு, குடிமைப்பணிச் சீர்திருத்தத் திட்டத்தைச் செயல்படுத்தியது. அரசு நிர்வாகத்தைத் திறம்பட வழிநடத்த அரசுப் பணியாளர்களின் செயல்பாடுகளில் மாற்றத்தைக்கொண்டு வருவது அவசியம் என்றாலும், இந்தத் திட்டத்துக்குப் பின்னால் வேறு காரணம் இருந்தது.

நெடுங்காலமாக ராணுவத்தின் விசுவாசிகள் என அறியப்படுபவர்கள் பலர், மியான்மர் அரசுப்பணிகளில் மேல்மட்டம் முதல் கீழ்மட்டம் வரை பரவியிருந்தனர். அதிலும், உயர்நிலை அரசுப் பணிகளில் முன்னாள் மற்றும் இந்நாள் ராணுவ அதிகாரிகள் அமர்ந்திருந்தனர். முறையான கட்டமைப்புடன் கூடிய அரசு ஒன்று பல தசாப்தங்களாக இல்லாததால், அரசுப் பணியாளர்களுக்கான ஊதியம் குறைவாக வழங்கப்பட்டு வந்தது. இது, அரசுப் பணியாளர்கள் மத்தியில் ஊழலுக்கு வழிவகுத்தது. இந்தக் காரணங்களால் சூச்சியின் கட்சி ஆட்சியமைத்த பிறகு அரசு இயந்திரத்தை வழிநடத்துவதில் பல்வேறு நடைமுறைச் சிக்கல்கள் எழுந்தன.

எனவே, ராணுவத்தின் பிடியிலிருந்து அரசு நிர்வாகத்தைப் பிரித்தெடுத்து, அதை ஜனநாயக முறைப்படி மாற்றும் நோக்கில் முன்னெடுக்கப்பட்ட குடிமைப்பணி சீர்திருத்தத் திட்டத்தால் ராணுவத்துக்கும் சூச்சிக்கும் இடையே மறைமுக மோதல் உருவானது.

மேலும், 2019 ஆம் வருடம் ராணுவத்தின் அதிகாரங்களைக் குறைக்கும் நோக்கில் அரசியலமைப்புச் சட்டத்தில் திருத்தம் மேற்கொள்ள சூச்சியின் கட்சியினர் நாடாளுமன்றத்தில் முயற்சி செய்தார்கள், ஆனால் போதிய பெரும்பான்மை இல்லாததால் திருத்த மசோதா நிறைவேறவில்லை. ராணுவத்தின் உதவி இல்லாமல் அரசியலமைப்புச் சட்டத்தில் எப்போதும் திருத்தம் மேற்கொள்ள முடியாது என்பது வேறு விசயம். ஆனால் அதற்கடுத்த வருடம் நடந்த பொதுத்தேர்தலில் சூச்சியின் கட்சிக்குக் கிடைத்த வெற்றி தலைமைத்தளபதி ஹளைங்கை யோசிக்க வைத்தது.

சர்வதேச நீதிமன்றத்தில் சூச்சி மேற்கொண்ட உரையின் அர்த்தத்தை வெளி உலகம் வேண்டுமானால் புரிந்து கொள்ளாமல் போயிருக்கலாம். ஆனால், ஹளைங் புரிந்துகொண்டார். அடுத்தடுத்து ஒன்றன்பின் ஒன்றாகச் சூச்சி எடுத்து வைக்கும் ஒவ்வொரு நடவடிக்கையும் பர்மிய மக்களிடம் சூச்சிக்கு இருந்த செல்வாக்கை உயர்த்திக்கொண்டே போனது. ராணுவத்துக்கென எஞ்சியிருந்த அதிகாரங்களை இழக்க ஹளைங் தயாராக இல்லை.

தேர்தல் முடிவுகள் வெளியானதும், இனி பெரிதாக எதுவும் நடப்பதற்கு முன்பு முந்திக்கொள்வதே நல்லது என நினைத்த ஹளைங், ராணுவ ஆட்சியை அமல்படுத்தினார். அவரைப்

பொறுத்தவரையில் ராணுவ ஆட்சி ஒன்றும் மியான்மருக்குப் புதிதல்ல, பொதுமக்களுக்கு மிகவும் பழக்கப்பட்ட ஒன்று. ஆனால் என்ன சிறிது இடைவெளி ஆகிவிட்டது. பரவாயில்லை, மக்கள் மீண்டும் பழகிக்கொள்வார்கள் என்பதே அவரது எண்ணம்.

தலைமைத்தளபதி ஹளைங் இப்படியாக யோசித்து நடந்தது போலத்தான், இதற்கு முன்பு அதிகாரத்தில் இருந்த நீ வின்வின்னும், தான் ஷுவே ஆகியோரும் நடந்துகொண்டனர். ராணுவத்தின் மேல் மட்டத்தில் இருக்கும் உயரதிகாரிகள் இதே மனப்பாங்குடன் அன்றிலிருந்து இன்றுவரை நடந்து கொள்கிறார்கள் சரி. ஆனால், மேலிருந்து வரும் கட்டளைகளை எந்தவித யோசனையும் இன்றி உடனுக்குடன் கீழ் மட்டத்தில் பணியாற்றும் வீரர்கள் இன்றுவரை செயல்படுத்துவது எப்படி? இதற்கான காரணமும் நீ வின்னிடம் இருந்துதான் தொடங்குகிறது.

1962ஆம் வருடம் முதல் முறையாக ராணுவ ஆட்சி ஏற்பட்டபொழுது பர்மாவைச் சுற்றி கண்ணுக்குத் தெரியாத இரும்புத்திரை ஒன்றைக் கட்டமைத்தது போலவே, பர்மிய ராணுவத்தில் பணியாற்றும் வீரர்களைச் சுற்றியும் ஒரு திரை அமைக்கப்பட்டது.

நாட்டின் வளர்ச்சியில் ராணுவத்தின் பங்கு, நாட்டுப் பாதுகாப்பில் ராணுவத்தினரின் முக்கியத்துவம், நாடு சிதறிவிடாமல் இருக்க ராணுவம் மேற்கொள்ளும் சிரத்தையான பணிகள் என நாட்டையும் ராணுவத்தையும் இணைத்துப் பள்ளிகளில் மாணவர்களுக்கு நீதி போதனை வகுப்புகள் நடைபெறுவது போல, ராணுவ வீரர்களுக்கு அடிக்கடிப் பலவகையிலான பாலபாடங்கள் எடுக்கப்பட்டு, ராணுவத் தலைமைக்கான அவர்களின் விசுவாசம் உறுதிசெய்யப்பட்டது.

இப்படியாகத் தயார்ப்படுத்தப்பட்ட வீரர்களுக்கு ராணுவத்தின் தலைமை சொல்வதே வேதவாக்கு. ராணுவத் தலைமை எடுக்கும் எந்த ஒரு நடவடிக்கையாக இருந்தாலும், அது மக்களின் நன்மைக்காகவே இருக்கும் என்பதுதான் இவர்கள் மூளைக்குள் பதிய வைக்கப்பட்ட ஆழமான கருத்து. இந்தக் காரணத்தால் மக்கள் படும் துன்பங்கள் குறித்து இவர்கள் அதிகம் அலட்டிக் கொள்ளமாட்டார்கள். இத்தகைய வீரர்கள் ராணுவத்துக்கு எதிராகப் போராட்டம் நடத்துபவர்களை நாட்டின் தேசத்

துரோகிகளாகக் கருதி, அவர்களைக் கொன்று குவித்ததில் பெரிய ஆச்சரியம் இருக்காது.

ராணுவ சர்வாதிகாரியின் கீழ், இப்படி ஒரு திட்டமிட்ட அமைப்பாக உருவாக்கப்பட்ட மியான்மர் ராணுவத்தில் அன்றிலிருந்து, இன்றுவரை ஏறத்தாழ தொண்ணூறு சதவிகிதத்துக்கும் மேலான வீரர்கள் பர்மர் இனத்தைச் சேர்ந்தவர்கள். அதிலும், ஒன்றிரெண்டு விதிவிலக்குகள் தவிர உயர் பதவிகள் அனைத்திலும் பர்மர் இனத்தவர்கள் மட்டுமே இன்று வரை பொறுப்பு வகிக்கின்றனர்.

நீ வின் பர்மர் இனத்தைச் சேர்ந்தவர் இல்லை. ஆனால், தனது சர்வாதிகார ஆட்சிக்குத் தேவைப்பட்ட ஒருங்கிணைந்த பர்மியக் கலாச்சாரத்தை உருவாக்கப் பர்மர் அடையாளத்தையும் பர்மர் இன மக்களையும் பயன்படுத்திக் கொண்டார். அவருக்குப் பிறகு அதிகாரத்துக்கு வந்த சாவ் மாவுங், தான் ஷுவே, இப்போது பதவியில் இருக்கும் மின் ஆங் ஹளைங் என அனைவருமே பர்மர் இனத்தைச் சேர்ந்தவர்கள். மியான்மர் ராணுவம் ஒரு நாட்டின் ராணுவம் என்றழைக்கப்படுவதை விட ஒரு குறிப்பிட்ட பிரிவினரின் ராணுவம் என்றழைக்கும்படி அதன் நிலை இன்றும் உள்ளது.

எத்தனைத் தசாப்தங்கள் ஆனாலும், எந்த ஒரு புதிய சர்வாதிகாரி ஆட்சிக்கு வந்தாலும் அதற்கேற்றவாறு செயல்படும் ஓர் அமைப்பாக மியான்மர் ராணுவத்தை இவ்வாறு பார்த்துப் பார்த்து உருவாக்கியிருந்த நீ வின், நாட்டின் பொருளாதாரத் திட்டமிடலில் கோட்டைவிட்டார். அவர் நடைமுறைப்படுத்திய பர்மிய வழியிலான சோசியலிசக் கொள்கை நாட்டின் பொருளாதாரத்தைச் சீரழித்து பொது மக்களைத் துன்புறுத்தியது மட்டுமல்லாமல், அரசுக்கும் போதிய வருமானம் கிடைக்காமல் போனது.

நீ வின்னுக்குப் பிறகு பொறுப்புக்கு வந்த சாவ் மாவுங், இந்தப் பிரச்னையைச் சரி செய்ய வழி கண்டுபிடித்தார். மியான்மரில் உள்ள இயற்கை வளங்களான கச்சா எண்ணெய், இயற்கை எரிவாயு மற்றும் சுரங்கங்கள் ஆகியவற்றைப் பயன்படுத்தி அந்நிய மற்றும் தனியார் நிறுவனங்கள் தொழில் மேற்கொள்ள அனுமதி அளிக்கப்பட்டது. இது மூலம் கிடைக்கும் பணத்தை மேல்மட்ட ராணுவ அதிகாரிகள் பங்குதாரர்களாக இருக்கும் மியான்மர் பொருளாதார பங்குகள் நிறுவனத்துக்கு மடைமாற்றி, அது

வழியாக மியான்மர் ராணுவத்துக்கும் நாட்டு பட்ஜெட்டுக்கும் செலவிடப்பட்டது. எந்த ஒரு வெளிப்படைத்தன்மையையும் கடைபிடிக்காத இந்த நிறுவனத்தின் மூலம், பல தொழில்களை மியான்மரில் நடத்த ஆரம்பித்தனர் ராணுவ அதிகாரிகள்.

2011ஆம் வருடம் மியான்மரில் மக்களாட்சி திரும்பிய பிறகும்கூட இந்த நிறுவனம் ராணுவத்தின் பிடியில் இயங்கி, இன்று வரை மேல்மட்ட ராணுவ அதிகாரிகளுக்கு கோடி கோடியாக அள்ளித்தரும் தொழில் நிறுவனமாக இருக்கிறது.

2021ஆம் வருடம் தலைமைத்தளபதி ஹளைங் ராணுவ ஆட்சியை மீண்டும் அமல்படுத்திய பிறகு, இந்த நிறுவனத்தின் தொழில்களை முடக்கும் வகையில் இதன் மீது மேற்குலக நாடுகள் பொருளாதாரத் தடை விதித்தன. ஆனால், ஆசிய நாடுகள் எந்த ஒரு பொருளாதாரத் தடையும் விதிக்காததால் இங்குள்ள தனியார் நிறுவனங்களுடன் இணைந்து தொழில்கள் மேற்கொண்டு வரும் இந்த நிறுவனம், ராணுவம் நாட்டை ஆட்சி செய்ய மிக முக்கியக் காரணமாக இருந்து வருகிறது.

•

2021ஆம் வருடம் கோவிட் தொற்றின் இரண்டாம் அலை உலக நாடுகளைக் கதிகலக்கிக்கொண்டிருந்த வேளையில், ஏற்கெனவே மிக வறிய நிலையில் இருந்த மியான்மர் நாட்டின் சுகாதாரக் கட்டமைப்பு மேலும் நெருக்கடிக்கு உள்ளாகியிருந்தது. இந்த நிலையில் ராணுவம் மீண்டும் ஆட்சியைக் கைப்பற்றப் பொதுமக்கள் கடுமையாகப் பாதிக்கப்பட்டனர்.

ராணுவ ஆட்சி அமலான பிறகு முதல் வேலையாக சூச்சி உட்பட அரசியல் முக்கியஸ்தர்கள் பலர் கைதுசெய்யப்பட்டு, சிறையிலடைக்கப்பட்டனர். ஊழல், தேர்தல் மோசடி, ரகசியக்காப்பு உறுதிமொழி மீறில், கோவிட் பாதுகாப்பு விதி மீறில் எனப் பத்தொன்பது குற்றச்சாட்டுகள் சூச்சியின் மீது சுமத்தப்பட்டு, அனைத்தும் சேர்த்து, 33 வருடங்கள் சிறைத் தண்டனை விதிக்கப்பட்டது. சிறையில் இருந்த சூச்சி, கடந்த ஜூன் மாதம், வீட்டுக்காவலுக்கு மாற்றப்பட்டார். ஆனால் அவர் உடல்நிலை குறித்த வதந்திகள் இன்றும் பரவிய வண்ணம் உள்ளன. வதந்திகள் கட்டுப்பாடில்லாமல் பரவும் சமயத்தில் மட்டும், தேவைப்படும் சிகிச்சைகள் வழங்கப்பட்டு சூச்சி நலமுடன் இருக்கிறார் என ராணுவ அரசுத்தரப்பில் செய்திகள் வெளியிடப்படும்.

இந்த முறை ராணுவ ஆட்சிக்கு எதிராக மிகக்கடுமையான எதிர்வினை மியான்மரில் எழுந்தது. சூச்சியின் என்.எல்.டி கட்சியினர், பொது மக்களிடம் செல்வாக்கு பெற்ற உள்ளூர் தலைவர்கள், தன்னார்வலர்கள், சிறுபான்மையினங்களின் தலைவர்கள் என ராணுவ ஆட்சியை எதிர்க்கும் பலர் ஒன்றிணைந்து, தேசிய ஒற்றுமை அரசாங்கம் என்றழைக்கப்படும் ஒரு நிழல் அரசாங்கத்தை அமைத்தனர். இதற்கு வெளிநாட்டு அரசுகள் சிலவற்றின் ஆதரவு இருந்தது.

இந்த நிழல் அரசாங்கம், மக்கள் பாதுகாப்புப் படை எனும் அமைப்பைத் தங்கள் தரப்புப் படையாக உருவாக்கி, மியான்மர் ராணுவத்தின் மீது போர் தொடுத்தது. இந்த அமைப்புக்கு ஆதரவாகச் சில ஆயுதக்குழுக்களும் களத்தில் இறங்கின. ஊரகப் பகுதிகள், ராணுவத்தின் கட்டுப்பாட்டில் சென்றுவிடக்கூடாது என மக்கள் பாதுகாப்புப் படை கடுமையாகப் போராடி வருகிறது. இரு தரப்புக்கும் ஏற்பட்ட மோதல்கள் காரணமாகப் பாதிக்கப்பட்ட பொது மக்கள், எல்லை கடந்து அண்டை நாடுகளான இந்தியா மற்றும் தாய்லாந்து நாடுகளுக்குள் தஞ்சமடைந்த சம்பவங்களும் நடந்தேறின.

2021ஆம் வருடத்திலிருந்து பல்லாயிரக்கணக்கானவர்கள் ராணுவத்தால் கொல்லப்பட்டும், கைது செய்யப்பட்டும் உள்ளனர். அதில்லாமல், நிழல் அரசாங்கத்துக்கு ஆதரவு தந்த பல கிராமங்கள் முற்றிலுமாக தீக்கிரையாக்கப்பட்டன. முந்தைய ராணுவ ஆட்சிகளின்பொழுது ஒன்றிரெண்டு சம்பவங்கள் தவிர்த்து ஊரக மற்றும் எல்லைப் பகுதிகளில் மட்டுமே ராணுவத்துக்கு எதிரான மோதல்கள் நடந்துள்ளன. ஆனால், இந்த முறை மாண்டலே, யாங்கூன் என்று பெரு நகரங்களிலும் சர்வ சாதாரணமாக மோதல்கள் நடைபெற்று வருகிறது.

மேலும், முன்பு எப்போதும் இல்லாதவாறு ஆயிரக்கணக்கான வீரர்கள் ராணுவத்திலிருந்து விலகியுள்ளனர். அதிலும், எல்லையோரத்தில் பணியாற்றிய பலர் தாய்லாந்துக்குத் தப்பிச்சென்று அங்கே தஞ்சமடைந்துள்ளனர். மக்கள் பாதுகாப்புப் படையை எதிர்த்துச் சண்டைபோட தேவைப்படும் எண்ணிக்கையில் வீரர்கள் இல்லாததால், வான்வழி குண்டெறி தாக்குதலில் ஈடுபட்டு வருகிறது மியான்மர் ராணுவம். ராணுவத்துக்கான ஆயுத உதவிகளை ரஷ்யாவும் சீனாவும் மேற்கொள்கின்றன. முடிந்த அளவு எதிர்த்தாக்குதல் நடத்தி

நிலைமையைச் சமாளித்தலும் நவீன ஆயுதங்கள் இல்லாதது மக்கள் பாதுகாப்புப் படைக்குப் பெரும் பின்னடைவாக இருக்கிறது.

2021ஆம் வருடத்தின் தொடக்கத்தில் ராணுவம் ஆட்சியைப் பிடிப்பதற்கு ஒரு சில வாரங்களுக்கு முன்பு மியான்மருக்கு அரசு முறைப் பயணமாக வந்த சீன வெளியுறவுத்துறை அமைச்சர் வாங் யி, தலைமைத்தளபதி மின் ஹளைங்கைச் சந்தித்துப் பேசினார். ராணுவம் ஆட்சி அமலான பிறகு மேற்படி நடந்த சந்திப்புகளை முன்வைத்து மியான்மர் ராணுவத்தின் திட்டம் சீன அரசுக்கு முன்பே தெரிவிக்கப்பட்டிருக்கலாம் எனச் சர்வதேச அளவில் குற்றச்சாட்டு கிளம்பியது.

மியான்மர் ராணுவத்தின் அதிகாரக் கைப்பற்றல் நடவடிக்கை உலகளவில் கண்டனத்துக்கு ஆளானாலும், இந்த விஷயத்தில் சீன அரசு எந்த எதிர்வினையையும் ஆற்றவில்லை. உலகமே பாரா முகம் காட்டினாலும், எதையும் கண்டுகொள்ளாமல் தளபதி ஹளைங் உடன் கைகுலுக்கியது சீனா. இதற்கு முன்பு ரோஹிங்கிய விவகாரத்தில்கூட மியான்மர் அரசுக்கு எதிராக ஐநா சபை மற்றும் சர்வதேச நீதிமன்றத்தில் மேற்கொள்ளப்பட்ட நடவடிக்கைகள் அனைத்தையும் சீனாவின் உதவியோடுதான் சூச்சி எதிர்கொண்டார்.

இது இன்று நேற்று என்றில்லை, சுதந்திரம் பெற்ற காலம் முதல் ஜனநாயக ஆட்சி அல்லது ராணுவ சர்வாதிகாரம் என மியான்மரின் ஆட்சிப் பொறுப்பு எவரிடம் இருந்தாலும் அவருக்கான ஆதரவைச் சீனா தவறாமல் வழங்கி வருகிறது. இந்தக் காரணத்தால் இந்தியாவின் மியான்மர் கொள்கையும் மாற்றத்துக்கு உண்டானது.

17. பூவா தலையா

பிரிட்டிஷ் பிடியிலிருந்து ஒன்றன்பின் ஒன்றாக இந்தியாவும் பர்மாவும் சுதந்திரம் பெற்றதும் 1951ஆம் வருடம் அண்டை நாடுகள் என்ற முறையில் ஒரு சம்பிரதாய 'நட்புணர்வு ஒப்பந்தம்' இருநாடுகளுக்கும் இடையே கையெழுத்தானது. சொல்லிக் கொள்ளும்படியான அரசு ரீதியிலான உறவுகள் இல்லை என்றாலும், அங்கு ராணுவ ஆட்சி நடைமுறைக்கு வந்த பிறகு பர்மாவுடனான அரசு உறவுகளை முறித்துக்கொண்டது இந்தியா.

இதற்குப் பர்மாவில் நடந்த ஜனநாயகப் படுகொலை ஒரு காரணம் என்றாலும், பல காலமாக அங்கிருந்த இந்திய வம்சாவளி மக்களைத் துன்புறுத்தி நாட்டைவிட்டு வெளியேற்றியது மிக முக்கியமான காரணமாக இருந்தது. அதன் பிறகு, வாய்ப்பு கிடைக்கும்போதெல்லாம் பர்மிய ராணுவ ஆட்சியாளரைக் கண்டித்து வந்த இந்திய அரசு பிற மேற்குலக நாடுகளுடன் இணைந்து பர்மாவில் செயல்பட்டு வந்த ஜனநாயகச் சார்பு இயக்கங்களை ஊக்குவித்தது.

1984ஆம் வருடம் அன்றைய இந்தியப் பிரதமர் இந்திரா காந்தி, தனது மெய்க்காப்பாளர்களால் சுட்டுக்கொல்லப்பட்டபின் அடுத்த பிரதமராக ராஜீவ் காந்தி பொறுப்பேற்றார். ராஜீவ் காந்தியின் ஆட்சிக் காலத்தில் பர்மாவின் மீதான இந்திய அரசின் கண்ணோட்டத்தில் மிகப்பெரும் மாற்றம் ஏற்பட்டது. பிரதமராகப் பதவியேற்ற இரண்டு வருடங்களுக்குப் பிறகு, நேரடியாக யாங்கூன் சென்று பர்மிய ராணுவ ஆட்சியாளருடன் கைகுலுக்கி அரசு ரீதியிலான உறவுகளைப் புதுப்பித்தார் பிரதமர் ராஜீவ் காந்தி.

ஆனால் அதற்கடுத்த வருடம் அங்கு நடந்த '8888 எழுச்சியை' பர்மிய ராணுவம் இரும்புக்கரம் கொண்டு அடக்கவே, அந்தச் செயலைக் கடுமையாகக் கண்டித்த இந்திய அரசு, மீண்டும் பர்மாவுடன் பாரா முகம் காட்டியது. சுதந்திரம் பெற்ற காலம் தொட்டுப் பிற நாடுகளுடனான அயலக உறவுகளில் கொள்கைப் பிடிப்புடன் செயல்பட்டுக்கொண்டிருந்த இந்திய அரசு, நாட்டுக்கு நன்மை ஏற்படுத்தும் சின்ன சின்ன விசயங்களில்கூட தனது கொள்கையைச் சிறிதும் தளர்த்திக் கொள்ளவில்லை.

1989ஆம் வருடம் இந்திய நாடாளுமன்றத்துக்கு நடந்த பொதுத்தேர்தலில் எந்தக் கட்சிக்கும் பெரும்பான்மை கிடைக்கவில்லை. இதனால் முதல் பதினொரு மாதங்கள் வி.பி.சிங், அடுத்த எட்டு மாதங்கள் சந்திரசேகர் என இருவரும் மிகக்குறைவான காலகட்டம் மட்டுமே பிரதமராகப் பதவி வகித்தனர். சொல்லிக்கொள்ளும்படியான நடவடிக்கைகள் சிலவற்றை இருவரும் மேற்கொண்டிருந்தாலும் அவை யானைப் பசிக்குச் சோளப்பொரி கொடுத்த கதைபோல் ஆனது. ஏனென்றால், நாட்டுக்கு உள்ளேயும் வெளியேயும் வரிசைக் கட்டிக் காத்திருந்த பல முக்கியப் பிரச்சனைகள் இவர்களால் தீர்க்கப்படவில்லை.

கூட்டணிக் கட்சிகளின் தயவுடன் இவர்கள் ஆட்சியமைத்திருந்ததால் நாட்டுக்கு உடனடியாகத் தேவைப்பட்ட மிக அவசியமாக விஷயங்களைக்கூட நினைத்தவுடன் செயல்படுத்த முடியவில்லை. அப்படித் துணிந்து ஒரு சில முன்னெடுப்புகளை மேற்கொண்டிருந்தாலும் அவற்றை முழுவதுமாக நிறைவேற்றும் முன்பே இருவரும் பதவியிழந்தனர். அப்படி விட்டகுறை தொட்டகுறையாக அவர்கள் மேற்கொள்ளாமல்போன மிக முக்கியமான நடவடிக்கைகளுள் ஒன்று 'பொருளாதாரச் சீர்திருத்தம்'.

பல காலமாக அரசுக்குத் தலைவலி கொடுத்துக்கொண்டிருந்த பொருளாதாரப் பிரச்னை தொண்ணூறுகளின் தொடக்கத்தில் உச்சத்தை எட்டியது. முன்பே இதைச் சரி செய்ய அடுத்தடுத்து ஆட்சியில் இருந்த அரசுகள் எடுத்த எந்த ஒரு நடவடிக்கையும் பலனளிக்கவில்லை. மிகக்குறைந்த அளவிலான அந்நியச் செலாவணி கையிருப்பு, டாலருக்கு நிகரான இந்திய ரூபாயின் வீழ்ச்சி, இரு இலக்கத்தில் உயர்ந்த பணவீக்கம், நஷ்டத்தில் இயங்கிய பொதுத்துறை நிறுவனங்கள், உயர்ந்துகொண்டே சென்ற அரசின் நிதிப்பற்றாக்குறை, உச்சத்தில் இருந்த பொதுக்கடன் எனத் திரும்பிய பக்கமெல்லாம் கடுமையான பொருளாதாரச் சிக்கல்களால் சிக்கித்தவித்தது இந்திய அரசு.

1991ஆம் வருடம் பொதுத்தேர்தல் பிரசாரத்தில் ஈடுபட்டிருந்த காங்கிரஸ் தலைவர் ராஜீவ் காந்தி குண்டு வெடிப்புச் சம்பவத்தால் மரணமடைந்தார். பொதுத்தேர்தல் முடிவுகள் வெளியானதும் பி.வி.நரசிம்மராவ் தலைமையில் தனிப்பெரும்பான்மையுடன் ஆட்சி அமைத்தது காங்கிரஸ் கட்சி. நரசிம்மராவ் அமைச்சரவையில் நிதித்துறை அமைச்சராக இருந்த மன்மோகன் சிங், மிகப்பெரிய அளவிலான பொருளாதாரச் சீர்திருத்த நடவடிக்கைகளை மேற்கொண்டார். இதனால் முதல் முறையாகத் தாராளமயமாக்கல் கொள்கை இந்தியாவில் செயல்பாட்டுக்கு வந்தது.

புதிதாகத் தொழில் தொடங்குவதற்குத் தேவைப்பட்ட விதிமுறைகள் தளர்த்தப்பட்டு நடைமுறைகள் எளிதாக்கப் பட்டன. அரசு பொதுத்துறை நிறுவனங்களின் பங்குகளில் முதலீடு செய்யத் தனியார் நிறுவனங்களுக்கு அனுமதியளிக்கப் பட்டது. இறக்குமதி வரிகள் குறைக்கப்பட்டு அந்நிய நேரடி முதலீட்டுக்கு அனுமதி அளிக்கப்பட்டது. இதனால் ஒருபுறம் முதலீடுகள் குவிந்து தொழில் வளர்ச்சி பெருகியது. மறுபுறம் பணவீக்கம் குறைந்து அரசின் கடனும் நிதிப்பற்றாக்குறையும் கட்டுக்குள் வந்தன.

இவ்வாறு நிதித்துறைச் சீர்திருத்தங்களை மேற்கொண்டிருந்த அதே வேளையில், வெளியுறவுக் கொள்கையில் புதிய முன்னெடுப்புகளைத் தொடங்க நினைத்த பிரதமர் நரசிம்மராவ், பார் கிழக்கு கொள்கையை அறிமுகப்படுத்தினார். சுதந்திரம் பெற்ற காலம் முதல் இந்தியாவால் அதிகம் கவனிக்கப்பட்டிராத ஆசியாவின் கிழக்கு மற்றும் தென்கிழக்குப் பகுதிகளில் இருந்த நாடுகளை இந்தக் கொள்கை வழியாகக் குறிவைத்தது இந்திய அரசு.

இந்தியாவைப் போலவே வளரும் நாடுகள் பட்டியலில் இருந்த இவர்களுடன் அரசு ரீதியிலான உறவுகளைப் புதுப்பித்து, அவற்றிலிருந்து முடிந்தளவு இந்தியாவுக்கான பலன்களைப் பெறுவது இந்திய அரசின் திட்டம். புதிய கொள்கையின் ஒரு பகுதியாக முதல் முக்கியத்துவம் அண்டை நாடான மியான்மருக்கு அளிக்கப்பட்டது. ராணுவமோ, ஜனநாயகமோ யார் வேண்டுமானாலும் ஆட்சி செய்துவிட்டுப் போகட்டும். அதில் நமக்கான பலன் என்ன என்பதை மட்டும் இனி பார்த்துக் கொண்டால் போயிற்று என்பது இந்திய அரசின் நோக்கமாக இருந்தது.

விஷயம் வெளியானதும் தென்கிழக்காசியாவுக்கான இந்தியாவின் நுழைவாயிலாக மியான்மர் நாடு இருப்பது மட்டுமல்லாமல், இந்தியத் தயாரிப்புகளுக்கான எதிர்காலச் சந்தையாகத் தென்கிழக்காசிய நாடுகள் திகழும் என மியான்மர் உடனான இந்தியாவின் அரசு ரீதியிலான புதிய உறவு குறித்து அன்றைய நாளிதழ்களில் செய்திகள் வெளிவந்தன. அப்படி வெளிவந்த அனைத்துச் செய்திகளும் உண்மைதான். ஆனால் அவற்றை விடவும் மியான்மர் மேலான இந்தியாவின் புதிய கரிசனத்துக்கு இருந்த மிக முக்கியமான காரணம் சீனா.

இரண்டாம் உலகப்போருக்குப் பிறகான ஆசியக் கண்டத்தில் சர்வதேச அளவிலான முக்கியத்துவத்தைப் பெற்ற இருபெரும் நாடுகள் இந்தியாவும் சீனாவும். 1962ஆம் வருடத்தில் நடந்த இந்திய-சீனப் போருக்குப் பல வருடங்கள் பிறகும்கூட இந்த இரு நாடுகளின் வளர்ச்சி ஏறத்தாழ சமமான நிலையில் இருந்து வந்தது. ஆனால் 1980களில் டெங் ஷிஆவ்பிங் தலைமையிலான சீன அரசு கம்யூனிசக் கொள்கையிலிருந்து விலகிப் பல புதிய பொருளாதாரச் சீர்திருத்த நடவடிக்கைகளை மேற்கொண்ட காரணத்தால் அபரிமிதமான வளர்ச்சி கண்டது சீனா.

கம்யூனிசத்தை வளர்த்தெடுத்தது மட்டுமல்லாமல், அதைச் சீன நாட்டின் வளர்ச்சிக் கொள்கையாகவும் கடைப்பிடிக்கக் காரணமாக இருந்தவர் மாவோ. அதிரடிக்குப் பெயர் போன மாவோ, ஜனநாயகம், சர்வாதிகாரம் என்றெல்லாம் வித்தியாசம் பார்த்துக் கொண்டிராமல் பர்மாவில் ராணுவ ஆட்சி அமைந்ததும் முதல் ஆளாகச் சர்வாதிகாரி நீ வின்னுக்கு வாழ்த்து கூறினார். அடுத்த 25 வருடங்கள் வெளி உலகுடன் பர்மா தனது தொடர்பைத் துண்டித்துக் கொண்டாலும் சீனாவுடன் மட்டும் நல்ல தொடர்பில் இருந்தது. ஆயுத உதவி, நிதி உதவி, இன்னும் எத்தனை உதவிகள் இருக்கிறதோ அத்தனை உதவிகளையும் தேவைப்படும் நேரத்தில் சீனாவிடமிருந்து பெற்றுக்கொண்டது பர்மிய அரசு.

உதவிக்குப் பிரதிபலனாகப் பர்மாவின் இயற்கை வளங்களான கச்சா எண்ணெய் மற்றும் இயற்கை எரிவாயு ஆகியவற்றை அடக்கமான விலையில் தனிப்பெரும் நாடாக இறக்குமதி செய்து பலனடைந்தது சீனா. இப்படியாக, இரு நாட்டு உறவுகள் முன்னேறி ஒரு கட்டத்தில் தெற்குப் பர்மாவின் கடலோரப் பகுதியிலும் கோகோஸ் தீவிலும் சீன அரசு கண்காணிப்பு ரேடார்களை நிறுவியுள்ளதாக எண்பதுகளின் இறுதியில் செய்திகள் பரவின.

தெற்குப் பர்மாவின் கடல் பகுதியிலிருந்து கூப்பிடு தூரத்தில் இருக்கிறது அந்தமான்-நிக்கோபார் தீவுகள். சீனாவின் இந்த நடவடிக்கை இந்திய நிலப்பரப்புக்கு அச்சுறுத்தல் ஏற்படுத்தும் என்பதை உணர்ந்த இந்திய அரசு, பழைய கொள்கை, கோட்பாடு என அனைத்தையும் தூக்கிப் பரணில் வைத்துவிட்டுப் பார் கிழக்கு கொள்கையை வெளியிட்டு, மியான்மர் அரசுடன் நட்பு பாராட்ட முனைந்தது. அச்சமயம் சாவ் மாவுங் தலைமையிலான பர்மிய ராணுவ அரசு, பொருளாதாரச் சீர்திருத்த நடவடிக்கைகள் மேற்கொண்டது மட்டுமல்லாமல், பல நாடுகளுடன் அரசு ரீதியிலான உறவுகளையும் முன்னெடுத்திருந்தது. இதனால் பழைய உறவைப் புதுப்பிக்க இந்தியா முனைந்ததும் மியான்மர் தரப்பிலிருந்து உடனே பச்சைக்கொடி காட்டப்பட்டு அரசு முறை ஒப்பந்தங்கள் கையெழுத்தாகின.

இவ்வாறாக நாட்டுக்கு வெளியே அச்சுறுத்தலாக இருந்த சீனாவின் நடவடிக்கைகளை எதிர்கொள்ளும் விதமாக மியான்மருடன் நட்புறவு புதுப்பிக்கப்பட்டது என்றாலும், நாட்டுக்கு உள்ளே ஏற்பட்ட அச்சுறுத்தல்களைச் சமாளிக்கவும் மியான்மரின் உதவி இந்தியாவுக்குத் தேவைப்பட்டது

•

இந்தியாவின் வடகிழக்குப் பகுதி இயற்கையின் அழகுக்குக் குறைவில்லாத ஒரு பிராந்தியம். சலசலத்து ஓடும் சிற்றோடைகள், அவை கலக்கும் ஆறுகள், எண்ணற்ற பள்ளத்தாக்குகள், அடர்த்தியான காடுகள், ஓங்கு தாங்காய் வளர்ந்து உயர்ந்த மலைகள் என எந்தப் பக்கம் திரும்பினாலும் அழகான, அதே நேரம் கடினமான நிலப்பரப்பை உடையது இந்தப்பகுதி.

பத்தொன்பதாம் நூற்றாண்டின் தொடக்கத்தில் இந்த வடகிழக்குப் பகுதியில் இருந்த அன்றைய அகோம் மற்றும் மணிப்பூர் ராஜ்ஜியங்களின் மீது படையெடுத்து வந்த பர்மிய கொன்பாவுங் படைகளைக் கைகாட்டி, இவர்களைக் காக்க வந்த ஒரு ரட்சகனைப்போல வடகிழக்கு அரசியலுக்குள் நுழைந்தது பிரிட்டிஷ் படை. ஆனால், முதலாம் ஆங்கிலேய-பர்மியப் போருக்குப் பிறகு அகோம் ராஜ்ஜியத்தின் ஆட்சியை முடிவுக்குக் கொண்டு வந்து, அசாம், கச்சார், ஜெய்ந்தியா ஆகிய பகுதிகளைக் கைப்பற்றியது மட்டுமல்லாமல், மணிப்பூர் மன்னரைத் தனது கைப்பாவையாகவும் மாற்றி வடகிழக்குப் பகுதியில் தனது ஆளுமையை நிலைநிறுத்தியது பிரிட்டிஷ் அரசு.

இதற்கு வெகு காலத்துக்கு முன்பு, அதாவது பதிமூன்றாம் நூற்றாண்டு வாக்கில் பர்மிய-சீன எல்லையிலிருந்து புலம்பெயர்ந்து வந்த ஷான் இன மக்கள், அசாம் பள்ளத்தாக்குப் பகுதியில் அகோம் சாம்ராஜ்ஜியத்தை உருவாக்கினார்கள். இதனால், பள்ளத்தாக்கைச் சுற்றியிருந்த மலைப்பகுதிகளில் பன்னெடுங்காலமாக வேட்டைச் சமூகமாக வாழ்ந்து வந்த நூற்றுக்கணக்கான இனங்களைச் சேர்ந்த பழங்குடியின மக்களுக்கும், அகோம் ராஜ்ஜியத்துக்கும் இடையே அடிக்கடி சண்டை நடப்பது வாடிக்கையானது. ஒரு கட்டத்தில் இந்தப் பிரச்சனையை முடிவுக்குக் கொண்டுவரப் பழங்குடியின மக்களுடன் எழுதப்படாத ஒப்பந்தத்தை ஏற்படுத்திக்கொண்டனர் அகோம் ஆட்சியாளர்கள்.

ஒப்பந்தத்தின்படி, பள்ளத்தாக்குப் பகுதியைச் சுற்றியிருந்த செழிப்பான பகுதிகளில் வேட்டையாட, விவசாயம் மேற்கொள்ள, மீன்பிடிக்க, ஆற்றுப்பகுதியில் தங்கத்துகள் சேகரிக்க எனப் பல உரிமைகளும் சலுகைகளும் பழங்குடியின மக்களுக்கு அகோம் ஆட்சியாளர்களால் வழங்கப்பட்டது. இதனால் பிரச்னை முடிவுக்கு வந்து அடுத்த சில நூற்றாண்டுகள் இருதரப்பினரும் இந்த ஒப்பந்தத்தை மதித்து நடந்தனர்.

எந்த ஒரு புதிய நிலம் கைப்பற்றப்பட்டாலும், அங்கிருந்த பழைய ஏற்பாடுகளை அகற்றிவிட்டுத் தங்களுக்கு அதிக வருமானத்தைத்தரும் வகையிலான புதிய ஏற்பாடுகளை உருவாக்குவது பிரிட்டிஷ் அரசு தொன்று தொட்டு கடைப்பிடித்து வந்த சம்பிரதாயம். ஆனால் வடகிழக்குப் பகுதியிலும் அதுபோல செய்ய முனைந்து அது பெரும் பிரச்னையில் போய் முடிந்தது.

பிரிட்டிஷ் அரசு வடகிழக்குப் பகுதியைக் கைப்பற்றியப் பிறகு, அங்கிருந்த சீதோஷ்ண நிலை மற்றும் நிலப்பாங்கைக் கவனித்த பிரிட்டிஷார், 1837ஆம் வருடம் அசாமின் முதல் தேயிலைத் தோட்டத்தை தீப்ருகர் மாவட்டத்தின் சபுவா எனும் இடத்தில் அமைத்து, பிறகு சுற்றியிருந்த பல இடங்களுக்கும் அதை விரிவுபடுத்தினர். இவ்வாறு தேயிலைத் தோட்டங்கள் அமைந்த இடங்கள் அனைத்தும் முன்பு பழங்குடியின மக்கள் வேட்டையாடவும் உணவு சேகரிக்கவும் அகோம் ஆட்சியாளர்கள் விட்டுக்கொடுத்த பகுதிகளாகும்.

நூற்றாண்டு காலமாக தங்கள் வாழ்வாதாரத்துக்குக் காரணமாக இருந்த பகுதிகள் சிறிது சிறிதாக தங்கள் கையை விட்டுப்போக

ஆரம்பித்ததும் பிரிட்டிஷ் படைகள் மீது கெரில்லா தாக்குதலை ஆரம்பித்தன பழங்குடியினங்கள். இதற்குத் தங்கள் பாணியில் பதிலடி கொடுத்த பிரிட்டிஷ் அரசு, ஒரு படி மேலே சென்று நாகா, காரோ, காசீ, மிசோ மலைப்பகுதிகளை ஒன்றன்பின் ஒன்றாகக் கைப்பற்றி, அவற்றை அசாம் பகுதியுடன் இணைத்துப் பழங்குடியின மக்களின் சுதந்திர வாழ்க்கைக்கு முடிவுகட்டியது.

இதுமட்டுமல்லாமல், புதிதாக உருவான தேயிலைத் தோட்டங்களில் பழங்குடியின மக்களின் ஊடுருவலைத் தடுக்கும் வகையில் அவை பாதுகாக்கப்பட்ட பகுதிகள் எனப் பிரிட்டிஷ் அரசால் அறிவிக்கப்பட்டது. இந்தப் பாதுகாக்கப்பட்ட பகுதிகளுக்குள் அரசு அனுமதி இன்றி வெளியாட்கள் யாரும் நுழைய முடியாது. வருடங்கள் செல்லச் செல்லப் பாதுகாக்கப் பட்ட பகுதிகளின் எண்ணிக்கை உயர்ந்துகொண்டே சென்றது.

தேயிலைத் தோட்டங்களை முன்வைத்து பிரிட்டிஷ் அரசு ஆரம்பித்து வைத்த நில ஆக்கிரமிப்பு, பிறகு நிலக்கரி தோண்டவும், கச்சா எண்ணெய் எடுக்கவும் செயல்படுத்தப் பட்டது. பூர்வீக நிலங்களில் அந்நியப்பட்டது மட்டுமல்லாமல், வாழ்வாதாரமும் சிதைந்துபோனதால் அதிகப் பாதிப்புக்கு உள்ளாகினர் பழங்குடியின மக்கள்.

சீனாவுடனும் பர்மாவுடனும் இந்தியாவின் வடகிழக்குப் பகுதி எல்லையைப் பகிர்ந்துகொண்டிருந்ததால் ஆரம்பம் முதலே இந்தப் பகுதியின் பாதுகாப்புக்கு முக்கியத்துவம் கொடுத்தது பிரிட்டிஷ் அரசு. அதிலும், வணிக நோக்கத்துடனான பிரிட்டிஷ் முதலீடுகள் இங்கு அதிகமான பிறகு அதற்கேற்ப பிரிட்டிஷ் படைகளின் கெடுபிடிகளும் அதிகமானது. இதனால், பிரிட்டிஷ் அரசுக்கு எதிராக அடிக்கடி போராட்டத்தில் இறங்கினார்கள் பழங்குடியின மக்கள். அவ்வாறு நடக்கும் போராட்டங்கள் கண்மூடித்தனமாகப் பிரிட்டிஷ் படைகளால் நசுக்கப்பட்டன.

அன்றைய வங்காள மாகாணத்துடன் நிர்வாகரீதியில் இணைந்திருந்த வடகிழக்குப் பகுதி, 1873ஆம் வருடம் ‘அசாம் மாகாணம்’ என்ற பெயரில் தனியாகப் பிரிக்கப்பட்டது. 1935ஆம் வருடம் நாகா மற்றும் மிசோ மலைப்பகுதிகள் விலக்கப்பட்ட பகுதிகள் எனத் தனியாக வகைப்படுத்தப்பட்டு அசாம் ஆளுநரின் நேரடிக் கட்டுப்பாட்டுக்குள் கொண்டுவரப்பட்டன. அடுத்த இரண்டு வருடங்களில் அகோம் உட்பட அனைத்து மாகாணங்களுக்கும் தேர்தல் நடத்தப்பட்டது. ஆனால் இந்த விலக்கப்பட்ட பகுதிகளில் மட்டும் தேர்தல் நடைபெறவில்லை.

வளங்கள் சுரண்டப்பட்டு, வாழ்வாதாரத்தை இழந்து, வளர்ச்சி இல்லாமல் நாட்டுக்குள்ளேயே அந்நியப்பட்டுப் போனது இந்தப்பகுதி. பிரிட்டிஷ் பிடியிலிருந்து இந்திய நாடு சுதந்திரம் பெறப்போகும் அறிவிப்பு வெளிவந்ததும் வடகிழக்குப் பழங்குடியினத்தவர் பலரிடமிருந்தும் தனி நாடு கோரிக்கை எழுந்தது. அதில் முதல் குரல் நாகா பழங்குடியின மக்களுடையது.

'முன்பு சுதந்திரமாகக் காடுகளிலும் மேடுகளிலும் சுற்றித்திரிந்த எங்களைப் பிரிட்டிஷ் அரசாங்கம் கட்டுப்படுத்தி நிலங்களைப் பறித்துக்கொண்டு அடிமைநிலைக்குத் தள்ளியது. இனி எங்களுக்குத் தேவைப்படுவது சுதந்திரம் மட்டுமே. இந்த நாட்டைப் பிரித்து, இந்தியா, பாகிஸ்தான் என இரு நாடுகளை உருவாக்குவதுபோல எங்கள் நாகா பகுதிகளைப் பிரித்துத் தனி ஒரு நாட்டை உருவாக்கிக் கொடுங்கள். இல்லையென்றால், நாங்களே உருவாக்கிக் கொள்கிறோம் என எச்சரிக்கை விடுத்துப் போராட்டங்களிலும் ஆயுதத் தாக்குதல்களிலும் ஈடுபட்டனர் நாகா மக்கள்

நாகா மக்களைப்போல வடகிழக்கின் பல்வேறு பகுதிகளைச் சேர்ந்த பழங்குடியின மக்களும் தங்களுக்குச் சுய நிர்ணய உரிமை வேண்டி ஆயுதமேந்திப் போராட ஆரம்பித்தனர். ஆனால் பழங்குடியின மக்களின் தனி நாடு கோரிக்கை அன்றைய பிரிட்டிஷ் அரசாங்கத்தால் திட்டவட்டமாக நிராகரிக்கப்பட்டது.

இந்தியாவின் சுதந்திரத்துக்குப் பிறகு இந்த வடகிழக்கு ஆயுதக்குழுக்கள் ஒழுங்குமுறையோடு செயல்படும் பிரிவினைவாத அமைப்புகளாக உருமாறின. தங்கள் கோரிக்கை நிறைவேற்றப்படாததால் வடகிழக்கிலிருந்த ராணுவ முகாம்கள் மற்றும் அரசு அலுவலகங்களின் மீது ஆயுதக்குழுக்கள் தாக்குதல் நடத்துவது வாடிக்கையானது. இதனால் போராட்டம், கலவரம், தாக்குதல் என முற்றிலுமாக நிம்மதியைத் தொலைத்தது வடகிழக்குப் பகுதி. மறுபுறம், இந்தியாவின் அரசியலமைப்புச் சட்டம் நிறைவேறிய பிறகு அசாம் மாகாணம் மாநில அந்தஸ்தைப் பெற்று வடகிழக்குப் பகுதியின் ஒரே மாநிலமாக இருந்தது.

பிரச்சனையைக் கட்டுக்குள் கொண்டுவர 1958ஆம் வருடம் நிறைவேற்றப்பட்ட ஆயுதப்படை சட்டத்தின் வழியாக வடகிழக்குப் பகுதியில் செயல்படும் ராணுவம் மற்றும் துணை ராணுவப் படைகளுக்குச் சிறப்பு அதிகாரங்கள் வழங்கப்பட்டன. புரியும்படி கூறுவதென்றால், அவை வானளாவிய அதிகாரங்கள்.

உரிய முன் உத்தரவின்றி எவரையும் கைது செய்யவும், எந்த ஓர் இடத்தைச் சோதனையிடவும் பாதுகாப்புப் படைகளுக்கு அதிகாரம் வழங்கப்பட்டது. மேலும், இந்தச் சட்டத்தின் கீழ் பாதுகாப்புப் படைகள் எடுக்கும் நடவடிக்கைகளுக்கு எதிராக யாரும் வழக்குத் தொடர முடியாது. பிரிவினைவாத அமைப்புகளைச் சமாளிக்கும் விதமாக இந்த ஏற்பாட்டைச் செய்ததாக அன்றைய மத்திய அரசுத் தரப்பில் கூறப்பட்டது. ஆனால், இச்சட்டத்தினால் பொதுமக்கள் அதிகமாகப் பாதிக்கப்பட்டது தனிக்கதை.

பாதுகாப்புப் படைகளுக்குச் சிறப்பு அதிகாரங்களைக் கொடுத்த பிறகு, பிரிவினைவாத அமைப்புகளின் நடவடிக்கைகள் கட்டுக்குள் வந்ததா என்று கேட்டால் அதுதான் இல்லை. அதற்கு மிக முக்கியக் காரணமாக இருந்தது வடகிழக்குப் பகுதியின் புவியியல் அமைப்பு. அங்கிருந்த கடினமான மலைப்பகுதி மற்றும் அடர்வனங்கள் பாதுகாப்புப் படைகளின் நடவடிக்கைகளிலிருந்து ஆயுதக்குழுக்கள் தப்பிப்பதற்கான புகலிடமாகத் திகழ்ந்தன. இவற்றை விடவும், சிறந்த இடமாக எல்லைக்கு அப்பால் இருந்த பர்மா நாடு இருந்தது.

வடகிழக்குப் பிரிவினைவாத அமைப்புகளின் ஆயுதக் குழுக்களுக்கு எதிராக இந்தியப் பாதுகாப்புப் படைகளின் நடவடிக்கைகள் கடுமையாக இருந்தால், அவற்றிலிருந்து தப்பிக்க இவர்கள் எல்லைதாண்டி பர்மாவுக்குள் நுழைந்து தஞ்சமடைவார்கள். அங்கிருக்கும் பழங்குடியின மக்கள் மற்றும் ஆயுதக்குழுக்களிடம் இவர்களுக்குத் தேவையான உதவிகள் கிடைத்துவிடும்.

பர்மிய ராணுவத்தின் ஒத்துழைப்பு இல்லாமல் இந்தியப் பாதுகாப்புப் படைகளால் எல்லை தாண்டி அங்கே நுழைய முடியாது. அதுவும், அன்றைய பர்மாவில் ராணுவ ஆட்சி நடந்த காரணத்தால் இரு அரசுகளிடையே சுமுக உறவு இல்லை. எனவே, இந்தியாவின் வடகிழக்கு ஆயுதக்குழுக்களுக்குப் பர்மா மிகவும் பாதுகாப்பான புகலிடமாக இருந்தது. ஆனால், எப்படி இவர்களுக்குப் பர்மாவில் உதவி கிடைக்கிறது?

இரு நாட்டு ஆயுதக்குழுக்களுக்கும் சுதந்திரம் ஒன்றுதான் இலக்கு. எனவே பரஸ்பர உதவிகள் செய்துகொள்கிறார்கள் என்று நினைத்தால் அது ஓரளவுக்குச் சரிதான். ஆனால் இரு நாடுகளிலும் வாழ்ந்து வரும் இந்தப் பழங்குடியின மக்கள், ஒருவருக்கொருவர் இனரீதியாக நெருங்கிய தொடர்பைக் கொண்டவர்கள் என்பதே

இப்படி உதவிகள் செய்துகொள்வதற்கான மிக முக்கியமான காரணம்.

இந்தியாவின் மிசோரமும் மணிப்பூர் மாநிலமும் மியான்மரின் சின் மாகாணத்தோடும் சாகைங் மாகாணத்தோடும் எல்லையைப் பகிர்ந்துகொண்டுள்ளன. இந்தப் பகுதிகளில் வசித்து வரும் இந்தியாவின் குக்கி நாகா, மிசோ, சோமி பழங்குடியின மக்கள், மியான்மரின்லாய், லூசே, நட்டு, டெடிம்-சோமி பழங்குடியினருடன் இனரீதியாக நெருங்கிய தொடர்பைக் கொண்டவர்கள். மொழி, உணவு, சடங்குகள் என இவர்களுக்கிடையே பொதுவான விஷயங்கள் பல இருந்தாலும் இரு நாடுகளுக்கும் இடையே உள்ள எல்லைக்கோடு மட்டும்தான் இந்த மக்களை வேறுபடுத்தியது.

இந்தப் பழங்குடியின மக்களிடையே எல்லைதாண்டிய திருமணப் பந்தங்கள் இன்று வரை தங்கு தடையின்றி நடந்து கொண்டிருக்கின்றன. மேலும், பல பழங்குடியினக் குடும்பங்கள் எல்லைதாண்டிய தங்கள் சொந்தங்களுடனான தொடர்புகளை விட்டு விடாமல் தொடர்ந்து வருவது மிக இயல்பான விசயம்.

மணிப்பூர், மிசோரம் மாநிலங்களில் அமைந்துள்ள இந்திய-மியான்மர் எல்லைப்பகுதி வேலியாக்கப்பட்டதல்ல. இருபக்கமும் உள்ள பழங்குடியின மக்களிடையே இன்றளவும் குடும்ப மற்றும் கலாச்சார ரீதியிலான இணைப்புகள் உள்ளதால் அது பாதிக்கப்படாமல் இருக்க இந்த எல்லை வேலியாக்கப் படாமல் உள்ளது. ஆனால் இதற்கு நேரெதிராக அதே பிராந்தியத்தில் உள்ள இந்திய-வங்கதேச எல்லை சுமார் அறுபது சதவிகிதத்துக்கும் மேல் வேலியாக்கப்பட்டுள்ளது.

இதுமட்டுமல்லாமல், இந்தியாவுடன் எல்லையைப் பகிர்ந்துள்ள வேறு எந்த ஓர் அண்டை நாட்டுடன் இல்லாத வகையில் இந்திய-மியான்மருக்கிடையே மட்டும் ஒரு சிறப்பு ஏற்பாடு உள்ளது. இரு பக்கங்களிலும் வசிக்கும் பழங்குடியின மக்கள், சட்டப்படி எல்லைதாண்டிச் சென்று எதிர் நாட்டுக்குள் பதினான்கு நாட்கள் வரை விசா இன்றி வசித்துத் திரும்பி வரலாம்.

வேலை, பொருட்கள் விற்பனை, மருத்துவ வசதிகள், பள்ளிக் கல்வி ஆகியவற்றுக்காக மியான்மர் பழங்குடியின மக்கள் மணிப்பூர் மற்றும் மிசோரம் மாநிலங்களுக்குள் எல்லைதாண்டி தினமும் வந்து செல்வது இயல்பாக நடக்கும் விசயம். லோங்வா போன்ற சில எல்லைக் கிராமங்கள், இரு நாடுகளிலும் அமைந்துள்ளன.

இப்படிப்பட்ட இனரீதியிலான பிணைப்புகளால் இந்தியப் பிரிவினைவாத ஆயுதக்குழுக்கள் பாதுகாப்புப் படைகளால் அவர்களுக்குப் பிரச்சனை ஏற்படும்பொழுது எல்லைதாண்டிச் சென்றன. இதுபோல 1980களில் தனி நாடு கோரிக்கையுடன் மிசோரம் மாநிலத்தில் கிளர்ச்சியாளர்கள் நடத்திய வன்முறைகளுக்குப் பயந்து, பலர் இங்கிருந்து எல்லை தாண்டிச்சென்று, தற்காலிகமாக மியான்மரில் அடைக்கலம் தேடிய கதைகளும் உண்டு.

இப்படிப் பழங்குடியின மக்கள் எல்லை தாண்டித் தஞ்சமடைவது ஒரு வழிப்பயணமாக மட்டும் இருப்பதில்லை. 1988ஆம் வருடம் நடந்த மக்கள் எழுச்சியை மியான்மர் ராணுவம் கடுமையான முறையில் அடக்கியபொழுது குடும்பத்துடன் பலர் அங்கிருந்து எல்லை தாண்டி வந்து மிசோரமில் தற்காலிகமாகத் தஞ்சமடைந்தனர்.

வெகு சமீபத்தில் 2021ஆம் வருடம், பிப்ரவரி ஒன்றாம் தேதி, பர்மிய ராணுவம் மியான்மரில் மீண்டும் ஆட்சியைக் கைப்பற்றியவுடன் எல்லைப் பாதுகாப்பைப் பலப்படுத்தியது இந்திய ராணுவம். ஆனாலும், பர்மிய ராணுத்தின் அடக்குமுறைகளிலிருந்து தப்பிக்க நூற்றுக்கணக்கான மியான்மர் மக்கள் எல்லை தாண்டி இந்தியாவுக்குள் நுழைந்தனர். இப்படி, எல்லைதாண்டி இந்தியாவுக்குள் வருபவர்களைச் சட்டவிரோதக் குடியேறிகளாகக் கருதி, அவர்களைத் திருப்பி அனுப்புமாறு மியான்மருடன் சர்வதேச எல்லையைப் பகிரும் நான்கு வடகிழக்கு மாநிலங்களுக்கு உடனே சுற்றறிக்கை அனுப்பியது இந்திய அரசு. இந்தச் சுற்றறிக்கையை மையமாக வைத்து மிசோரமில் மட்டும் சலசலப்பு எழுந்தது. அதற்கான காரணம் மக்களிடையே இருக்கும் இனரீதியிலான பிணைப்பு இல்லாமல் வேறு எதுவாக இருக்க முடியும்?

பழங்குடியின மக்களுக்கிடையே உள்ள பிணைப்புகளை மதிக்க வேண்டிய அவசியம் இருந்தாலும், திறந்தவெளி எல்லையாக உள்ளதால் ஆயுதங்கள், போதை வஸ்துக்கள், குட்கா உள்ளிட்ட பொருட்கள் எல்லைதாண்டி மியான்மரிலிருந்து இந்தியாவுக்குள் கடத்தப்படுவது வாடிக்கையானது. மேலும் இதே வழியை வைத்துதான் தங்களுக்குத் தேவையான ஆயுதங்களையும் பணத்தையும் இந்தியப் பிரிவினைவாத ஆயுதக்குழுக்கள் திரட்டின.

தொண்ணூறுகளில் இரு நாட்டு அரசுகளுக்குமிடையே சுமூக உறவுகள் ஏற்பட்ட பிறகு இப்பிரச்னைக்குத் தீர்வு காணும்

வகையில், இந்திய ராணுவம், மியான்மர் ராணுவத்துடன் இணைந்து எல்லையோரப் பகுதிகளில் ரோந்துப்பணிகள் மேற்கொள்வது, ஆயுதக்குழுக்களின் முகாம்களைத் தாக்கி அளிப்பது, எல்லை தாண்டி மேற்கொள்ளப்படும் கடத்தல்களைத் தடுத்து நிறுத்துவது எனப் பல நடவடிக்கைகள் மேற்கொள்ளப் பட்டு அதனால் எல்லைப்பகுதிகளில் சட்ட ஒழுங்கு மேம்பட்டது.

இவ்வாறு ஆயுதக்குழுக்களுக்கு எதிரான மியான்மருடன் இணைந்து நடவடிக்கைகள் எடுப்பதற்கு முன்பே, வடகிழக்குப் பகுதியில் சுய நிர்ணயம் வேண்டிப் போராடி வந்த பழங்குடியின மக்களை ஆற்றுப்படுத்தும் விதமாக அசாமிலிருந்து தனியாகப் பிரிக்கப்பட்டு நாகலாந்து, திரிபுரா, மேகாலயா, மணிப்பூர், அருணாச்சல பிரதேசம், மிசோரம் என ஒன்றன்பின் ஒன்றாகப் புது மாநிலங்கள் உருவாக்கப்பட்டன.

சுதந்திரத்திற்குப் பிறகு இந்தியத் தீபகற்பத்தில் மொழியை அடிப்படையாக வைத்து மாநிலங்கள் உருவானது. ஆனால் வடகிழக்குப் பகுதியில் மட்டும் பழங்குடியின அடையாளங்களை மையமாக வைத்து மாநிலங்கள் உருவாக்கப்பட்டன.

இவ்வாறு, பழங்குடியின அடையாளங்களை முன்வைத்து புதிய மாநிலங்கள் உருவான பிறகும்கூட தனி நாடு கோரிக்கையை விடாமல் எழுப்பி வந்த வடகிழக்கு ஆயுதக்குழுக்கள் சிலவற்றுக்குச் சீனாவிலிருந்து ஆயுத உதவிகள் வருவதாக இந்திய அரசுக்குத் தகவல் கிடைத்தது. ஏற்கெனவே மியான்மரைத் தளமாகக் கொண்டு அந்தமான் கடலோரப் பகுதியில் கண்காணிப்பு ரேடார்களை சீன அரசு நிறுவியிருந்த காலகட்டம் அது.

எனவே, இந்தியாவுக்கு எதிரான சீனாவின் இத்தகைய நடவடிக்கைகளை மியான்மர் அரசின் உதவியில்லாமல் சமாளிக்க முடியாது என்பதை உணர்ந்த இந்திய அரசு, சூழ்நிலைக்குத் தேவைப்படும் வகையில் மியான்மருடன் அரசு ரீதியிலான உறவைப் புதுப்பித்துக்கொண்டது.

பார் கிழக்குக் கொள்கை வழியாக இவ்வாறு தொடங்கப்பட்ட மியான்மர் உடனான அயலக உறவு இந்தியாவின் தேசப் பாதுகாப்பை உறுதிப்படுத்தும் நோக்கில் மட்டுமல்லாமல் பொருளாதாரத்தையும் மையப்படுத்தி அமைந்திருந்தது.

தொண்ணூறுகள் காலகட்டத்தில் இந்தியத் தொழிலதிபர்கள் மியான்மரில் தொழில் தொடங்கி லாபம் பார்க்கும் அளவுக்கான சந்தை வாய்ப்புகள் அங்கே பெரிதாக இல்லை. ஆனால்,

பொருளாதாரரீதியில் மியான்மருக்கு உதவ வேண்டிய சூழ்நிலை இருந்தால் தனது சொந்தச் செலவில் பல உள்கட்டமைப்பு வசதிகளை இந்திய அரசு அங்கு ஏற்படுத்தியது.

இருநாடுகளுக்கும் இடையே தொழில்ரீதியிலான ஒத்துழைப்புகள் இரண்டாயிரமாவது வருடத்துக்குப் பிறகே ஏற்பட்டன. அதிலும் குறிப்பிடும் வகையிலான நன்மைகள் என இந்தியாவுக்கு எதுவும் முதலில் ஏற்படவில்லை. உதாரணமாக, 2006 முதல் 2014 வரையிலான வருடங்களில் இரு நாடுகளுக்குமிடையே நடந்த வணிகத்தில் இந்தியாவிலிருந்து மியான்மருக்குச் சென்ற ஏற்றுமதிகளைவிட அங்கிருந்து இங்கே பெறப்பட்ட இறக்குமதிகளே அதிகம். இதுமட்டுமல்லாமல், இந்திய அரசு எதிர்பார்த்துக்கொண்டிருந்த அரக்கன் எரிவாயு களத்திலிருந்து எரிவாயு எடுக்கும் உரிமை சீனாவுக்குத் தாரைவார்க்கப்பட்டது.

சீனாவுடன் காட்டும் நெருக்கத்தை மட்டும் காரணமாக வைத்து இந்திய அரசு பல சலுகைகளை மியான்மருக்கு அளித்துக் கொண்டே இருக்கக்கூடாது. நாட்டின் பாதுகாப்பைப் பலப்படுத்தி வணிகத்தில் கோட்டை விடுகிறது இந்திய அரசு என அச்சமயம் விமர்சனங்கள் எழுந்தன. ஆனால், இந்த நிலை பிறகாலங்களில் மாற்றம் பெற்று, வணிகரீதியிலான நன்மைகள் இந்தியத் தரப்புக்கும் கிடைத்துள்ளன.

ராணுவ ஆட்சி ஒருவழியாக முடிவுக்கு வந்து 2011ஆம் வருடம் முதல் அடுத்தடுத்து ஆட்சியில் இருந்த தெய்ன் மற்றும் சூச்சி அரசுகளுடன் நெருங்கிய நட்புறவைப் பேணியது இந்திய அரசு.

அதற்குப் பிறகு மீண்டும் 2021ஆம் வருடம் மியான்மர் ராணுவம் ஆட்சியைக் கைப்பற்றியபொழுது அதைக் கண்டிக்கும் வகையில் உலகெங்கிலும் இருந்தும் கண்டனக் குரல்கள் எழுந்தன. இந்த விவகாரத்தில் சீனா மற்றும் ரஷ்யாவின் ஆதரவு மியான்மர் ராணுவத்துக்கு இருந்தது என்று சொல்லித் தெரியவேண்டிய அவசியம் இல்லை. ஆனால், இந்த விசயத்தில் உடனடியாகத் தனது நிலைப்பாட்டையும் அறிவிக்காமல் இருந்ததற்கு இந்திய அரசு மீது சர்வதேச அளவில் விமர்சனங்கள் கிளம்பியது. ஆனால், இந்தியாவின் இந்த அமைதிக்குச் சீனாவுடனான போட்டி ஒரு முக்கியமான காரணமாகப் பார்க்கப்படுகிறது.

தொண்ணூறுகளின் காலகட்டம் போலில்லாமல் இன்று உலக அரசியல் கணக்குகள் வெகுவாக மாறியுள்ளது. பல மேற்குலக

நாடுகளுக்குச் சவால்விடும் நிலையில் அசுர வளர்ச்சியைச் சீனா எட்டியிருந்தாலும், சொந்த ஆசியக் கண்டத்தில் சீனாவின் நேரடிப் போட்டியாளராக இருப்பது இந்தியா மட்டுமே.

அதிலும், இந்தியாவுக்கும் சீனாவுக்கும் இடையேயான போட்டி இப்போது உச்சக்கட்டத்தை எட்டியிருக்கிறது. இந்த இரு நாட்டு அரசுகளுமே தங்கள் எதிர்த்தரப்புக்கு எந்த ஒரு அனுகூலமும் கிடைத்து விடக்கூடாது எனத் திட்டமிட்டு தங்களின் ஒவ்வொரு அடியையும் அளந்து வைக்கின்றன.

மியான்மர் விவகாரத்தை எடுத்துக்கொண்டால், அந்நாட்டு ராணுவத்தின் வாழ்நாள் புரவலராக இருந்து வருகிறது சீன அரசு. ராணுவ ஆட்சிக்கு எதிராக மேற்குலக நாடுகள் இன்றுபோல முன்பும் பொருளாதாரத் தடை விதித்தபோது அதைப் பெருமளவு காத்து நின்றதும் சீனா மட்டுமே. எனவே எந்தக் காலத்திலும் சீனாவை அவ்வளவு லேசில் விட்டு தராது மியான்மர் ராணுவம்.

மறுபுறம், முன்புபோல மியான்மரில் உள்ள ராணுவ அரசிடம் பாரா முகம் காட்டி மியான்மரை முழுவதுமாகச் சீனாவுக்கான ஆடுகளமாக விட்டுக் கொடுக்க இந்தியா தயாராக இல்லை. அதே நேரம், மியான்மரை உபயோகப்படுத்தி இந்தியாவின் பாதுகாப்பை அச்சுறுத்தும் வகையில் சீன அரசு எந்த ஒரு நடவடிக்கையும் எடுக்காமல் இருப்பதை இந்திய அரசு உறுதிப்படுத்தும் நிலைக்குத் தள்ளப்பட்டுள்ளது.

இச்சமயம் இந்தியாவின் வடகிழக்கு ஆயுதக்குழுக்களின் செயல்பாடுகள் ஓரளவுக்குக் கட்டுக்குள் இருந்தாலும், நாளைக்கே அங்கு ஏதாவது பிரச்சனை என்றால் மியான்மர் ராணுவத்தின் உதவி இந்தியாவுக்கு மிக அவசியம். எனவே, தற்போதைய நிலவரப்படி இந்தியாவின் நிலைப்பாடு, மியான்மர் ராணுவ அரசைப் பகைத்துக் கொள்ளாமல் இருப்பது மட்டுமே.

மியான்மரின் ஆட்சி அதிகாரத்தைக் கைப்பற்றி இருக்கும் ராணுவ அதிகாரிகளை எதிர்த்து எவ்வளவுதான் மேற்குலக நாடுகளும் ஐநா சபையும் கூப்பாடு போட்டுப் பொருளாதாரத் தடைகள் விதித்தாலும், இந்தப் பிராந்தியத்தின் அரசியல் கணக்குகளும் ஏற்பாடுகளும் மாறாதவரை மியான்மர் ராணுவம் தன்னுடைய நிலைப்பாட்டை மாற்றிக்கொள்ளவோ அதிகாரத்தை விட்டுக்கொடுக்கவோ இப்போதைக்குச் சாத்தியமில்லை.

ஆனால், வருங்காலத்தில் இந்த நிலைமையை மாற்றும் காரணியாக அந்நாட்டு மக்களே இருப்பார்கள்!

முடிவுரை

2021ஆம் வருடம் மியான்மர் ராணுவம் ஆட்சியைக் கைப்பற்றியதும், தலைமைத்தளபதி ஹளைங் தன்னை நாட்டின் பிரதமராக அறிவித்துக்கொண்டார். அதைத் தொடர்ந்து நாட்டில் நெருக்கடி நிலையைப் பிரகடனப்படுத்துவதாகவும் நிலைமை சீரானதும் இரண்டு வருடங்களுக்குள் பல்வேறு அரசியல் கட்சிகள் பங்கேற்கும் வகையில் நியாயமான முறையில் தேர்தல் நடத்தப்படும் என்றும் ராணுவ அரசுத் தரப்பில் செய்திக்குறிப்பு வெளியிடப்பட்டது.

அது நடந்து கிட்டத்தட்ட மூன்று வருடங்கள் கடந்த பிறகும்கூட இன்றுவரை அதிகாரத்தை விட்டுத்தர ஹளைங் தயாராக இல்லை. ஜனநாயக ஆட்சியின்போது மியான்மருக்கு உள்ளே எண்ணற்ற மாற்றங்கள் நடந்த பிறகும்கூட எப்போதும் அதிகாரம் தங்கள் கைப்பிடிக்குள் இருக்க வேண்டும் என்று நினைக்கிற ஹளைங் போன்ற மியான்மர் ராணுவ உயரதிகாரிகளின் மனப்போக்கு எந்த வகையிலும் மாறவில்லை.

ஆனால், மியான்மர் மக்கள் மாறிவிட்டனர். ஜனநாயகக் காற்றைப் பத்து வருடங்கள் தொடர்ந்து சுவாசித்த அவர்கள், மீண்டும் ஒரு முறை ஒடுக்குமுறை ஆட்சியைப் பொறுத்துக்கொண்டு வாழத் தயாராகவில்லை. எனவேதான் முன்பைக் காட்டிலும் இந்த முறை பொதுமக்களிடையே ராணுவ ஆட்சிக்கு எதிரான எதிர்ப்பு மனநிலை பல மடங்கு அதிகரித்துள்ளது.

நூற்றாண்டு காலமாய் தங்களுக்கிடையே இருக்கும் இன, மத வேறுபாடுகளை ஏற்றுக்கொண்டு ஒற்றுமையுடன் வாழப்

பழகாவிட்டால் அதன் விளைவு எப்படி இருக்கும் என்பதையும் மியான்மர் மக்கள் இந்த முறை உணர ஆரம்பித்துள்ளனர். வேறுபாடுகளைக் கைகாட்டித் தங்களின் உணர்ச்சிகளைத் தூண்டிவிட்டு அன்று முதல் இன்று வரை அவர்களை நசுக்கி வரும் சர்வாதிகாரத்தின் கோர முகத்தை மீண்டும் மியான்மர் மக்கள் பார்க்க நேர்ந்தது அவர்களிடம் மாற்றத்தைக் கொண்டு வந்துள்ளது.

இந்த மாற்றம் வெறுமனே தங்களின் பொது எதிரியான சர்வாதிகாரத்தை எதிர்க்கும் அளவுக்கு மட்டும் இருந்துவிடக் கூடாது. சிறுபான்மையின மக்களை, அவர்களின் அடையாளங்களை, பெரும்பான்மையின மக்கள் பெருந்தன்மையுடன் ஏற்றுக்கொள்ளும்படியான மாற்றமும் அங்கே நிகழ வேண்டும். அப்படி மாற்றங்கள் நிகழ்ந்தால் மட்டுமே இந்தச் சர்வாதிகார ஆட்சி முடிவுக்கு வரும் சமயம் மக்களிடம் ஒற்றுமை ஏற்பட்டு, வருங்காலத்தில் மீண்டும் எந்த வகையிலும் சர்வாதிகாரம் தலைதூக்காமல் இருக்கும்.

ஆனால், இவ்வாறு மாற்றங்கள் ஏற்பட்டுச் சர்வாதிகார ஆட்சி முடிவுக்கு வரும் வரை பெரிய அளவிலான மோதல்களும் இழப்புகளும் மியான்மரில் நடந்தேறுவது சர்வ நிச்சயம்!

●

தரவுகள்

நூல்கள்

History of Burma (Earliest times to English conquest) by G.E.Harvey, Longmans Green and Company (1925)

The Making of Modern Burma (2001) by Thant Myint-U, Cambridge University Press

Buddhism in Myanmar a Short History (1995), Roger Bischoff, The Wheel Publication Company

Burma: The State of Myanmar (2001), by David I. Steinberg, Georgetown University Press

End of Empire: 100 Days in 1945 that Changed Asia and the World, edited by David P. Chandler, Robert Cribb and Li Narangoa, NIAS Press

Histories of Burma (A Source based approach to Myanmar's History) by Rosalie Metro

கட்டுரைகள்

'Myanmar's Troubled History: Coups, Military Rule, and Ethnic Conflict' (2022) by Lindsay Maizland, Council on Foreign Relations

'Myanmar Military Is Smaller Than Commonly Thought - and Shrinking Fast' (2023) by Ye Myo Hein, United State Institute of Peace

What's in a Name: Burma or Myanmar? by Andrew Selth, United States Institute of Peace

'Myanmar Conflict Alert: Preventing communal bloodshed and building better relations' (12 June 2012), International Crisis Group (ICG).

How the military benefits from Myanmar's growing opium economy (2016), Patrick Meehan, East Asia Forum

Myanmar reform plan launched to strengthen civil service (2017), Liz Heron, Global Government Forum

Symbolism of Elephants in Buddhism and Hinduism (2016), Aslam, N; Bukhari, M.F, International Conference on Asian Elephants in Culture & Nature, Centre for Asian Studies, University of Kelaniya, Sri Lanka

An outlawed group resurfaces, raising new fears of clashes in Myanmar's Rakhine state (2018), Joshua Lipes, Radio Free Asia

Marco Polo: Great Explorers Of The World (2017), Ben Loudermilk, World Atlas

Textbook example of ethnic cleansing 370000 rohingyas flood bangladesh as crisis worsens (2017), Annie Gowen, Washington Post

Explaining India's silence in Myanmar crisis (2007) by Tangpua Siamchinthang, Institute of Peace and Conflict Studies

Home bond: leader's present, Lady's past (2010), The Telegraph, Calcutta

The Long Neck Women Of The Kayan Tribe (2021), Yewande Ade, history street

The Lost red ruby of Burma (2018), Graham Seal, Gristly history blog

How Burmese Pythons Took Over the Florida Everglades (2020), Adam Janos, history.com

அறிக்கைகள், இதழ்கள் மற்றும் பிற வெளியீடுகள்

The Far Eastern Quarterly journal (August 1944; Volume 3): Thebaw, Last King of Burma by John LeRoy Christian

Insurgencies in India's North East, by Subir Bhaumik, East-West Center, Washington

World Drug Report 2008: A Century of International Drug Control, released by United Nations Office on Drug and Crime (UNODC)

Burma (Myanmar) - The Time for Change by Martin Smith, by Minority Rights Group International Report

Chapter.III Background: Living in Limbo (Burmese Rohingyas in Malaysia), by Human Rights Watch Report (August 2000)

Pyu Ancient Cities (Inscribed in 2014), UNESCO World Heritage Centre

ICJ – The Gambia v. Myanmar, Independent Investigative Mechanism for Myanmar, United Nations

1983 Population Census Report: Rakhine State, The Socialist Republic of Union of Burma

The constitution of Union of Burma, 1948

India-Myanmar Bilateral Brief (November, 2022), Ministry of External Affairs, India

India-Myanmar Relations (July, 2012), Ministry of External Affairs, India

History of North East India, Indian Culture portal, Ministry of Culture, India

இணைய தகவல் களஞ்சியங்கள்

https://en.wikipedia.org/wiki/Myanmar

https://www.britannica.com/place/Myanmar

செய்தி இணையங்கள்

https://www.bbc.com/news

https://www.reuters.com/

https://www.theguardian.com/

https://www.irrawaddy.com/

https://www.outlookindia.com/

https://thediplomat.com/

https://www.economist.com/

https://theprint.in/

https://www.thehindubusinessline.com/

https://www.latimes.com/

https://www.telegraph.co.uk/

https://apnews.com/

https://time.com/

பிற இணையங்கள்

www.thehistorypress.co.uk/articles/10-things-you-probably-didn-t-know-about-burma/

www.nationalgeographic.com/culture/article/rohingya-people

www.passportandpixels.com/leg-rowing-inle-lake-fishermen-myanmar/

https://factsanddetails.com/southeast-asia/Myanmar/sub5_5a/entry-3007.html#chapter-1

https://islandsafarimergui.com/sea-gypsies-of-myanmar/

https://theculturetrip.com/asia/myanmar/articles/this-is-the-only-face-mask-you-will-ever-need-in-myanmar

https://itchyfeetandmore.com/rudyard-kiplings-burma/

•